சுதந்தர பூமி

இந்திரா பார்த்தசாரதி நூல்கள்

நாவல்

கால வெள்ளம்
அக்னி
ஆகாசத் தாமரை
தேவர் வருக
தந்திர பூமி
வெந்து தணிந்த காடுகள்
திரைகளுக்கு அப்பால்
தீவுகள்
சத்திய சோதனை
மாயமான் வேட்டை
குருதிப்புனல்
உச்சி வெய்யில்
கிருஷ்ணா கிருஷ்ணா
வேதபுரத்து வியாபாரிகள்
சுதந்தர பூமி
வேஷங்கள்
ஹெலிகாப்டர்கள் கீழே இறங்கிவிட்டன

நாடகம்

இறுதி ஆட்டம்
ஔரங்கசீப்
கொங்கைத் தீ
பசி
இராமானுஜர்

ஆய்வு - கட்டுரை

தமிழ் இலக்கியங்களில் வைணவம்
என்றுமுள தமிழும் இன்று உள்ள தமிழும்

சுதந்தர பூமி

இந்திரா பார்த்தசாரதி

கிழக்கு

சுதந்திர பூமி
Sudhandhara Bhoomi (Novel)
by Indira Parthasarathy ©

Kizhakku First Edition : April 2006
Previous Editions : 1973, 1978, 1993
256 Pages

ISBN 978-81-8368-121-6
Title No. Kizhakku 122

Kizhakku Pathippagam
177/103, First Floor,
Ambal's Building, Lloyds Road,
Royapettah, Chennai 600 014.
Ph: +91-44-4200-9603

Email : support@nhm.in
Website : www.nhm.in

Author's Email : nadaadur2k@yahoo.com

Kizhakku Pathippagam is an imprint of New Horizon Media Private Limited

This book is sold subject to the condition that it shall not, by way of trade or otherwise, be lent, resold, hired out, or otherwise circulated without the publisher's prior written consent in any form of binding or cover other than that in which it is published and without a similar condition including this the rights under copyright reserved above, no part of this publication may be reproduced, stored in or introduced into a retrieval system, or transmitted in any form or by any means (electronic, mechanical, photocopying, recording or otherwise), without the prior written permission of both the copyright owner and the above-mentioned publisher of this book.

காந்தி தரிசனம் பார்க்கப் போயிருந்தேன், குடும்பத்தோடு. கோடிக்கணக்கில் செலவழித் திருந்தார்கள். காந்திஜியின் எளிமையை எடுத்துக்காட்ட, வாசலில் வரிசையாக பிரும் மாண்டமான கார்கள். உள்ளே நுழைவதற்கே பயமாக இருந்தது.

குழந்தைகள் அங்கு வைக்கப்பட்டிருந்த ஒவ் வொரு படத்தையும் விளக்கிச் சொல்ல வேண்டுமென்று வற்புறுத்தின. சொல்லிக் கொண்டிருந்தேன்.

காந்தியைத் தென் ஆப்பிரிக்காவில் ஒரு ஐரோப்பியன் முதல் வகுப்புப் பெட்டியில் இருந்து கீழே தள்ளும் காட்சி. இந்நிகழ்ச் சியை விவரமாகச் சொல்லிக்கொண்டிருந்த போது, என் பெண் – ஆறு வயது – திடீரென்று கத்தினாள். திரும்பிப் பார்த்தேன். அவளை காந்திக் குல்லாய் தரித்த ஒரு தொண்டர், கையைப் பிடித்து இழுத்துத் தள்ளிக் கொண்டிருந்தார்.

''ஏன் அவளைத் தள்ளுகிறீர்கள்?'' என்று ஹிந்தியில் கேட்டேன்.

''நீங்களும் தள்ளி நில்லுங்கள்!'' – சொல்வ தோடு நிற்காமல் என்னையும் சற்றுப் பின்னால் இழுத்தார்.

''ஏன், என்ன ஆயிற்று உங்களுக்கு?''

''உஸ்... உஸ்'' என்று ஒலி எழுப்பியவாறு அவர் பக்கத்துத் திசையில் ஆள்காட்டி விரலால் சுட்டிக் காட்டினார்.

ஐந்தாறு பேர் வந்துகொண்டிருந்தார்கள்.

''யார் அவர்கள்?''

''மந்திரி.''

இரண்டு மூன்று கதர்க் குல்லாய்கள் தெரிந்தன. நடுவில் இருந்தவர்தாம் மந்திரியாக இருக்க வேண்டும். இருபத்திரண்டு வருஷத்துச் சுதந்தரத்தின் பலன் அவர் உடம்பைப் பார்த்தால் தெரிந்தது. வயது அறுபதுக்கு மேலிருக்கும். ஆனால், உடம்பு கட்டுக்குலையாமலிருந்தது.

இருபது வயது மதிப்பிடத்தக்க ஓர் இளம் சேவிகை அவருக்குக் காந்தியைப் பற்றிச் சொல்லிக்கொண்டே வந்தாள். அவரும் அவளைப் பார்த்துக்கொண்டே ''ஐ ஸி, ஐ ஸி'' என்று சொல்லிய வாறு வந்தார்.

என் பெண் மறுபடியும் மந்திரி வரும் பாதையில் குறுக்கே போய் நின்றாள்.

தொண்டருக்கு மிகவும் கோபம் வந்துவிட்டது. அவளைத் 'தர தர'வென்று இழுத்துப் பின்புறமாகத் தள்ளினார்.

''காந்தி தரிசனத்தில் இப்படி ஆகுமென்று நான் எதிர்பார்க்க வில்லை'' என்றேன் நான், மந்திரி காதில் விழும்படி.

மந்திரியுடன் வந்த அரசாங்க அதிகாரி ஒருவர் என் அருகில் வந்து கேட்டார். ''என்ன தகராறு?''

''ஆறு வயதுக் குழந்தை எந்த விதத்தில் மந்திரியின் பாதுகாப்புக்கு ஆபத்து என்று எனக்குப் புரியவில்லை'' என்றேன் நான்.

மந்திரியின் காதில் நான் சொன்னது விழுந்திருக்க வேண்டும். அவர் குழந்தையைக் கூப்பிட்டார். அவள் பயந்துகொண்டே என்னைப் பார்த்தவாறு அவரிடம் நெருங்கினாள். அப்படியே தூக்கிக் கொண்டார்.

''உன் பேரென்ன பேபி?''

அவள் சொன்னாள்.

''ஸ்மார்ட் கேர்ள்...''

கன்னத்தைத் தட்டிக் கொடுத்துவிட்டு கீழே இறக்கிவிட்டார். கேமராக்கள் இயங்கின.

''ஸிம்பில் மேன்...'' என்றார் என் அருகிலிருந்த ஒருவர்.

''நீங்கள் இவ்வளவு கடுமையாக நடந்துகொண்டிருக்க வேண்டாம்'' என்றார் மற்றொருவர்.

என்னை முட்டாளாக ஆக்கிவிட்டு மந்திரி போய்விட்டார்.

நான் மட்டுமல்ல, இந்நாட்டின் ஐம்பத்தாறு கோடி மக்களும் முட்டாள்கள்.

இருபத்திரண்டு வருஷங்களாக இது நடந்து வருகிறது. அதாவது ஜனங்களை முட்டாளாக ஆக்கும் கைங்கரியம்.

சுதந்தரம் கிடைத்துவிட்டது. எதற்குச் சுதந்தரம்? அந்நியன் ஆட்சியில் பட்டினி கிடப்பதைக் காட்டிலும், நம்மை நாமே ஆளும்போது பட்டினி கிடப்பது எவ்வளவு புனிதமான விஷயம்! – ''எல்லாருக்கும் குறைந்தபட்ச வசதிகள் கிடைக்கும்வரை, ஒருவன் தலைவாழையிலையிட்டுச் சாப்பிடுவது திருடுவதற்கு ஒப்பாகும்'' என்று சொன்ன காந்தியை கொள்கைச் சிறையிலிட்டு கோடிக்கணக்கில் செலவழித்து எளிமையை ஆடம்பரச் சிலுவை யில் அறைவோம்...

இப்படி நூற்றாண்டு நூற்றாண்டாகச் செய்து வருகிறோம். இதுவே நம் பண்பாடு. யார் யார் சமூகத்தினுள் ஊழல்களைச் சுட்டிக் காண்பித்து எதிர்க்கிறார்களோ அவர்களை அவதாரமாக்கி விடுவதுதான் எதிர்ப்பைச் சமாளிக்கச் சுலபமான வழி.

புத்தர் முதற்கொண்டு காந்திவரை, இதுதான் நடந்துகொண்டு வந்திருக்கிறது...

இனி கதையைப் படியுங்கள்...

- இந்திரா பார்த்தசாரதி

பாகம் ஒன்று

"அந்த முதல் மந்திரியை பிரதமருக்குப் பிடிக்கவில்லை. இதற்கு மேல் அந்த ஆட்சி கவிழ்வதற்கு வேறொரு காரணமும் தேவையில்லை. அரசியலில் முன்னேற வேண்டுமானால் பேசாமல் இரு. வாக்குறுதிகளைப் பற்றிக் கவலைப்படுவது போன்ற சோஷலிஸ்ட் தர்மத்துக்கு முரண்பட்ட பத்தாம்பசலித்தனம் எல்லாம் வேண்டாம்.''

ஒன்று

பார்லிமெண்ட் ஸ்ட்ரீட். நண்பகல். அலுவலகங்களுக்கு இடைவேளை.

சர்தார் படேல் சாட்சியாக அவர் நின்று கொண்டிருந்த வட்டத்துப் புல்வெளியில், பாரதத்தின் 'மன்னர்கள்' சிலர் சீட்டாடிக் கொண்டிருந்தனர். சீட்டாட்டத்தில் பங்குகொள்ளாத இன்னும் பலர் ஆட்டத்தைப் பற்றிப் பலமாக விவாதித்துக் கொண்டிருந்தனர்.

அந்த வட்டத்துக்கு வெளியே கும்பல் கும்பலாக நின்றுகொண்டிருந்தவர்கள் அரசியல் கட்சிகளின் சுவரொட்டிப் போராட்டங்களைப் பற்றி விமரிசித்துக் கொண்டிருந்தனர். பாரத மக்களுக்கு வளமான எதிர்காலத்தை தன் புன்னகையாலே வாரி வழங்கிக் கொண்டிருந்த பிரதமரின் பல்வகையான தோற்றப் பொலிவுகள்; ரஷ்யா இந்தியாவை விலைக்கு வாங்கிவிட்டது என்று ஹிந்தியிலும், உருதுவிலும் குற்றச்சாட்டுகள்; எங்கேயோ கொலை செய்யப்பட்டுவிட்ட ஜனநாயகத்துக்காக சப்ரு ஹவுஸில் கண்ணீர் வடிக்கப் போகின்றவர்களின் பெயர்ப் பட்டியல்; ஒரு குறிப்பிட்ட அரசியல் கட்சியின்

இளமை–முதுமை பிரச்னையைப் பற்றிய அறிவிப்புகளுக்கு இடையே, 'நிலையான வாலிபம் பெறுவது எப்படி?' என்பது குறித்து பண்டிட் வைத்யரத்ன ஹிரலால் சர்மாவின் யோசனைகள்; சிகப்பு, பச்சை, மஞ்சள், வெள்ளை என்று விதவிதமான நிறங்களில் நோட்டீஸ்கள்...

முகுந்தனுக்குத் தோன்றியது - இந்த நோட்டீஸ்களைப் படித்துக் கொண்டே, இரண்டு மூன்று நாள்களைக் கழித்துவிடலாம். ஆனால், இந்த நோட்டீஸ்களைப் படிப்பதற்காகவா டில்லிக்கு வந்திருக்கிறோம்? - இல்லாவிட்டால், செலவில்லாமல் பொழுதுபோக்குவது எப்படி?

டில்லிக்கு ஒரு வேலை விஷயமாக அவன் வந்தான். விஜிலன்ஸ் கமிஷனில் இண்டர்வியு. ஏற்கெனவே ஆளைக் கையில் வைத்துக்கொண்டு அவனைக் கூப்பிட்டிருக்கிறார்கள். அதற்குப் பிறகு இரண்டு, மூன்று இடங்களில் முயற்சி செய்தான். இன்றும் யோஜனா பவனில் யாரோ ஒருவரைப் பார்க்கத்தான் வந்தான். ஆனால், அவன் பார்ப்பதற்கு முன்னால் வேறு ஒருவர், அவன் பார்க்க வந்தவரைப் பார்த்துவிட்டதுதான் அவன் துர்ப்பாக்கியம்.

ரிஸர்வ் பேங்க் வாசலில் லட்சக்கணக்கில் கீழே பணம் புழங்கிக் கொண்டிருந்தது. மக்களை லட்சாதிபதிகளாக்கி விடுவதென்ற பல்வேறு ராஜ்ஜியங்களின் தீவிரம், தரையில் பலவண்ணச் சீட்டுகளாக ஜொலித்தன. முகுந்தன், பழுப்பேறிய தன் பர்ஸை எடுத்துப் பார்த்தான். ஒரு ரூபாயும் சில்லறைகளும் இருந்தன. இன்னும் இரண்டு நாள்களாவது இதை வைத்துக்கொண்டு ஓட்டியாக வேண்டும். ஊருக்கு எழுதியிருக்கிறான். அம்மா பணம் அனுப்பாமல் இருக்கமாட்டாள். எப்படியாவது கஷ்டப்பட்டுப் பணத்தைப் புரட்டிவிடுவாள். சே! எத்தனை நாள்கள்தாம் இப்படி இருப்பது? - இந்தத் தடவைகூட லட்சாதிபதியாக வழியில்லை. ஒரு ரூபாய் சாப்பாட்டுக்கு வேண்டும்.

"ஹலோ, முகுந்தனா?"

அவன் திரும்பிப் பார்த்தான். ஆசிர்வாதம். இவன் டில்லியிலா இருக்கிறான்?

"ஹலோ..."

சிநேகிதர்கள் இருவரும் கையைக் குலுக்கிக் கொண்டார்கள்.

''இங்கேதான் நான் வேலையா இருக்கேன்'' என்று தான் வேலையிலிருக்கும் கம்பெனி பெயரைச் சொன்னான் ஆசிர்வாதம்.

''ஐ ஸி. இங்கே ஒரு இண்டர்வியுவுக்கு வந்தேன் நான்; வேலை கிடைக்கலே... ஐ ஆம் ட்ரையிங் எல்ஸ்வேர்...''

''எங்கே தங்கியிருக்கிறே?''

முகுந்தன் பேசாமலிருந்தான்.

''என்னடா வாயை மூடிக்கிட்டிருக்கிறே? கேர் ஆஃப் ப்ளாட்ஃபாரமா?'' என்று சொல்லிவிட்டுச் சிரித்தான் ஆசிர்வாதம்.

''ப்ளாட்ஃபாரமா இருந்தா தேவலையே. ஸ்டில் வொர்ஸ், ரிலேட்டிவ்ஸ் வீட்டிலே இருக்கேன்.''

ஆசிர்வாதத்தின் முகத்தில் சிரிப்பு மறைந்தது. ''ஐ ஆம் ஸாரி... நீ நல்லா பாஸ் செய்திருப்பியேடா... இன்னுமா வேலை கிடைக்கலே?''

முகுந்தன் உதட்டைப் பிதுக்கினான்.

''உனக்கு அங்கே சவுகரியமில்லேன்னா, என்னோட வா, இரு... நான் கரோல் பாக்கிலே இருக்கேன்'' என்றான் ஆசிர்வாதம்.

''ரொம்ப அவசரப்பட்டுக் கூப்பிட்டுவிட்டு அப்புறம் வருத்தப் படாதே... எனக்கு எப்போ வேலை கிடைக்குமோ?''

''சரிதான்; தெரியும் வாடா... நீ முன்னே காலேஜ்லே எப்படிப் பேசிக்கிட்டிருந்தியோ அப்படியேதான் இருக்கே... ரிலேட்டிவ்ஸ் யாரு, எங்கே இருக்கே?''

ரிலேட்டிவ்ஸ் என்று அவன் குறிப்பிட்டது அவனுடைய ஒன்றுவிட்ட மாமாவைத்தான். நல்ல உத்தியோகத்திலிருந்தார். ஒரு மினிஸ்டிரியில், செகரட்டரியாக இருந்து ஓய்வுபெற்ற பிறகு, ஒரு பெரிய தொழில் நிறுவனத்தில் பொருளாதார ஆலோசகராக இருந்தார். அவர் முகுந்தனை எதற்குத் தம் வீட்டில் இருக்கச் சொன்னாரோ, தெரியாது; ஆனால் அவருடைய மனைவிக்கு அதைப் பற்றிச் சந்தேகமே இல்லை. வீட்டு

'எடுபிடி' வேலைகளுக்கு அவன்தான் ஏற்றவன் என்பது அவள் அபிப்பிராயம்.

''ஸம் ரிலேட்டிவ்... ஹேஸ்டிங்ஸ் ரோட்லே இருக்கேன்.''

''பெரிய இடந்தான்.''

''அதான் என் மிஸ்ஃபார்சூன்.''

''அப்படியேதான்டா இருக்கே... ஆல்ரைட். காப்பி சாப்பிடப் போகலாம், வா.''

''பை தி வே... ஒரு லாட்டரி டிக்கெட் வாங்கட்டுமா?''

''லாட்டரி டிக்கெட்டா?''

''ஆமாம். என்கிட்டே ஒரு ரூபாதான் இருக்கு. நீ இரண்டு நாளைக்குச் சோறு நிச்சயம்னு சொன்னியானா, ஒரு லாட்டரி டிக்கெட் வாங்குவேன். ஊரிலேர்ந்து பணம் எதிர்பார்க்கிறேன். இரண்டு நாள்லே வந்துடும்.''

ஆசிர்வாதம் சிரித்தான். ''சரி வாங்கு, விழுந்தா எனக்குப் பத்து பர்ஸென்ட்.''

முகுந்தன் ஒரு லாட்டரி சீட்டு வாங்கி அதை பர்ஸில் வைத்துக்கொண்டான். ஐந்து லட்ச ரூபாய் அவன் பையில் கனத்தது.

இருவரும் ஒரு செய்தி ஸ்தாபனத்தருகே இருந்த கேன்டீனுக்குச் சென்றார்கள்.

''ஆமாம். யார் வீட்டிலே இருக்கியோ அவங்க வீட்டிலே சாப்பிடறதில்லையா?''

''இன்ஃபாக்ட், திரும்பப் போறதில்லேங்கிற எண்ணத்தோட தான் இன்னிக்கு வீட்டைவிட்டுக் கிளம்பினேன். ஆனா, எங்கே போறதுங்கிறதுதான் புரியலே. நௌ ஐ பிலீவ் இன் காட் அன்ட் தட் டூ இன் எ கிரிஸ்டியன் காட்.''

ஆசிர்வாதம் புன்னகையுடன் அவன் முதுகைத் தட்டினான்.

''சரி. என்ன சாப்பிடறே சொல்லு?''

''எனிதிங்... வந்ததிலேர்ந்தே சரியா சாப்பிடலே கூச்சம் பாதி... அவமானம் பாதி... நான் வேறே ஜாதி, பணம் உள்ளவங்க வேறே ஜாதின்னு இங்கே வந்தப்புறந்தான் எனக்கு சரியா புரிஞ்சுது.''

ஆசிர்வாதம் சாப்பிட்டுக்கொண்டே கல்லூரியில் படித்த மற்றைய நண்பர்களைப் பற்றி விசாரிக்கத் தொடங்கினான். அவன் கல்லூரியில் பி.ஏ. முதல் வகுப்போடு நிறுத்திவிட்டான். படிப்பு ஏறவில்லை. நன்றாக ஃபுட்பால் விளையாடுவான். ஃபுட்பால் ஆசிர்வாதம் என்பதுதான் அவனுக்குக் கல்லூரியில் பெயர். இப்பொழுது ஏதோ கம்பெனியில் டைப் அடித்துக் கொண்டிருக்கிறான். முகுந்தனைப் போன்ற கெட்டிக்காரப் பையன் தன் ஆதரவை நாடி வந்திருக்கிறான் என்ற பெருமை அவன் முகத்தில் வெளிப்படையாகத் தெரிந்தது. முகுந்தன் ஆசிர்வாதம் கேட்ட கேள்விகளுக்கு இயந்திரத்தைப்போல் பதில் சொல்லிக்கொண்டு வந்தாலும், அவன் மனம் கடந்த சில நாள்களைப் பற்றிய சிந்தனையில் ஆழ்ந்தது.

முகுந்தன் படிப்பில் கெட்டிக்காரன்தான். ஆனால், இறுதிப் பரீட்சை சூதாட்டத்தில் அவனுக்கு முதல் வகுப்பு கிடைக்க வில்லை. சுமாரான மார்க்குகளுடன் தேறினான். சென்னையில் பல இடங்களில் முயன்றும் அவனுக்கு வேலை கிடைக்க வில்லை. ஒரு ஜவுளிக் கடையில் கணக்கெழுதி வந்தான். செட்டியாருக்கு அறுபது வயதிருக்கும். திருவல்லிக்கேணியில் ஒரு வைப்பாட்டி வைத்திருந்தார். ஒரு தடவை அவளுக்கு ஒரு புடைவையைக் கொடுத்துவிட்டு வரும்படி அவனிடம் சொன் னார். அவன் மறுத்தான். வேலை போனதுதான் மிச்சம். புடை வையை எடுத்துக்கொண்டு வந்திருக்கலாமென்று பிறகுதான் அவனுக்குத் தோன்றியது. அவனுக்கு உலக அனுபவம் போதாது என்பதற்கு இதுவே உதாரணம்.

டில்லியில் வேறு வகையான உத்தியோகம். மாமா கொடுக்கும் பார்ட்டிகளின்போது, கூடவே இருக்கவேண்டும். சோடா வாங்கி வருதல், கண்ணாடிக் கோப்பைகளைக் கழுவுதல் - இத்தகைய வேலைகள். மாமா நல்லவர்தாம். மாமியின் கொடுமைக்குப் பயந்துகொண்டுதான் அவர் குடிக்கிறார் என்பது அவன் அபிப்பிராயம்.

''உனக்கு பெட்டிப் படுக்கைன்னு ஒண்ணும் கிடையாதா?''

"அட் தி மொமன்ட் இல்லே. மாமா வீட்டிலே இருக்கு. அப்புறம் எடுத்துக்கலாம்."

காப்பி சாப்பிட்டுவிட்டு இருவரும் கேன்டீனை விட்டு வெளியே வந்தார்கள்.

"உனக்கு நிச்சயமாக வேலை கிடைக்கும். கொஞ்சம் முயற்சி வேணும். நீ கவலைப்படாதே! உனக்கு வேலை கிடைக்கிற வரையிலும் என்னோட இருக்கலாம்."

"தாங்க் யு."

"என்னோட வா. ஆபீஸ்லே சொல்லிவிட்டு உன்னை உன் ரூமுக்கு அழைச்சிக்கிட்டுப் போறேன்."

"தாங்க் யு."

ஆசிர்வாதம் அப்பொழுது சிறிது நேரம் நின்று சிந்திக்கத் தொடங்கினான்.

ஒருவேளை அவசரப்பட்டு வாக்குக் கொடுத்துவிட்டோமென்று முடிவை மாற்றிக்கொள்ளப் போகிறானோ?'

"இன்னொண்ணு செய்யறயா?"

"என்ன?"

"நீ இப்படிச் சுத்திட்டு சாயந்தரம் அஞ்சு மணிக்கு ஆகாஷ்வாணி பவன் வாசல்லே வந்து நில்லு. நான் உன்னை அழைச்சிக்கிட்டுப் போறேன். இப்போ ஆபீஸ்லே சொல்லிட்டு வரமுடியாதுன்னு நினைக்கிறேன். அந்த ஆளு ஒரு சள்ளை பிடிச்சவன்."

முகுந்தனுக்கு நிம்மதியாக இருந்தது.

"சரி. நீ சொல்றபடி செய்யறேன்."

"ஆகாஷ்வாணி பவன் எங்கே இருக்கு தெரியுமில்லே? இப்படியே போய்."

"தெரியும்."

ஆசிர்வாதம் போய்விட்டான்.

எங்கே போவது இப்பொழுது? - ஆசிர்வாதம் வரும் வரையில் சுற்றிக்கொண்டிருக்க வேண்டும். ஒருவேளை அவன் வராவிட்டால்? - மறுபடியும் சோடா வாங்குவதும், கண்ணாடிக் கோப்பைகளைக் கழுவுவதையும் தவிர வேறு வழியில்லை.

ரஃபி மார்க்கைத் தாண்டி ஆகாஷ்வாணி பவன் பக்கம் அவன் வந்தான்.

அங்கே ஒரு சிறு கூட்டம் கூடியிருந்தது. நடுவில் ஓர் இளைஞன். சூட் அணிந்திருந்தான். ஆனால் அவன் செய்துகொண்டிருந்த வேலையோ?

பூட் பாலிஷ்! பூட் பாலிஷ் பெட்டிக்கெதிரே ஒரு சிறு அட்டை. பட்டதாரியாக இருந்தும் வேலை கிடைக்கவில்லை. பிழைத்தாக வேண்டும். தன்னை ஆதரிக்கும்படி பொதுமக்களுக்கு ஒரு வேண்டுகோள்.

எதிரே சுவரில் ஒட்டப்பட்டிருந்த மஞ்சள் நோட்டீஸினின்றும் நாட்டுப் பிரதமர் சோஷலிஸப் புன்னகை செய்துகொண்டு இருந்தார்.

இக்காட்சியைக் கண்ட முகுந்தன் சிந்தனையில் மின்னல் அடித்தது...

இரண்டு

சில நாள்களுக்கு முன்பு நடந்த நிகழ்ச்சி அது. அவனுடைய ஹேஸ்டிங்ஸ் ரோட் உறவினராகிய ரகுபதி கொடுத்த பார்ட்டி யின்போது நடந்தது. ரகுபதி ஒரு எம்.பி. யையும் விருந்துக்கு அழைத்திருந்தார். காந்திக் குல்லாயைக் கழற்றி வைத்து விட்டு அவர் குடித்தார். சாப்பிடும் போது, அவர் தந்தூரி ரொட்டியை ருசித்துக் கொண்டே சொன்னார்: ''மெட் ராஸி வீட்டில் இவ்வளவு ருசியாகத் தந்தூரி ரொட்டி செய்வார்கள் என்று எனக்குத் தெரியாது.''

''இந்தப் பையன்தான் செய்தான்'' என்று முகுந்தனைச் சுட்டிக் காட்டினார் ரகுபதி.

''வெரி குட். உங்கள் அதிர்ஷ்டம் உங்க ளுக்கு நல்ல சமையற்காரன் கிடைத் திருக்கிறான்.''

ரகுபதி கொஞ்சம் அதிர்ச்சியடைந்தவ ராக முகுந்தனைப் பார்த்தார். ஏதோ சொல்ல வாயெடுத்தார். அதற்குள் அவர் மனைவி குறுக்கிட்டாள்.

''மெட்ராஸ் பையன். இங்கு வந்து கொஞ்ச நாள் ஆகிறது. வெகுசீக்கிரத்

தில் எல்லாவிதமான உணவு வகைகளையும் செய்வதற்குக் கற்றுக்கொண்டுவிட்டான்.''

''என்ன காஸபயாங்கா மாதிரி இங்கேயேவா நின்னுக்கினு இருக்கே?'' என்ற குரல் கேட்டதும் அவன் திரும்பினான். ஆசிர்வாதம் இலக்கிய மேற்கோளுடன் பேசுவானென்று முகுந்தன் எதிர்பார்க்கவில்லை.

''என்ன அப்படியே மலைச்சு நிக்கறே! எங்கப்பாவுக்குப் பிடிச்ச பாட்டு 'காஸபயாங்கா' அடிக்கடி சொல்லிக்கினே இருப்பாரு... அதனாலதான்.''

''ஏன் மன்னிப்பு கேக்கற மாதிரி பேசறே? நீ இலக்கிய மேற்கோள் காட்டக்கூடாதுன்னு ஏதாவது 144ஆ?''

''முன்னாள் ஃபுட்பால் ஃபுல் பாக். இந்நாள் டைப்பிஸ்ட் இப்பொ இப்படிப் பேசறேன்னா. எல்லாம் சகவாச தோஷந் தான்'' என்று சொல்லிவிட்டுச் சிரித்தான் ஆசிர்வாதம்.

அவன் சென்னையைவிட்டு வரக் காரணம் என்னவென்று கேட்கலாமா? ஆசிர்வாதத்தின் குரலில் ஏமாற்றத்தின் சாயை படிந்திருப்பதுபோல் முகுந்தனுக்குப் பட்டது. பிறகு கேட்டுக் கொள்ளலாமென்று தீர்மானித்து பேசாமலிருந்துவிட்டான்.

''வா. மெட்ராஸ் ஹோட்டல் மட்டும் நடந்துட்டு அங்கிருந்து பட்-பட்டிலே கரோல் பாக் போகலாம். பஸ் வர்றவரையிலும் காத்துகினு இருக்கிறதுங்கிறது முடியாது. கூட்டத்திலே முண்டியடிச்சிகின்னு போக முடியுமா உன்னாலே?''

முகுந்தன் சிரித்தான்.

''ஏம்பா சிரிக்கிறே?''

''வாழ்க்கையிலே ஜெயிக்கிறதுக்கு கூட்டத்திலே முண்டி யடிச்சுப் போகத் தெரிஞ்சாத்தான் உண்டு. லெட் மி ட்ரை...''

''அப்படியேதான் நீ இருக்கே. கொஞ்சம்கூட மாறலே'' என்று சொல்லிவிட்டு சற்று பலமாகச் சிரித்தான் ஆசிர்வாதம்.

''இதோ பாரு. மத்தியானத்திலேர்ந்து மூன்றாவது தடவையோ நாலாவது தடவையோ இதைச் சொல்றே நீ. இதையே திரும்பத்

திரும்பக் கேட்கக் கொஞ்சம் களைப்பா இருக்குன்னு நான் சொல்றதிலே உனக்கு ஆட்சேபணை இல்லியே?''

ஆசிர்வாதம் மறுபடியும் சிரித்தான். அப்படியேதான் நீ.

இதைச் சொல்ல வந்தவன் சொல்லாமல் மீண்டும் உரக்கச் சிரித்தான்.

''ஊர்லே உங்க வீட்டிலே சிரிக்க முடியாததெல்லாம் சேர்த்து வைச்சு சிரிக்கிறயா இப்பொ?'' என்றான் முகுந்தன்.

''கரெக்ட். பல் தெரியும்படியா சிரிச்சா ஆபாசம்பாரு எங்கப்பா... நௌ ஐ என்ஜாய் மை ஃப்ரீடம்.''

''ஒரு சாஸ்திரியோட பிள்ளைக்கும், ஒரு கத்தோலிக் வீட்டுப் பிள்ளைக்கும் சுதந்தரம் கிடைச்சா என்ன ஆகும்னு இப்பொ புரியறது'' என்றான் முகுந்தன்.

''என்ன ஆகும்?''

''வாய்விட்டுச் சிரிக்கக் கத்துப்பாங்க.''

இருவரும் நடந்தபடியே ரீகல் வரை வந்துவிட்டார்கள். சாயந்தரம் போக்குவரத்து ஆரவாரத்திலும் ஓரிரண்டு பேர் பார்க்கும்படியாக வாய்விட்டு அட்டகாசமாகச் சிரித்தான் ஆசிர்வாதம். 'இவனுக்கு என்ன ஆகிவிட்டது? ஒருவேளை சித்த சுவாதீனமற்றுதான் டில்லிக்கு ஓடி வந்துவிட்டானோ? ஒரு பைத்தியத்துடனா தங்கப் போகிறோம்?'

''ஆசிர்வாதம். வாட் ஹாஸ் ஹாப்பென்ட் டு யூ?'' என்றான் முகுந்தன்.

சிரித்துச் சிரித்து வந்த கண்ணீரை கைக்குட்டையினால் துடைத்துக்கொண்டான் ஆசிர்வாதம்.

''உனக்கு வேலை கிடைக்கிற வரையிலும் என்னோடயே இருக்கலாம். ஐ ஆம் வெரி ஹாப்பி'' என்றான் ஆசிர்வாதம். அவன் முகுந்தனின் வலக்கையைத் தனது இடக்கைகளால் தாங்கி அழுந்தப் பற்றிக் கொண்டான்.

''கிடைச்சப்புறம் போயிடணுமா?''

''டோன்ட் பி ஸில்லி. வேலை கிடைக்கிற வரையிலும், பணம் இல்லேன்னா, இடம் இல்லேன்னா மனசு கஷ்டப்பட்டுகினு இருக்காதேன்னேன். ஃபுல் மாதிரி குதர்க்கமா பேசினே, எனக்குக் கெட்ட கோபம் வரும்.''

டில்லியால் ஆசிர்வாதத்தின் எளிமையான சுபாவத்தை இன்னும் கெடுத்துவிட முடியவில்லை என்று முகுந்தனால் உணர முடிந்தது. தான் அவனைவிட்டுப் போவதாக இருந்தாலும் அவன் விடமாட்டான் என்று தோன்றியது.

''அதோ பாரு... ரீகல் பார்க்லே ஹோட்டலை வைச்சு பார்வையையே கெடுத்துட்டாங்க. இப்படி ஆடம்பரமா வெளிச்சம் போட்டுக் காட்டினாதான் நாடு முன்னேறிக்கினு இருக்குதுன்னு அர்த்தமா?'' என்றான் ஆசிர்வாதம்.

முகுந்தன் அவனை ஆச்சரியத்தோடு பார்த்தான். எதைப் பற்றியும் ஆராய்ந்து கொள்கைப் பிடிப்போடு அவன் விமரிசனம் செய்ய வேண்டுமென்றால், வேப்பேரியைத் தாண்டிவந்த அவன் வாழ்க்கை அனுபவந்தான் இதற்குக் காரணமாக இருக்க வேண்டும். தான் ஏற்கெனவே நினைத்ததொன்றைப் பற்றி அவனும் சிந்தித்து அபிப்பிராயம் வைத்திருக்கிறான் என்றால் ஃபுட்பாலுக்கு அப்பாற்பட்ட விஷயங்களும் உலகத்தில் இருக்கின்றன என்று உணரத் தொடங்கியிருக்கிறான் என்றுதான் அர்த்தம்.

டில்லியை அழகுபடுத்த வேண்டுமென்று, இப்படி வண்ண வண்ணமான நீரருவிகளுக்கும் கண்ணைக் கவரும் மலர்ப் பூங்காக்களுக்கும் பணத்தை வாரியிறைக்கிறார்களே, டில்லியின் வறுமை, அழகுதேவதையைக் கண்டு அஞ்சி ஓடிவிட்டதா? – நான்கைந்து நாள்களுக்கு முன்பு அவன் தியாகராஜநகர் 'நல்லா' அருகே போய்க்கொண்டிருந்தான். அப்பொழுது அவன் கண்ட காட்சி அவன் மனத்தைவிட்டு என்றுமே அகலாது.

சாக்கடையை ஒட்டியிருந்த கைப்பிடிச்சுவரருகே அந்தக் குடும்பம் வசித்தது. ஒரு தள்ளுவண்டியின் நுகத்தடியை கட்டையினால் பாரம் கொடுத்து நேராக நிறுத்தியிருந்தார்கள். வண்டியின் மேற்புறத்துக்கும் பூமிக்கும் இடையேயுள்ள தூரத்தில் ஒரு கட்டில். கயிற்றைப் பார்க்கும்போது கட்டிலுக்கு க்ஷயரோகம் என்று சொல்லவேண்டும்; அது நின்று கொண்டு

இருந்த நிலையைப் பார்த்தால், பாரிசவாயு என்று தோன்றியது. கட்டிலில் ஓர் ஆறு மாதக் குழந்தை கத்திக்கொண்டே இருந்தது. அதைவிடச் சற்றுப் பெரிதான குழந்தை அதைச் சமாதானப் படுத்த முயற்சி செய்து கொண்டிருந்தது; வண்டிச் சக்கரத்தருகே – அதை வீட்டின், ட்ராயிங் ஹால் என்று சொல்லலாமா – ஒரு நாய் கண்களைத் திறந்தும் திறவாமலும், 'அறிதுயில்' கொண்டிருந்தது. 'வீட்டின்' பின்புறத்தில் இரண்டு சிறுமிகள் – ஆறு வயதுக்குள்ளிருக்கும் – ரொட்டி சுட்டுக்கொண்டே ஏதோ பாடியவாறு இருந்தனர். பஞ்சபூதங்களின் அரவணைப்பில் வளர்ந்து வரும் அக்குழந்தைகளைப் பார்க்கும்போது, யோஜனா பவனில் மலைபோல் குவிந்துகொண்டிருக்கும் ஃபைல்களை எடுத்துக் கப்பல் விடலாமென்று முகுந்தனுக்குத் தோன்றியது. காலம் ஸ்தம்பித்து நிற்கும் இவ்விடங்களுக்கு என்றுமே எதிர்காலம் இல்லையா! – அசோகா ஹோட்டலில் காப்ஸூல் களாக வழங்கப்படும் பாரதப் பண்பாட்டை ரசிக்கும் விருந்தி னர்களே, இங்கு வந்து பாருங்கள். பாரதத்தின் நிகழ்காலம் சாக்கடையருகே ரொட்டி சுட்டுக்கொண்டிருக்கிறது – என்று அவன் அப்பொழுது தன் மனதுக்குள் ஒரு தடவை சொல்லிக் கொண்டான்.

"ஏய், சிவப்பு லைட், தாண்டிக்கினு போகாதே" என்று வீதியைக் கடக்க முயன்ற முகுந்தனைத் தடுத்து நிறுத்தினான் ஆசிர்வாதம்.

"ஓ! சிவப்பு லைட்டா!"

"ஆமாம். நான் பேசிக்கிட்டே வரேன். நீ வாயைத் திறக்காமெ வந்துக்கினே இருக்கியே, அப்படியென்ன யோசனை சொல்லு. நிச்சயம் ஒரு வாரத்திலே உனக்கு வேலை வாங்கித் தரேன். நான் கேரண்டி, போதுமா?"

"வேலையைப் பத்தி நான் யோசிக்கலே."

"பின்னே!"

"அதோ பட்-பட்டி புறப்படப் போறான். சீக்கிரம் போகலாம், வா."

இருவரும் பட்-பட்டியில் உட்கார்ந்ததும் ஏற்கெனவே இருவர் அதில் இருந்ததினால் அது உடனே கிளம்பியது.

ஜடமாக நின்றுகொண்டிருந்த ஒன்றுக்கு தன் உயிரைக் கொடுத் ததைப் போல் நினைத்தான் முகுந்தன். பெண்ணை மிதித்துவிட்ட குற்றம் மறைய, கல்லென்றும் காதல் என்றும் வளர்ந்த புராணக் கதை அவன் நினைவுக்கு வந்தது. அது விசுவாமித்திரன் சூழ்ச்சி யாகவும் இருக்கலாம்; மனிதனை தான் தெய்வமென்று நம்பச் செய்வதற்கான திட்டம். ஒரு மாபெரும் வில்லை வளைப்பதற் கான நம்பிக்கை அப்பொழுதுதானே ஏற்படும்?

தனக்குத் தன்னம்பிக்கை உண்டாகிவிட்டதா? - இத்தகைய பாவனைகள் இல்லாமலே, பூட்-பாலிஷ் செய்துகொண்டிருந்த அந்த பட்டதாரிப் பையனைப் பார்த்தபோதே தனக்கும் தன்னம்பிக்கை வந்துவிட்டது. நாளைக்கு எம்.பி.யைப் பார்க்க வேண்டும்.

ஆசிர்வாதம் அவனைத் தொட்டு ஏதோ கேட்டான். பட்-பட்டி போட்ட சத்தத்தில் அவன் காதில் விழவில்லை.

''என்ன?'' என்று உரக்கக் கேட்டான்.

''டில்லியை சுத்திப் பாத்திட்டியா? பிர்லா-மந்திர். ரெட்போர்ட், குதுப்மினார்.''

முகுந்தன் அவனை இடைமறித்தான். ''பிராணகில்லா, ராஜ்காட். சாந்திவனம், விஜயகாட் - எல்லாம் பாத்துட்டேன். மாமா வீட்டுக்கு யார் வந்தாலும் அவங்களை அழைச்சிண்டு போறது தானே எனக்கு இத்தனை நாளா வேலை!''

ஆசிர்வாதம் ஓர் அநுதாபப் புன்னகை செய்தான்.

கோல்-மார்க்கெட்டில் நல்ல கூட்டம் பஸ்ஸில் ஏறுவதுதான் வாழக்கையின் இறுதிப் போராட்டமெனக் கொண்டு முண்டியடித்துக்கொண்டு ஜனங்கள் ஏறிக்கொண்டிருந்தனர். பிர்லா-மந்திரில் ஏதோ விசேஷம் போலிருக்கிறது...

பிர்லா-மந்திர்! முன்பெல்லாம் கடவுள் பெயரை மனிதன் சூட்டிக்கொண்டான். இப்பொழுது மனிதன் பெயரைக் கடவு ளுக்குச் சூட்டுகிறார்கள்! மானிடம் வென்றுவிட்டது என்பதற்கு இதுவே சாட்சி. பிர்லாவே, லட்சுமிநாராயணனின் இக்கால அவதாரமாகவுமிருக்கலாம்! - அவதாரத்தை எதிர்த்தவர்களுக்குத் தாம் பக்தர்களைக்காட்டிலும், வெகு சீக்கிரம் அருள்

கிட்டியது. 'பிர்லாக்களை ஒழிப்போம்' என்கிறவர்கள்தாம் இன்று இம்பாலாவில் போகிறார்கள்!

பட்-பட் நின்றது. ஆசிர்வாதத்துடன் முகுந்தனும் கீழே இறங்கினான்.

ஆசிர்வாதம் பர்ஸாத்தியில் (இரண்டாவது மாடியிலுள்ள ஒரு அறை) இருந்தான். அவர்கள் போன அறையில் விளக்கு எரிந்துகொண்டிருந்தது. உள்ளே இருந்த இரண்டு கட்டில்களில், ஒரு கட்டிலில் சாய்ந்தவாறு ஏதோ ஒரு பெரிய புத்தகத்தைப் படித்துக் கொண்டிருந்தான் ஓர் இளைஞன்; இருவரும் உள்ளே நுழைந்ததும் அவன் நிமிர்ந்து பார்த்தான்.

''ஜேம்ஸ். முகுந்தன்...'' என்று அறிமுகப்படுத்தி வைத்தான் ஆசிர்வாதம்.

ஜேம்ஸ் முகத்தில் ஒரு நிரந்தரமான ஏளனப் புன்னகை குடிகொண்டிருந்தது. கட்டிலில் நிறைய புத்தகங்கள் பரப்பி வைக்கப்பட்டிருந்தன. எல்லாம் சினிமாவைப் பற்றிய தொழில் நுணுக்க புத்தகங்கள்...

ஆசிர்வாதம் முகுந்தனைப் பற்றி ஜேம்ஸிடம் சொன்னான்.

'' ஐ. ஸி. யு மே கெட் எ ஜாப்'' என்று மிகவும் மெதுவாக ஒரு யோகியின் தீர்க்கதரிசனத்தோடு அவன் ஆறுதல் வழங்கினான்.

''ஜேம்ஸ், கன்னாட்பிளேஸ்லே டிம்பர் ஷாப்லே வேலையா இருக்கான். ஃபிலிம் டெக்னிக்லே இவன் ஒரு அத்தாரிட்டி. என்னென்னமோ சொல்லிக்கிணே இருக்கான்; ஒண்ணும் புரிய மாட்டேங்குது.''

அத்தாரிட்டி என்பதற்கு விளக்கமாக அடுத்ததையும் அவன் சொல்லிவிட்டதால், முகுந்தன் இதற்குமேல் இப்பேச்சைத் தொடர விரும்பவில்லை.

''உங்களுக்கு சினிமாவில் இன்ட்ரஸ்ட் உண்டா? என்று கேட்டான் ஜேம்ஸ்.

''சில சமயம் பாக்கறதுண்டு...''

''சினிமாவைப் பொருத்தவரையிலும் நாம் ஒரு அம்பது வருஷம் பின்னாலே இருக்கோம், என்ன சொல்றீங்க நீங்க?''

‘சினிமாவைப் பற்றி மட்டுமென்ன, எல்லா விஷயங்களிலுமே நாம் ஒரு நூற்றாண்டு பின்தள்ளி இருக்கிறோம்’ என்று நினைத்தான் முகுந்தன். ஆனால் வாயைத் திறந்து ஒன்றும் சொல்லவில்லை. புன்னகை செய்தான்.

‘‘சினிமா டெக்னிக்கைப் பத்தி சில புது ஐடியாஸ் ஜேம்ஸ் கிட்டே இருக்கு’’ என்றான் ஆசிர்வாதம்.

ஜேம்ஸ் ஒரு உயர்ந்த பீடத்தில் உட்கார்ந்துகொண்டு கீழ்நோக்கி ஒரு பாமரனை அநுதாபத்தோடு நோக்குவது போல் முறுவலித்தான்.

‘ஐ ஸி’ என்று பக்தி சிரத்தையோடு சொன்னான் முகுந்தன். நாளைக்கு நிச்சயம் எம்.பி.யைப் பார்த்தாக வேண்டும். அந்த அறையில் ஜேம்ஸுடனும் அவனுடைய ஐடியாஸ்களோடும் உடனுறைவது என்பது ஒரு சிரமமான அனுபவமாக இருக்கும் போலிருக்கிறது.

‘‘நீங்க ஐன்ஸ்டீன் தியரியைப் பத்தி என்ன நினைக்கிறீங்க?’’ என்றான் ஜேம்ஸ்.

‘தப்பாக இருக்காதுன்னு நினைக்கிறேன்’ என்றான் முகுந்தன். ஒரு வேளை தான் சொன்னது தவறான பதிலோ? நார்லிகரைப் பற்றி ஏதாவது சொல்ல ஆரம்பித்துவிடப் போகிறான்!

‘‘தியரி ஆஃப் ரிலேடிவிட்டியை சினிமா விஷயத்திலும் பயன்படுத்தலாங்கிறது என் அபிப்பிராயம். ஒரே டயத்திலே டைம் ஸென்ஸையும் ஸ்பேஸ் ஸென்ஸையும் இணைச்சு காட்டறது எப்படீன்னு ஆராய்ச்சி பண்ணிகிட்டு இருக்கேன்...’’

‘‘ஆராய்ச்சி இன்னும் முடியலியா?’’

‘‘இல்லே. ப்ராக்டிகல் எக்ஸ்பரிமென்ட்டுக்கு பைஸா தேவையா இருக்குது... கிராண்ட்டுக்கு வழி பண்ணிக்கிட்டு ஆரம்பிச்சாத் தான் முடியும் போலிருக்குது.’’

முகுந்தனால் கொட்டாவியை அடக்க முடியவில்லை. அவ்வளவு களைப்பு.

‘‘உனக்குத் தூக்கம் வரதா? இன்னும் கொஞ்ச நேரத்திலே சாப்பாடு வரும். சாப்பிட்டுட்டு நீ இந்தக் கட்டிலிலே படுத்துக்கோ. நான் கீழே படுத்துக்கிறேன்’’ என்றான் ஆசிர்வாதம்.

‘‘எனக்குப் பசியில்லே. நான் கட்டில்லே படுத்துக்கலே. கீழேயே படுத்துண்டு தூங்கறேன்...’’

ஒரு சுவாரஸ்யமான கட்டத்தில் ஆசிர்வாதம் கெடுத்துவிட்டானே என்ற கோபம் ஜேம்ஸ் முகத்தில் வெளிப்படையாகத் தெரிந்தது.

‘‘ஆசிர்வாதத்துக்கு சாப்பாடு, தூக்கத்தைத் தவிர வேறொன்றும் தெரியாது’’ என்றான் ஜேம்ஸ்.

‘‘முகுந்தன் இங்கேதான் இருக்கப்போறான். அப்புறம் பேசிக் கலாமே...’’ என்றான் ஆசிர்வாதம்.

ஜேம்ஸ் மறுபடியும் புத்தகத்தில் ஆழ்ந்துவிட்டான்.

அடுத்த நாள் காலையில் எட்டு மணிக்கு முகுந்தன் வெளியே போக தயாரான போது, ஆசிர்வாதம் ஷேவ் செய்து கொண்டிருந் தான்.

‘‘எங்கே போகப் போறே?’’

‘‘மாமாவுக்குத் தெரிஞ்சவர் ஒருத்தர் இருக்கார். வேலை கிடைக்கு மான்னு பாத்துட்டு வரேன்...’’

‘‘என்ன செய்யறாரு, அவரு?’’

‘‘எம்.பி.’’

‘‘குட். பெரிய கொம்புதான். எங்கே இருக்காரு?’’

‘‘அது தெரியாது. டைரக்டரி கிடைக்குமா?’’

‘‘கீழே இறங்கிப் போனியானா, பக்கத்திலே ஒரு மருந்துக்கடை இருக்குது. டைரக்டரி கேளு, கொடுப்பாங்க.’’

‘‘சரி நான் வரட்டுமா!’’

ஜேம்ஸ் அப்பொழுதுதான் தூங்கி எழுந்தான்.

‘‘புறப்பட்டுட்டீங்களா!’’

‘‘ஐ வில் ட்ரை மை லக் டுடே.’’

‘‘நீங்க தூங்கினப்புறம் ஆசிர்வாதம் உங்களைப்பத்தி சொன்னான். ரொம்ப கெட்டிக்காரர்னு... நீங்க என் தியரியைப் புரிஞ்சுப் பீங்கன்னு நம்பிக்கை இருக்குது.’’

முகுந்தன் புன்னகை செய்தான்.

"எப்போது வருவே, நீ?" என்றான் ஆசிர்வாதம்.

"பை தி வே... ஒரு அஞ்சு ரூபா இருந்தா கொடு. சாயந்தரந்தான் வருவேன்னு நினைக்கிறேன்."

"ஜேம்ஸ்... அஞ்சு ரூபா இருக்குதா?" என்றான் ஆசிர்வாதம்.

"சட்டைப் பையிலே பர்ஸ் இருக்கு பாரு..." என்றான் ஜேம்ஸ்.

முகுந்தன் ஐந்து ரூபாய் வாங்கிக் கொண்டதும் கீழே இறங்கி பக்கத்து மருந்துக்கடைக்குச் சென்றான். நல்லவேளை கவுண்டரிலேயே டைரக்டரி இருந்தது. எம்.பி.யின் வீடு அசோகா ரோட்டில் இருந்தது. ஐந்தாம் நெம்பர் பஸ்ஸில் ஏறி ஆகாஷ் வாணியில் இறங்கினால் அங்கிருந்து கொஞ்ச தூரந்தான். நடந்துவிடலாம்.

எம்.பி. தனியாகத்தான் இருக்கிறார். அவருக்கு இவ்வளவு பெரிய வீடு எதற்கு என்று முகுந்தனுக்குப் புரியவில்லை. வாசலையொட்டியிருந்த அறையில் கவர் ஆபீஸ் இருந்தது. முகுந்தன் அவ்வறை வாசலை அடைந்ததும், டைப் அடித்துக் கொண்டிருந்த ஓர் இளைஞன் அவனைத் திரும்பிப் பார்த்தான்.

"என்ன வேண்டும்?"

"ப்ரொஃபஸர் மிஸ்ராவைப் பார்க்கவேண்டும்."

"உங்கள் பெயர்?" இவ்வாறு கேட்டுக்கொண்டே மேஜையின் மீதிருந்த என்கேஜ்மென்ட் டைரியை எடுத்தான்.

"அப்பாய்ன்ட்மெண்ட் இல்லை."

"ஓ! ஐ ஆம் ஸாரி. அப்படியானால் பார்க்க முடியாது."

"என் பெயர் முகுந்தன். ஹேஸ்டிங்ஸ் ரோட் ரகுபதி வீட்டி லிருந்து வருகிறேன் என்று சொல்லுங்கள். நிச்சயம் பார்ப்பார்..."

அந்த இளைஞன் முகுந்தனை சந்தேகத்துடன் பார்த்தான். ஒரு வேளை தன் வேலைக்குப் போட்டியோ என்ற பயம் போலிருக்கிறது.

அவன் சிறிது தயக்கத்துக்குப் பிறகு உள்ளே போனான். கொஞ்ச நேரம் கழித்து வெளியே வந்தவன் அவனைப் பார்க்காமலேயே 'உள்ளே போங்கள்' என்றான்.

ஹாலில் எம்.பி. உட்கார்ந்திருந்தார். அவர் ஏதோ சொல்லிக் கொண்டிருந்தார். அவரைவிட வயதான கிழவர் ஒருவர் அவர் சொல்வதை எழுதிக்கொண்டிருந்தார். ஒருவன் அவருக்கு மாலிஷ் செய்து கொண்டிருந்தான். அனுபவித்துப் பாடும் பாடகரைப்போல், மிஸ்ராவின் கொத்து கொத்தான வெள்ளைச் சதையை உருட்டித் திரட்டி, ரொட்டித் தட்டிக்கொண்டே அவன் மெய்மறந்திருந்தான். ஹுக்கா குடிக்கும் பாணியில் சிகரெட் குடித்துக் கொண்டிருந்தார் மிஸ்ரா.

மிஸ்ரா, முகுந்தனின் வணக்கத்தை சிறிது சாய்த்து ஏற்றார்.

''என்ன வேண்டும் உனக்கு?'' என்று ஹிந்தியில் கேட்டார் மிஸ்ரா.

ஹிந்தியில் பேசுவதா அல்லது ஆங்கிலத்தில் பதில் சொல்வதா என்ற பிரச்னை எழுந்தது அவனுக்கு. ஹிந்தி அவனுக்கு அரை குறையாகத்தான் தெரியும். சமையற்காரன் ஆங்கிலத்தில் பேசலாமா!

மூன்று

சிறிது நேரத் தயக்கத்துக்குப் பிறகு, அரைகுறை ஹிந்தியில் பேசுவதைவிட, ஆங்கிலத்தில் புரியும்படியாகப் பேசுவதே நல்லது என்று முகுந்தனுக்குப் பட்டது.

"முன்பு ஒரு தடவை மிஸ்டர் ரகுபதியின் வீட்டுக்கு வந்தபோது, உங்களுக்குச் சமையல் செய்ய ஒரு ஆள் தேவை என்றீர்கள். வந்திருக்கிறேன்."

மிஸ்ரா பக்கத்திலிருந்த கிழவரைப் பார்த்தார். "ஆங்கிலத்தில் பேசும் சமையல்காரனா?" என்று கூறிவிட்டுச் சிரித்தார்.

"என் ஆங்கிலம் சமையலில் குறுக்கிடாது" என்றான் முகுந்தன்.

மிஸ்ரா ஆச்சரியத்துடன் அவனை நோக்கினார். "உன்னைப் பார்த்தால் படித்தவன் மாதிரி இருக்கிறதே. ஏன் சமையற்காரனாக இருக்கிறாய்?"

"படித்தவன் மாதிரிதான்..." என்று சொல்லிக்கொண்டே புன்னகை செய்தான் முகுந்தன்.

"ஏன், மிஸ்டர் ரகுபதி வீட்டை விட்டு வந்துவிட்டாய்?"

"உங்களிடம் வேலை செய்யவேண்டும் என்ற ஆசை!"

மிஸ்ரா தலையை ஆட்டியவாறு பலமாகச் சிரித்தார். "கெட்டிக்காரத்தனமான பதில்தான். ஆனால், உண்மையான காரணத்தைச் சொல்..."

கிழவரைப் பார்த்துக்கொண்டே முகுந்தன் கூறினான் - 'அப்புறம் சொல்லுகிறேன்.'

மிஸ்ரா புரிந்துகொண்டுவிட்டார். அந்தக் கிழவர் இருக்கும்போது அவன் சொல்லத் தயங்குகிறானென்று. அவனைச் சிறிது நேரம் உற்றுப் பார்த்தார்.

"மிஸ்டர் ரகுபதிக்கு நான் என்ன பதில் சொல்வது?" என்றார் கொஞ்ச நேரம் கழித்து.

"நான் சொல்லிக் கொள்கிறேன்..."

"ஹூம்... நீ சொல்லிக் கொள்கிறாயா?" என்று கேட்டுக் கொண்டே அவர் யோசித்தார்.

"மதராஸிப் பையனா?" என்றார் கிழவர்.

"ஆமாம். என் நண்பர் ஒருவர் வீட்டில் வேலை செய்கிறான். என்னிடம் ஒரு ஆள் இப்பொழுது இருக்கிறான். கடுவாலி. அவன் ஊருக்குப் போகவேண்டுமென்கிறான். இவன் மதராஸிப் பையனாக இருந்தாலும், தந்தூரிரொட்டி பிரமாதமாகப் பண்ணுகிறான்."

அவர் உடம்பிலிருந்த ஆடுசதையுடன் விளையாடிக்கொண் டிருந்த மாலிஷ் செய்பவரைப் பார்த்து 'போதும்' என்பதற்காக அவர் தலையை அசைத்தார். அவன் கைகளைத் தட்டிக்கொண்டு நிறுத்தினான். அவன் முகத்தில் சிறிது ஏமாற்றம் தெரிந்தது போல் முகுந்தனுக்குப் பட்டது.

"உன் பேர் என்ன?" என்று கிழவர் கேட்டார்.

அவருக்குப் பதில் சொல்லித்தான் ஆக வேண்டுமா என்பது போல முகுந்தன் மிஸ்ராவைப் பார்த்தான்.

மிஸ்ரா கண்களை மூடிக்கொண்டிருந்தார். மாலிஷ் செய்பவன் கைகளைத் தட்டி அவரை மெஸ்மரைஸ் செய்து விட்டானோ என்று முகுந்தனுக்குத் தோன்றியது.

"உன் பேரென்ன?" என்று சற்று குரலை உயர்த்திக் கேட்டார் கிழவர்.

மிஸ்ரா கண்களைத் திறந்தார். கிழவரிடம் சொன்னார்: "எங்கே எழுதிய வரை படியுங்கள்..."

கிழவர் இப்பொழுது முகுந்தனைப் பார்த்தார். தான் அங்கு நிற்பது அவருக்குத் தடையாக இருக்கலாமென்று அவனுக்குப் பட்டது. ஓரமாகப் போய் நின்றுகொண்டான்.

கிழவர் படித்தார். அது ஏதோ ஒரு பல்கலைக்கழகத்துத் துணை வேந்தருக்கு எழுதப்பட்ட கடிதம். மிஸ்ராவுக்கு மிகவும் வேண்டியவர் அவர் என்று கடிதத்திலிருந்து தெரிந்தது. கிழவர், அப்பல்கலைக் கழகத்தில் ரிஜிஸ்தராராக இருந்திருக்க வேண்டுமென்று புலப்பட்டது. ஏதோ ஒரு காரணத்துக்காக சஸ்பெண்ட் செய்திருக்கிறார்கள். மீண்டும் அவரை வேலையில் எடுத்துக் கொள்ள வேண்டுமென்பது மிஸ்ராவின் கட்டளை. கடிதம் கட்டளை மாதிரிதான் இருந்தது. மத்திய மந்திரிசபையோடு மிகவும் நெருக்கமான தொடர்புள்ள மிஸ்ராவின் ஆணையை மீறுவதற்கு அப்பல்கலைகழகத் துணைவேந்தர் நிச்சயம் தயங்குவார். ஒரு வேளை, அத்துணைவேந்தர் தம்முடைய நியமனத்துக்கே மிஸ்ராவுக்குக் கடமைப்பட்டிருக்கிறாரோ என்னவோ!

கடிதத்தைப் படித்து முடித்த கிழவர், நன்றிப் பெருக்குடன் மிஸ்ராவைப் பார்த்தார்.

மிஸ்ரா முகுந்தன் நின்றுகொண்டிருந்த பக்கம் திரும்பினார்.

"உனக்கு டைப் அடிக்கத் தெரியுமா?"

"தெரியாது"

"மதான்..." என்று மிஸ்ரா கூப்பிட்டார். வாசலில் வரவேற் பறையில் உட்கார்ந்துகொண்டிருந்த அவருடைய காரியதரிசி வந்தான்.

"இந்தா இதை டைப் செய். இரண்டு பிளஸ்..." என்று கிழவரிடமிருந்து கடிதத்தை வாங்கி அவனிடம் கொடுத்தார். அவன் முகுந்தனைப் பார்த்துக்கொண்டே கடிதத்தை வாங்கினான். தான் அவனுக்குப் போட்டியோ என்ற சந்தேகம் அவனுக்குத் தீரவில்லை என்று முகுந்தனுக்குத் தோன்றியது.

சுதந்தர பூமி

''அந்தப் பையனின் பேரைக் கேட்டேன். அவன் இன்னும் சொல்லவில்லை'' என்றார் கிழவர்.

''உங்களுக்குத் தெரிந்து என்னாக வேண்டும்?'' என்றார் மிஸ்ரா. முகத்தில் அடித்தாற் போலிருந்தது. கிழவரின் முகமெல்லாம் பல்லாயிற்று. ''வாஸ்தவம்தான். ஏதோ கேட்டேன்...'' என்று அசடு வழிந்தார். ரிஜிஸ்தரார் பதவி அவ்வளவு முக்கியமா என்று நினைத்தான் முகுந்தன். பாவம், பெரிய குடும்பஸ்தராக இருக்கவேண்டும். இயற்கையளித்த ஆறடி உடம்பை, அங்குலக் கணக்கில் குறுக்கிக்கொண்டு மன்றாடுகிறார்.

பெரிய மனிதர்கள், அவர்களாக விருப்பமிருந்து பேசினால் சொல்வதைக் கேட்டுக்கொள்ள வேண்டும். தோழமை கொண் டாடக் கூடாது. மிஸ்ராவின் இந்த அலட்சியப் போக்குக்கு இந்த மனப்பான்மைதான் காரணமா அல்லது அவர் ஒரு விசித்திரமான பிரகிருதியா என்று முகுந்தனுக்குப் புரியவில்லை.

''சரி. அவன் பக்கத்தில் உட்கார்ந்துகொண்டு சொல்லுங்கள், டைப் அடிக்கட்டும்'' என்றார் மிஸ்ரா.

கிழவர் எழுந்தார். ''அதுவும் சரிதான். பிறகு ஏதாவது தப்பு இருந்தால்?'' என்றார்.

''ஒரு காப்பி எனக்கு. ஒரிஜினலை அனுப்புங்கள், ஒரு காப்பி நீங்கள் வைத்துக்கொண்டு...''

''ஆல் ரைட்.''

கிழவரும் மதானும் வெளியே சென்றார்கள்.

''அப்புறம் சொல்கிறேன் என்றாயே என்ன காரணம்?'' என்றார் மிஸ்ரா முகுந்தனைப் பார்த்து.

முகுந்தன் அவர் அருகில் வந்தான்.

''சொல்லப்போனால், நான் மிஸ்டர் ரகுபதிக்கு உறவுதான். ஆனால் அந்த அம்மா, மிஸஸ் ரகுபதி என்னை வேலைக் காரனைக் காட்டிலும் கேவலமாக நடத்தினாள்.''

''ஐ ஸி. என்ன செய்வாள்?''

"வீட்டு வேலைக்காரன் செய்ய மறுக்கும் காரியங்களை என்னை செய்யச் சொல்லுவாள்.''

''மிஸ்டர் ரகுபதி ஒரு நல்ல மனிதன்...'' என்று சொல்லிக் கொண்டே சோபாவின் பின்புறமாகச் சாய்ந்த மிஸ்ராவுக்கு அப்பொழுதுதான் மாலிஷ் செய்தவன் நின்றுகொண்டிருந்தது ஞாபகத்துக்கு வந்தது.

''மதான்'' என்று கூப்பிட்டார்.

மதான் வந்தான். ''இவனுக்கு மூன்று ரூபாய் கொடுத்து அனுப்பு.''

''எஸ் ஸார்...''

''படித்த மாதிரிதான் என்று நீ சொல்வதை நான் நம்பவில்லை. நீ படித்திருக்க வேண்டாமென்று எனக்குத் தோன்றுகிறது.''

முகுந்தன் பேசாமலிருந்தான்.

''மங்கள்சிங்...'' என்று அழைத்தார் மிஸ்ரா. மஞ்சள் கலந்த சிவப்பு நிறத்தில் ஒருவன் உள் பக்கத்திலிருந்து வந்தான். அவ னுக்கு முப்பத்தைந்து வயதிருக்கலாம். சிறிய கண்கள் மங் கோலியக் களை.

அவர் அவனிடம் ஹிந்தியில் பேசினார். 'இந்தப் பையன் உனக்குப் பதிலாக இருக்கப் போகின்றான்' என்று சொல்வது போல் அவனுக்குப் பட்டது. மங்கள்சிங் அவனை ஏற இறங்கப் பார்த்தான்.

''பையன் மதராஸி'' என்றார் மிஸ்ரா.

''அச்சா?'' என்று வியப்புடன் கேட்டான் மங்கள்சிங்.

''தோசை செய்துகொண்டு வருகிறாயா?'' என்று கேட்டார் மிஸ்ரா, முகுந்தனைப் பார்த்து.

''தோசை திடீரென்று செய்ய முடியாது. முதலில் அரிசி போட்டு ஊறவைத்து, அப்புறந்தான் அரைக்க வேண்டும்...''

ஒரு கைதேர்ந்த சமையற்காரனைப்போல் பேசுவது அவனுக்கே வேடிக்கையாக இருந்தது. அடிக்கடி உடம்பு சரியில்லாமல்

படுத்துவிடும் அவன் அம்மாவுக்காக, அவன் சமையல் செய்யக் கற்றுக்கொண்டான். கல்லூரிப் பட்டத்தைக் காட்டிலும் அதுதான் இப்பொழுது அவனுக்குச் சோறு போடும் போலிருக்கிறது.

"நாளை சாயந்தரம் சில பேர் வருகிறார்கள். தோசை தயாரிக்க முடியுமா?" என்றார் மிஸ்ரா.

"முடியும்."

"சாம்பார்."

"எல்லாந்தான்... அப்படியென்றால் இன்றையிலிருந்து வேலை என்று அர்த்தமா?"

"நான்ஸென்ஸ், இப்பொழுதிலிருந்து. மங்கள்சிங்கிடம் சொல்லி என்னென்ன வேண்டுமோ வாங்கிக்கொள்..."

முகுந்தன் தலையைச் சொறிந்துகொண்டே சிறிது தயங்கியவாறு நின்றான்.

"உனக்கென்ன தயக்கம்? சம்பளத்தைப் பற்றிப் பேச வேண்டுமா?"

"நோ... நோ... எவ்வளவு கொடுத்தாலும் வாங்கிக்கொள் கிறேன். ஆனால் நான் சாயந்தரம் வருகிறேனே!"

"மிஸ்டர் ரகுபதியிடம் சொல்லிவிட்டு வரவேண்டுமா? இதோ, டெலிபோன் இருக்கிறது. அவரிடம் பேசு..."

"நான் மிஸ்டர் ரகுபதியிடம் பேசவேண்டிய அவசியம் இல்லை. அவரிடம் சொல்லிக்கொள்ளாமல் புறப்பட்டுவிட்டேன். ஒரு சிநேகிதனோடு தங்கியிருக்கிறேன். அவனிடம் சொல்லிவிட்டு வந்துவிடுகிறேன்..."

"எப்பொழுது வருவாய்?"

"இருட்டுவதற்குள் வந்துவிடுகிறேன்."

"நீ தொலைந்து போய்விடுவாய் என்ற பயம் எனக்கில்லை. உன்னைப் பார்த்தால் சஞ்சல புத்திக்காரனைப்போல் தோன்று கிறது. அடிக்கடி மனசு மாறக்கூடாது."

அம்மாவிடம் தான் அடிக்கடிச் சொல்வதை இவரிடம் கூறியது முட்டாள்தனந்தான். தான் சாயந்தரம் வெளியே போகும்போது

அம்மா கேட்பது வழக்கம். அம்மா, ''சீக்கிரம் வந்துடுவியாடா?'', 'இருட்டறதுக்குள்ளே வந்துடறேன்.' அப்பா போனதிலிருந்து அவளுக்கு எப்பொழுதும் இந்தப் பயந்தான். அப்பா ஒரு சமயம் கிராமத்துக்குப் போனபோது எதைக் கண்டு அதிர்ச்சியடைந்தாரோ தெரியவில்லை. சித்த ஸ்வாதீன மற்று அதே நிலையில் பத்து நாள்கள் இருந்து இறந்தார்.

''உனக்கு எந்த ஊர்?'' என்று கேட்டார் மிஸ்ரா.

''மெட்ராஸ்.''

''மெட்ராஸ் என்று தெரியும். மெட்ராஸில் எந்த ஊர்?''

''மெட்ராஸில்தான் நான் பிறந்ததிலிருந்து இருந்து வருகிறேன். என் தகப்பனாருக்குச் சொந்தமான ஊர் தஞ்சாவூர் ஜில்லாவில் இருக்கிறது. ஆனால் உரிமை கொண்டாட அவ்வூரில் ஒன்று மில்லை.''

''மெட்ராஸில் என்னதான் இருக்கிறது?''

''என் தாயார் இருக்கிறாள்.''

தான் அலட்சியமாகப் பேசிய அதே கணத்தில் முகுந்தன் ஒரு கண்டிப்பான குரலில் பதில் சொன்னதும், மிஸ்ரா அவனைச் சிறிது நேரம் உற்றுப் பார்த்துவிட்டு புன்னகை செய்தார்.

''உன் அம்மாமீது உனக்கு மிகவும் பிரியமா?''

''ஆமாம்.''

''அப்பா இல்லை?''

''இல்லை.''

அப்பொழுது கிழவரும் மதானும் உள்ளே வந்தார்கள். மதான் அவரிடம் டைப் செய்த காகிதத்தை நீட்டினான். அவர் அதைப் படித்துப்பார்த்துவிட்டுக் கையெழுத்திடுவதற்காக பேனாவை எடுக்க பையைத் தடவினார். பேனா பையில் இல்லை. மதான் தன் பேனாவைக் கொடுத்தான். அவர் வாங்கிக் கொள்ளவில்லை.

முகுந்தனைப் பார்த்துக் கேட்டார்: ''உன் பேர் என்ன சொன்னாய்?''

சுதந்தர பூமி

''முகுந்தன்.''

''முகுந்த் என்று கூப்பிடுகிறேன். சரி, இப்படிப் போனால் படுக்கை அறை இருக்கிறது. அங்கு கட்டிலில் என் பேனா இருக்கிறது. எடுத்துக்கொண்டு வா.''

முகுந்தன் அவர் குறிப்பிட்ட அறையை நோக்கிச் சென்றான். பிரும்மச்சாரி வாழ்க்கை நடத்துபவருக்கு இவ்வளவு பெரிய கட்டில் எதற்கு என்று அவனுக்குத் தோன்றியது. கட்டிலில் லோக்சபா நிகழ்ச்சிகளைப் பற்றிய காகிதங்கள் ஏராளமாக இறைந்து கிடந்தன. பேனாவை சற்று நேரம் தேடும்படியாக ஆயிற்று. அங்கு சிதறியிருந்த காகிதங்களை கோவையாக ஒரு பக்கத்தில் அடுக்கி வைத்தான்.

அவன் பேனாவை எடுத்துக்கொண்டு வெளியே வந்ததும் மிஸ்ரா கேட்டார்: ''பேனா கிடைக்கவில்லையா?''

அவன் பேனாவை அவரிடம் நீட்டினான். மிஸ்ரா மூன்று காகித்திலும் கையெழுத்திட்டார்.

''பையன் ரொம்ப ஸ்மார்ட்டாகத்தான் இருக்கிறான்'' என்றார் கிழவர்.

மிஸ்ரா மதானிடம் ஒரு காகிதத்தைக் கொடுத்துவிட்டு மற்ற வற்றை கிழவரிடம் தந்தார்.

''இனிமேல் ஒழுங்காக இருங்கள். உங்கள் தகராறில் குறுக்கிட எனக்கு நேரம் இல்லை என்பது ஞாபகம் இருக்கட்டும்.''

''நோ... நோ... நான் தகராறு செய்யவில்லை. அதான் நான் உங்க ளிடம் சொன்னேனே. பார்க்கவா இருக்கிறாரே அவர்...''

மிஸ்ரா கண்களை மூடிக்கொண்டே கையைக் காட்டி அவரை மேலே தொடரவேண்டாமென்று நிறுத்தினார்.

''உங்கள் பல்கலைக்கழக அரசியல் எனக்கு சலிப்பு ஊட்டு கின்றது. நீங்கள் போகலாம்.''

கிழவர், நமஸ்தே சொல்லிவிட்டு அகன்றார்.

வாசலில் மணி அடிக்கும் சத்தம் கேட்டது. மதான் திரைச் சீலை களை நீக்கி வெளியே பார்த்தான்.

"அவர் வந்துவிட்டார்..." என்றான் கீழ்க்குரலில்.

"யார் வந்துவிட்டார்?"

"மந்திரி..."

"ஐ ஸி... அவரை உட்காரச்சொல். நான் குளித்துவிட்டு வருகிறேன்" என்று சொல்லிக்கொண்டே அவர் எழுந்தார்.

"நான் சாயந்தரம் வருகிறேன்..." என்றான் முகுந்தன்.

"நீ நன்றாகக் காப்பி போடுவாயா?"

"போடுவேன்..."

"ஆல் ரைட். உள்ளே போய் காப்பி போடு. இவர் தென்னாட்டு மந்திரிதான். காப்பி கொடுத்தால் நல்லது..."

மிஸ்ரா குளியலறையை நோக்கி போய்விட்டார். மந்திரியை உள்ளே அழைத்துவர மதான் வெளியே சென்றான்.

உள்ளே சென்ற முகுந்தன், மங்கள் சிங்கைக் கேட்டான்: "காப்பிப் பவுடர் இருக்கிறதா?"

இன்ஸ்டன்ட் காப்பி டின்னை எடுத்துக் கொடுத்தான் மங்கள் சிங்.

"இதில்லை, காப்பிப் பவுடர்..." என்றான் முகுந்தன்.

மங்கள் சிங் ஒன்றும் புரியாமல் விழித்தான். ஃபில்டரை எடுத்து நீட்டினான். நல்லவேளை, ஃபில்டர் இருக்கிறது. பொடி வாங்கி காப்பி போடலாம் என்று தோன்றியது முகுந்தனுக்கு.

"ஆல் ரைட்... நான் இப்படியே, பின்பக்கமாகப் போய், இந்தியா காப்பி டிப்போவில் காப்பி பவுடர் வாங்கி வருகிறேன். சைக்கிள் இருக்கிறதா?" என்றான் அரைகுறை ஹிந்தியில்.

"இருக்கிறது" என்பதற்கு அடையாளமாக தலையை ஆட்டி விட்டு பின்புறத் தோட்டத்தைக் காண்பித்தான் மங்கள் சிங். அங்கே சைக்கிள் இருந்தது.

சைக்கிள் அருகே சென்றபிறகுதான் தன்னிடம் பணம் இல்லை என்ற ஞாபகம் அவனுக்கு வந்தது. அவன் மறுபடியும் உள்ளே

சுதந்தர பூமி

வந்து சொன்னான். ''காப்பிப் பொடி வாங்க பணம் வேண்டும், என்னிடம் இல்லை...''

மங்கள் சிங் கேட்டான் ''எவ்வளவு?''

ரகுபதி விட்டுக்கு அவன்தான் காப்பிப்பொடி வாங்குவது வழக்கம். ஒரு கிலோ என்ன விலையாகுமென்று சொன்னதும், மங்கள் சிங் பணம் கொடுத்தான்.

''நேரமாகுமா?'' என்று கேட்டான் மங்கள் சிங்.

''இல்லை, இதோ வந்துவிடுகிறேன்...''

மிஸ்ரா குளித்து ட்ரெஸ் செய்துகொண்டு மந்திரியிடம் வந்து உட்கார்ந்ததும், முகுந்தன் ட்ரேயில் காப்பியைக் கொண்டு போனான். காப்பியின் மணம் மூக்கைத் துளைத்தது. அப்பொழுது மந்திரி சொன்னார்: ''குட்... உங்கள் வீட்டில்கூட நல்ல காபி தயாராகின்றதே...''

''ஃபில்டர் காப்பியா?'' என்று முகுந்தனைக் கேட்டார் மிஸ்ரா.

''ஆமாம். காப்பிப் பொடி வாங்கிக்கொண்டு வந்தேன்.''

''ஒரு மெட்ராஸ் எம்.பி.தான் ஃபில்டர் பரிசாகக் கொடுத்தார்... என்னிடம் ஏற்கனவே இருக்கிற சமையற்காரனுக்கு அதை உப யோகிக்கத் தெரியவில்லை. இந்தப் பையன் புதுசு, மதராஸி...'' என்றார் மிஸ்ரா.

''ஓ! ஐ ஸி. அதனால்தான் ஃபஸ்ட் கிளாஸ் காப்பி போடுகிறான். மதராஸியா?''

அவர் முகுந்தனைப் பார்த்துக் கேட்டார். ''உன் பேரு என்னா? நான் ஆந்திரா. தமிழ் கொஞ்சம் கொஞ்சம் தெரியும்.''

முகுந்தன், அவர் தம்முடைய தமிழறிவைக் காட்டுவதற்காகப் பேசினார் என்று உணர்ந்து, அவர் கேட்ட கேள்விக்குப் பதில் சொல்லவில்லை.

''மிஸ்டர் ரகுபதி தெரியும் அல்லவா! அவர் விஷயமாகக்கூட உங்களிடம் ஒரு தடவை வந்தேனே! என்றார் மிஸ்ரா.

''ஐ நோ... ஐ நோ... அவர் ஹேஸ்டிங்ஸ் ரோட்டில் இருக்கிறார் அல்லவா!...''

'' அவர் வீட்டில்தான் இந்தப் பையன் வேலை செய்தான். சொல்லப் போனால், இவனை திருடிக்கொண்டுவிட்டேன் என்றுதான் சொல்லவேண்டும்...'' என்று கூறிக்கொண்டே சிரித்தார் மிஸ்ரா.

''திருடுவதற்கு அருகதையான பையன்தான். நன்றாகக் காப்பி போடுகிறான்...''

முகுந்தன் உள்ளே போய்விட்டான், மந்திரி போன பிறகுதான் மிஸ்ராவிடம் சொல்லிவிட்டுப் போகவேண்டும்.

மந்திரி போகிற வழியாகத் தெரியவில்லை; பேசிக்கொண்டே இருந்தார்.

'முகுந்த்' என்று கூப்பிட்டார் மிஸ்ரா.

முகுந்தன் அவரிடம் போய் நின்றான்.

''இன்னொரு காப்பி கொண்டுவா...''

''இன்னொரு விஷயம்... பையனிடம் ஆங்கிலத்திலேயே பேசுகிறீர்களே?'' என்றார் மந்திரி.

''என்னுடைய காரியதரிசியைவிட இவன் ஆங்கிலம் நன்றாகப் பேசுகிறான்...'' என்றார் மிஸ்ரா.

''ஆங்கில ப்ரொஃபஸருக்கு ஆங்கிலம் பேசும் சமையற்காரன் பொருத்தமாகத்தான் இருக்கிறது...'' என்று கூறிவிட்டுச் சிரித்தார் மந்திரி.

முகுந்தன் காப்பி போடுவதற்காக உள்ளே போனான்.

மந்திரி மிஸ்ராவின் தயவை எதிர்பார்த்துத்தான் வந்திருக்கிறா ரென்று அவனுக்குத் தோன்றியது. மிஸ்ராவுக்கு நல்ல செல் வாக்கு இருக்க வேண்டும். ஆறு மாதத்தில் மூன்று தடவை கட்சி மாறியிருந்தாலும், அவர் கையில் குறைந்தது பத்து எம்.பி.க் களாவது இருப்பார்கள் போலிருக்கிறது.

அவன் காப்பியை எடுத்துக்கொண்டு வந்தபோது மிஸ்ரா சொல்லிக் கொண்டிருந்தார். ''என்ன அவன் ஒரு படிக்காத முட்டாள். அவனைப் போய் எண்ணெய், எரிபொருள் கமிட்டி யில் ஒரு அங்கத்தினராகப் போட்டிருக்கிறீர்கள்?''

''படிக்காதவனாக இருக்கலாம், முட்டாளல்ல. அவன் நினைத்தால் மந்திரி சபையைக் கவிழ்த்துவிட முடியும் தெரியுமா? அவன் பையில் முப்பது எம்.பி.க்கள் அடக்கம்...''

''போன வெள்ளிக்கிழமை என்ன நடந்தது தெரியுமா?'' என்று கூறிவிட்டுச் சிரித்தார் மிஸ்ரா.

''என்ன நடந்தது?''

காப்பியைக் கொடுத்துவிட்டு உள்ளே போனான் முகுந்தன். மிஸ்ராவின் குரல் அப்பொழுது கேட்டது.

''அவன் இங்கே வந்தான். 'எங்கே போய்விட்டு வந்திருக்கி றீர்கள்?' என்றேன். 'அதான். எண்ணெய் கமிட்டிக் கூட்டம் நடந்தது. போய்விட்டு வருகிறேன்' என்றான். 'என்ன விவாதம் நடந்தது?' என்று கேட்டேன். அதற்கு அவன் என்ன பதில் சொன்னான் தெரியுமா?'' என்று கேட்டுவிட்டு மறுபடியும் சிரிக்கத் தொடங்கினார் மிஸ்ரா.

''என்ன சொன்னான்?''

''மந்திரி என் கால்செருப்பைப் பார்த்துவிட்டு மிகவும் நன்றாக இருக்கிறது என்றார். அவருக்கும் வாங்கித் தருவதாகச் சொன் னேன். 'முன்பு எட்டு ரூபாய். இப்பொழுது விலை ஏறிவிட்டது தெரியுமா? அக்கிரமம். நாலு ரூபாய் கூடச் சொல்லுகிறான்!' இதுதான் அவன் சொன்ன பதில். 'எண்ணெய் எரிபொருள் கமிட்டி' என்றால் அவன் கடுகெண்ணெயை நினைத்துக் கொண் டிருப்பான். அவனால் விவாதத்தில் என்ன கலந்துகொள்ள முடியும்? செருப்பைப் பற்றிப் பேசுவதைப் பார்த்தால், தோல் கமிட்டிக்குத்தான் அவன் லாயக்கு என்று நினைக்கிறேன்...''

மந்திரி சிரித்தார். ''இன்னொரு விஷயம். மூர்ச்சை போட்டு விழுந்துவிடாதீர்கள்.''

''என்ன?''

''அவன் ஐக்கிய நாட்டுச் சபைக்குச் செல்ல இருக்கும் தூதுக் கோஷ்டியோடு தானும் போக முயற்சி செய்து கொண்டிருக் கிறான். மந்திரிசபை நிலைக்க வேண்டுமென்றால், அவனிடம் உள்ள முப்பது ஓட்டுகள் தேவையாக இருக்கின்றன. என் செய்வது என்று புரியவில்லை...''

இவர்கள் பேசிக்கொண்டிருந்தது பின்புறத்து வராந்தாவில் நின்று கொண்டிருந்த முகுந்தன் காதுகளில் தெளிவாக விழுந்தது. யாரைப்பற்றிப் பேசுகிறார்கள் என்று அவனுக்குப் புரியவில்லை. ஒரு முக்கியமான கமிட்டியில் 'அவனை' - 'அவன்' யாராக இருந்தாலும் சரி - அங்கத்தினனாக ஆக்கிவிட்டு தாமும் அவனைப் பற்றி மந்திரி வேடிக்கையாகப் பேசுவது முகுந்தனுக்கு ஆச்சரியமாக இருந்தது. இவர்கள்தாம் நம்நாட்டு விதியை நிர்ணயம் செய்கிறார்கள்.

இந்த மந்திரி எப்பொழுது போகப் போகிறார்? தான் எப்பொழுது போய்விட்டு வருவது?

அச்சமயத்தில் மிஸ்ரா தன்னை மறுபடியும் கூப்பிடுவது அவனுக்குக் கேட்டது.

அவன் உள்ளே போனான். 'தெய்வமே, இன்னொரு காப்பியோ?'

''நீ எங்கே போக வேண்டுமென்கிறாய்?''

''கரோல் பாக்...''

''சரி. கரோல் பாக் போய்விட்டு வரும்போது இவர் வீட்டுக்குப் போ. இவர் ஒரு சிறிய பெட்டி தருவார். வாங்கிக்கொண்டு வருகிறாயா?''

''எஸ். ஸார்.''

''இவர் அட்ரஸை எழுதித் தருகிறேன். எடுத்துக்கொண்டு போ. இப்பொழுது நீ கரோல் பாக் போகலாம்...''

மிஸ்ரா எழுதிக்கொடுத்த முகவரியை சட்டைப் பையில் போட்டுக்கொண்டான் முகுந்தன்.

அவன் வெளியே போக முற்பட்டபோது அவர் அவனை மீண்டும் அழைத்தார்.

''உன்னிடம் எவ்வளவு பணம் இருக்கிறது?'' முகுந்தன் பதில் சொல்லவில்லை.

''உன்னிடம் இல்லை என்று எனக்குத் தெரியும். நீ மங்கள் சிங்கிடம் காப்பிப் பொடிக்குப் பணம் வாங்கிக்கொண்டு

சுதந்தர பூமி 41

போனதும் எனக்குத் தெரியும். சமையலறையை ஒட்டித்தான் குளியலறை இருக்கிறது. கூச்சப்படாமல் கேள். எவ்வளவு வேண்டும்?''

''பத்து ரூபாய்...''

''மதான்...''

''முகுந்திடம் இருபது ரூபாய் கொடு...''

''பத்து ரூபாய் போதும்.''

''வரும்போது பழங்கள் வாங்கிக்கொண்டு வா. வாழைப்பழம் வேண்டாம். நான் இரவு வேளைகளில் வாழைப்பழம் சாப்பிடுவ தில்லை.''

''ஏன்'' என்று கேட்டார் மந்திரி.

''ஆஸ்துமாவுக்கு ஒத்துக்கொள்வதில்லை...''

முகுந்தன் மதானுடன் வரவேற்பறைக்குச் சென்றபோது மிஸ்ரா வின் காரியதரிசி அவனைப் பார்த்து புன்முறுவல் செய்தான்.

''நீ அதிர்ஷ்டக்காரன்'' என்றான் மதான்.

''தாங்க்யூ...''

''எனக்குப் பெரிய விடுதலை...''

''எப்படி?''

''நீ தெரிந்து கொள்வாய்...'' என்று விஷமமாகச் சிரித்தான் மதான்.

மதான் தன்னிடம் பொறாமை கொண்டிருப்பான் என்று நினைத்ததற்குப் பதிலாக அவன் 'தனக்கு ஒரு பெரிய விடுதலை' என்று சொன்னது முகுந்தனுக்குப் புரியவில்லை.

அவன் ரோல் பாக் சென்றடைந்தபோது அறையில் ஜேம்ஸ் மட்டும் இருந்தான். ஆசிர்வாதம் ஆபீஸிலிருந்து வரவில்லை போலிருக்கிறது.

''ஹலோ...'' என்றான் ஜேம்ஸ். அவன் கட்டிலில் படுத்தவாறு, ஏதோ ஒரு பெரிய புத்தகம் படித்துக்கொண்டிருந்தான்.

"இன்று ஆபீஸ் போகலியா?'' என்று கேட்டான் முகுந்தன். ஜேம்ஸைப் பார்த்தால் அவன் அன்று ஆபீஸ் போயிருக்க மாட்டா னென்று தோன்றியது.

"போகலை. பை தி வே ... உங்கள் வேலை விஷயம் என்னாச்சுது?''

"கிடைச்சுடுத்து. மிஸ்ரான்னு ஒரு எம்.பி. அவர் கிட்டே...''

"குட். அப்போ நம்ம விஷயத்தையும் ப்ராஸஸ் பண்ண சவுகரியமாக இருக்கும்...''

"என்ன விஷயம்?''

"கிராண்ட்... எஜுகேஷனல் மினிஸ்டிரி சிபாரிசு செய்தா போதுமே. மிஸ்ரா மந்திரிகிட்டே சொன்னாப் போதும்...''

"ஆமாமாம்... ஆசிர்வாதம் இன்னும் வரலே?''

"வருவாரு. என்னிக்கு நீங்க ஜாயின் பண்ணனும்?''

"ஜாயின் பண்ணியாச்சு...''

"ஜாயின் பண்ணியாச்சா?'' என்று அவனை ஆச்சரியத்துடன் நோக்கினான் ஜேம்ஸ்.

"ஆமாம்... ஆசிர்வாதத்துக்கிட்டே சொல்லிட்டுப் போகலாம்னுதான் வந்தேன்.''

"அங்கேயே தங்கணுமா?''

"ஆமாம்...''

"எவ்வளவு சம்பளம்?''

"சம்பளம் இன்னும் பேசலே.''

"ஆக்சுவலி என்ன வேலை?''

"இந்தாங்க. நீங்க காலையிலே கொடுத்த ரூபாய். தாங்க் யு... ''

"காரியதரிசி மாதிரியா? உங்களுக்கு ஷார்ட் - ஹேண்ட் டைப்-ரைட்டிங் தெரியுமா?''

சுதந்தர பூமி

''பெரிய பெரிய புத்தகமெல்லாம் படிச்சுண்டு இருக்கேளே?'' முகுந்தன் ஜேம்ஸ் கையில் இருந்த புத்தகத்தை வாங்கிப் பார்த்தான்.

சிக்கலான கணிதப் படங்கள் போட்டிருந்தன. பெரிய பெரிய சங்கேதங்கள்... ஒன்றும் புரியவில்லை. அவன் புத்தகத்தை ஜேம்ஸிடமே திருப்பிக் கொடுத்தான்.

ஜேம்ஸ் புன்னகை செய்தான்.''சினிமா போட்டாகிராஃபியைப் பற்றி ஏதாவது தெரியுமா?''

''தெரியாது. மழை வரும் போலிருக்கு...''

''மழையா!''

''ஆமாம். வானம் மப்பு போட்டிருக்கிற மாதிரி இல்லே? ஆசிர்வாதத்திடம் சொல்லிடறீங்களா, நான் போகிறேன்...''

''உங்க இஷ்டம். ராத்திரி இருந்து சாப்பிட்டுட்டுப் போகலாம். நாளைக் காலையிலே போய் ஜாயின் பண்ணுங்களேன். ராத்திரி பேசுவோம்...''

முகுந்தனுக்கு இது எச்சரிக்கையாகப்பட்டது. ஆசிர்வாதத்திடம் பிறகு பேசிக்கொள்ளலாம். அந்த கணத்திலேயே போயாக வேண்டும்.

''நான் திரும்பி வரேன்னு எம்.பி.கிட்ட சொல்லிட்டு வந்திருக்கேன். அப்புறம் இன்னொரு நாள் வரேன். நிதானமா பேசுவோம்... வரட்டுமா?''

''என்ன அவசரம், எங்கே போறே!'' - முகுந்தன் திரும்பிப் பார்த்தான். ஆசிர்வாதம்!

''உனக்கு ஆயுசு நூறு...'' என்றான் முகுந்தன்.

''என் ஆயுசு கிடக்கட்டும். உனக்கு ஒரு அருமையான வேலை ஏற்பாடு செய்திருக்கேன். அநேகமாகக் கிடைச்ச மாதிரிதான்... உட்காரு சொல்றேன்...''

ஆசிர்வாதம் முகுந்தன் கையைப் பற்றி கட்டிலில் உட்கார வைத்தான்.

நான்கு

''அவர் வேலையில் ஜாயின் செய் தாச்சு. நீ என்னய்யா அவருக்கு வேலை பார்த்து தர்றது?'' என்றான் ஜேம்ஸ்.

''ஜாயின் செய்தாச்சா?'' என்று ஆச்சரியத் துடன் கேட்டான் ஆசிர்வாதம்.

முகுந்தன் புன்னகை செய்தான். ''அது கிடக்கட்டும். நீ 'அருமையான வேலை'ன்னியே, என்ன அது?''

''பெரிய கொம்பா பிடிச்சுட்டீங்க. இவன் சொல்ற வேலை எதுக்கு உங்க ளுக்கு? இவன் என்ன வேலை சொல்லப் போறான்? கிளார்க் வேலைதானே. நூறு ரூபாய் சம்பளம், வருஷத்துக்கு மூணு ரூபா இன்கிரிமென்ட், அப்படித் தானே?'' என்று சொல்லிவிட்டுப் பெரிதாகச் சிரித்தான் ஜேம்ஸ்.

''பெரிய கொம்பா, என்ன வேலையப்பா அது?''

''எம்.பி.ன்னு சொன்னாரே காலை யிலே. அந்த எம்.பி.கிட்டேயே வேலை ஆயிடிச்சாம். அங்கேயே தங்கணு மாம்... வேலைக்கு வேலை ஆச்சுது, குவார்ட்டர்ஸூம் கிடைச்சுட்டுது. என்னய்யா வேணும் வேறே? ஜேம்ஸ்

சென்ன விதத்தைப் பார்த்தால் அவனுக்கு லேசாகப் பொறாமை ஏற்பட்டிருக்குமோ என்ற சந்தேகம் உண்டாயிற்று முகுந்தனுக்கு.

''பி.ஏ. மாதிரியா? உனக்கு ஷார்ட் - ஹேண்ட், டைப் - ரைட்டிங் தெரியாதே?''

''தெரியாட்டி என்ன, கத்துக்கிறாரு.''

ஆசிர்வாதம் தனக்குப் பார்த்திருப்பதாகச் சொன்ன வேலைக்கு தான் போய்விடக்கூடாதே என்ற கவலையோ ஜேம்ஸுக்கு? அப்படிப் போய்விட்டால், எம்.பி.யின் சிபார்சினால், எஜுகேஷனல் கிராண்ட் கிடைக்கும் என்ற ஆசையில் மண்தான். ஜேம்ஸ் பொறாமையினால் பேசவில்லை. அக்கறையினால் பேசுகிறான்...

''நீ என்ன வேலை எனக்கு பார்த்திருக்கே, சொல்லேன்?'' என்று கேட்டான் முகுந்தன்.

''வாத்தியார் வேலை. இங்கே ஒரு பள்ளிக்கூடத்திலே, மதராஸி ஸ்கூல் டெம்ப்ரரி வேலைதான். ஆறு மாசம் இருக்கலாம் னாங்க.''

''இதான் 'அருமையான வேலை'ன்னியோ? இந்த வாத்தியார் வேலை அவருக்கு ஊர்லயே கிடைக்காதோ? உன் லெவல்லே வாத்தியார் உத்தியோகம் கவர்னர் உத்தியோகம் மாதிரி...''

''எங்க அப்பாவும் வாத்தியார்தான்யா... வாத்தியார் இல்லாமலேயே நீ இப்படி வந்துட்டியோ!'' என்று கோபத்துடன் கேட்டான் ஆசிர்வாதம்.

'இப்படி வந்துட்டியோ' என்பதனால், 'ஜேம்ஸ் ஒரு மேதை' என்று ஆசிர்வாதம் நிச்சயமாக நம்புகிறான் என்று தெரிகிறது. ஜேம்ஸ் ஒரு புன்னகையின் மூலம் ஆசிர்வாதம் சொன்னதை ஏற்றுக்கொண்டான்.

''நான் பி.டி. இல்லியே, எப்படி வாத்தியார் வேலை கிடைக்கும்?' என்று கேட்டான் முகுந்தன்.

''சரியான ஆள் கிடைக்கலே, அப்படி இப்படின்னு சொல்லி அவுங்க சமாளிப்பாங்க... கமிட்டியிலே தெரிஞ்சவர் ஒருத்தர் இருக்காரு... அதான் எம்.பி.கிட்டே போயிட்டியே, வாத்தியார்

பத்தி என்ன?''

முகுந்தன் யோசித்தான். வாத்தியார் வேலையைவிட சமையல்காரன் உத்தியோகம் மேலானதா? வாத்தியார் வேலைக்குப் போனால், நோபில் ப்ரொஃபஷன் என்று அசை போட்டுக் கொண்டு இருந்த இடத்திலேயே இருக்க வேண்டியதுதான். தான் தேர்ந்தெடுத்திருப்பது வெறும் சமையற்காரன் வேலை என்று சொல்லமுடியுமா? இது ஒரு வகையான அரசியல் பிரவேசம் என்றுதான் சொல்லவேண்டும். முதல் நாளிலேயே தனக்கு எவ்வளவு ருசிகரமான விஷயங்கள் தெரிய வந்தன! வாழ்க்கை எவ்வளவு சுவாரஸ்யமான விஷயம்! அதன் எல்லை எவ்வளவு விரிவானது! இதைப் புரிந்து கொள்ளும் முயற்சியில், வயிறு பசிக்காமல் இருக்க வேண்டுமென்பதைத் தவிர, வேறென்ன முக்கியம்?

''யாரு அந்த எம்.பி?'' என்று வினவினான் ஆசிர்வாதம்.

''மிஸ்ரான்னு பேரு. பஞ்சாப்...''

''பெரிய புள்ளிதான். எந்தக்கட்சி அதிகாரத்திலே இருக்குதோ, அது அவர்கட்சி. சரியான ஆளு...'' என்றான் ஜேம்ஸ்.

''உனக்கென்ன வேலை, செகரட்டரி மாதிரியா?'' என்று மறுபடியும் கேட்டான் ஆசிர்வாதம்.

''தெரியலே. என்கிட்ட இருன்னார். சரின்னுட்டேன்...''

''சம்பளம் எவ்வளவு?''

''அதெல்லாம் பேசலே. இப்போ சாப்பாட்டுப் பிரச்னை இல்லே, அவ்வளவுதான்...''

முகுந்தன் எழுந்திருந்தான்.

''புறப்பட்டுட்டியா?''

''ஆமாம். உன்கிட்ட சொல்லிட்டுப் போகலாம்னுதான் வந்தேன்...''

''சரி. ரூம்லே ஒருநாள் கூட சேர்ந்தாப்லே தங்கலே, போறே!''

''இங்கே வந்த அதிர்ஷ்டம், வேலை கிடைச்சுடுத்து...'' என்றான் முகுந்தன்.

சுதந்தர பூமி

''வர்ற ஞாயிற்றுக்கிழமை வரயா?''

''நிச்சயமா வரேன். காலம்பற வர முடியுமோ என்னவோ?''

''காலையிலே வேண்டாம். நானும் கோயிலுக்குப் போவேன். மத்தியானம் வா...''

''சரி, குட்-நைட். குட்-நைட், மிஸ்டர் ஜேம்ஸ்...''

''குட்-நைட். ஞாயித்துக்கிழமை மத்தியானம் நானும் இருக்கேன், எங்கேயும் போகலே...''

இது செய்தியா, எச்சரிக்கையா என்று முகுந்தனுக்குப் புரியவில்லை.

அவன் வெளியே வந்ததும், மந்திரி வீட்டுக்குப் போய் ஒரு சிறிய பெட்டியை வாங்கி வரும்படி மிஸ்ரா சொன்னது ஞாபகத்துக்கு வந்தது. பையிலிருந்த முகவரியை எடுத்துப் பார்த்தான். ஆறாம் நெம்பர் பஸ்ஸில் போகவேண்டும்.

பஸ் ஸ்டாப்பில் நல்ல கூட்டம். எப்பொழுதுதான் கூட்டமில்லை? ஏன் பஸ் போக்குவரத்து இவ்வளவு மோசமாக இருகிறது என்று கேட்டால், புள்ளி விவரங்களை அள்ளி வீசி, 'இது நாடு முன்னேறி வருகிறது என்பதற்கு அறிகுறி' என்று சாதிக்கிறார்கள்! 'டிரான்ஸ்போர்ட் இன் எ டெவலப்பிங் எக்கானமி' என்பது பற்றி சோடா-பாட்டில் கண்ணாடி போட்ட ப்ரொஃபஸர்கள் நடத்தும் செமினார்! அடுத்த செமினார், டோக்கியோவில். டாமிட், இங்கு ஆட்டுமந்தை போல் பஸ்ஸில் ஜனங்கள் செல்லும் காட்சி!

தெருக்கோடியில் ஆறாம் நெம்பர் பஸ் வந்துகொண்டிருப்பதை அவன் கவனித்தான். அது வரும் வேகத்தைப் பார்த்தால், பஸ் ஸ்டாப்பில் அதனால் நிற்க முடியாது. குறைந்தது நூறு கெஜம் தள்ளித்தான் நிற்கும் என்று அனுமானித்து, முன் பக்கம் நோக்கி ஓடினான் முகுந்தன். நாடு முன்னேற்றம் என்பது பஸ்ஸை நோக்கி ஓட்டம் போடும் முன்னேற்றந்தானோ? நிற்கவேண்டிய இடத்தில் நிற்காமல், எங்கெங்கோ போய் நிற்கும் பஸ்ஸில், மிருக வலிமையும், முண்டி அடித்துக்கொண்டு போகத் தெரிந்த சாகஸமும் உள்ளவர்களால்தாம் ஏற முடியும்? பஸ் எந்தெந்த இடத்தில் நின்று, எல்லோரையும் அழைத்துக்கொண்டு போக

48 இந்திரா பார்த்தசாரதி

வேண்டுமென்று சட்டமும் நியாயமும் யாருக்கு வேண்டும்? ஜனநாயக உலகில், வாய்ப்புள்ளவனே தண்டல்காரன்.

முகுந்தன் தன் திறமையைக் கண்டு தானே வியந்துகொண்டான். அவனைப்போல் ஓடிவந்த நான்கைந்து பேரை ஏற்றிக்கொண்டு பஸ் புறப்பட்டுவிட்டது. அப்பொழுது வயதான சர்தார் ஒருவர் பஸ்ஸைத் துரத்திக்கொண்டு வருவதை அவன் கவனித்தான். மணி அடித்து பஸ்ஸை நிறுத்தலாமா? - பஸ்ஸில் இன்னும் சிலரை ஏற்றிக் கொள்ளலாம்; இடமிருக்கிறது. ஆனால் கண்டெக்டர் திட்டுவான்; பஸ்ஸில் இடம் பிடித்துவிட்ட அதிர்ஷ்டசாலிகள் 'நேரமாகிவிட்டது' என்று திட்டுவார்கள். இந்தச் சூழ்நிலையைச் சமாளிக்க தைரியம் மட்டுமல்ல, கொள்கைத் துணிவும் வேண்டும்... இதுதான் ஒருவன் பிறவித் தலைவனா, இல்லையா என்று அறிய பரிசோதனையோ? தன்னால் ஹிந்தியில் இவர்களுடன் வழக்காட முடியாது என்ற தயக்கந்தான்... கொள்கைத் துணிவு இல்லை என்று சொல்ல முடியாது. பட்டதாரியாக இருந்தும் கரண்டியைப் பிடிக்க முன்வரவில்லையா? - வாத்தியார் வேலையில், போலி கவுரவம் தரும் பாதுகாப்பு நிழலில் இளைப்பாறியிருக்கலாம் அல்லவா-!

''செகரட்ரியேட்...'' என்று கூவினான் கண்டக்டர். முகுந்தன் கூட்டத்தை விலக்கிக்கொண்டு வேகமாக வந்தான். செகரட்ரியேட்டிலிருந்து கொஞ்ச தூரம் நடந்து போனால், மந்திரியின் வீட்டை அடையலாம். சைக்கிளையோ சர்க்கார் பஸ்ஸையோ எதிர்பார்க்கும் காரியாலய 'பாபு'க்களுக்கு ஊர்க்கோடியில் வீட்டு வசதி தந்திருக்கும் அரசாங்கம், கார் வைத்துக்கொண்டிருக்கும் மந்திரிகளுக்கும், உயர்தர உத்தியோகஸ்தர்களுக்கும் காரியாலயத்தின் அருகிலேயே பங்களா கொடுத்திருப்பது, ஒரு வகையில் குரூரமான ஹாஸ்யந்தான். சோஷலிஸத்தில் இது எந்தவகை என்று பிரதமரிடந்தான் கேட்கவேண்டும்.

மந்திரியின் வீட்டு வாசலில் இரண்டு, மூன்று கார்கள் நின்றுகொண்டிருந்தன. வெராந்தாவில் ஐந்தாறு கூடை நாற்காலிகளில் யார் யாரோ உட்கார்ந்துகொண்டிருந்தனர். முகுந்தன் அங்கு போய் சிறிது நேரம் நின்றான். அவனை அவர்கள் பார்த்தார்களே தவிர யாரென்று விசாரித்தது ஒன்றும் கேட்கவில்லை. ஒருவேளை அவர்களும் அவனைப்போல் மந்திரியைப் பார்க்க வந்தவர்களோ என்று நினைத்தான் முகுந்தன்.

அப்பொழுது மந்திரி வெளியே வந்தார். எல்லாரையும் பார்த்து கை கூப்பினார். அவர்கள் எல்லாருமாக ஒரே சமயத்தில் எழுந்துகொண்டு கை கூப்பினார்கள். மந்திரி ஒரு நாற்காலியில் உட்கார்ந்துகொண்டு, தெலுங்கில் பேச ஆரம்பித்தார்.

முகுந்தன் நின்றுகொண்டிருந்ததை யாரும் கவனித்ததாகத் தெரியவில்லை.

"குட்-ஈவினிங் ஸார்" என்றான் முகுந்தன்.

மந்திரி திரும்பிப் பார்த்தார். "ஓ, யூ?"

முகுந்தன் புன்முறுவல் செய்தான்.

மந்திரி யாரையோ கூப்பிட்டார். உள்ளிருந்து பயங்கரமான மீசையுடன் ஓர் இளைஞன் வந்தான். அவர் அவனைத் தம்மருகில் கூப்பிட்டு ஏதோ முணுமுணுத்தார். அவன் தலையை ஆட்டிக்கொண்டே, முகுந்தனை வெராந்தாவுக்கு இடக்கை பக்கமிருந்த அறைக்கு வரும்படி சைகை செய்தான்.

முகுந்தன் அங்கு சென்றதும், அவன் ஒரு சிறிய மரப்பெட்டிப் பார்சலை அவனிடம் கொடுத்தான்.

"கையெழுத்து வேண்டுமா?"

"வேண்டாம்..."

முகுந்தன் பார்சலை வாங்கிக்கொண்டு மந்திரியிடம் வந்து நின்றான்.

"மிஸ்ராவிடம் நான் நாளைக்கு ஃபோன் செய்கிறேன் என்று சொல்."

"எஸ். ஸார்..."

முகுந்தன் அங்கிருந்து மிஸ்ராவின் வீட்டுக்கு நடந்துவிடத் தீர்மானித்தான். அங்கிருந்து மிஸ்ராவின் வீட்டுக்கு நேர் பஸ் எதுவும் கிடையாது.

மரப்பெட்டி கனமாக இல்லை... உள்ளே என்ன இருக்கும்? மந்திரி சமீபத்தில்தான் அமெரிக்கச் சுற்றுப்பயணத்துக்குப் பிறகு திரும்பியிருக்கிறார். ஏதாவது மிஸ்ராவுக்கென்று வாங்கிக்

கொண்டு வந்திருப்பாரோ? இந்தச் சின்னப் பெட்டியில் அடங்கக் கூடியதாக என்ன இருக்கும்? மிஸ்ரா ஒரு தனி ஆசாமி. குடும்பம் இல்லை; தேவைகளும் குறைவு மெஸ்கலின்? எல்.எஸ்.டி? சே... எல்லாம் தன்னுடைய வக்கிரமான கற்பனை. மிஸ்ராவைப் பார்த்தால் அப்படியெல்லாம் தோன்றவில்லை. அப்படி ஏதாவது இருந்தாலும், தன்னிடம் கொடுத்து அனுப்பும்படி மிஸ்ரா சொல்லுவாரா? அல்லது மந்திரிதான் கொடுப்பாரா? என்ன வென்று அறியும் ஆர்வம் உள்ளவரை கையிலிருப்பது அலாவுதீ னின் அற்புத விளக்குதான். பிரித்துப் பார்க்கும்போது உள்ளே ஒரு பொடி டப்பா இருந்தாலும் ஆச்சரியமில்லை... சமீபத்தில் மந்திரியின் தாத்தா காலமாகி அவர் உபயோகித்துவந்த தங்கத்தா லான பொடிடப்பாவை மிஸ்ராவுக்கு மந்திரி கொடுக்கிறாரோ என்னவோ? மிஸ்ராவைப் பார்த்தால் பொடி போடுபவராகத் தோன்றவில்லை. மிஸ்ராவுக்குத் தேவையான ஒன்று இப்பெட்டி யில் இருக்கிறது என்பது நிச்சயம். மந்திரியும் மிஸ்ராவின் தயவை மிகவும் நாடுகிறார் என்பதும் உண்மை. மரப்பெட்டி யில், லூசியானாவில் தயாரித்த வசிய மருந்து இருந்தாலும் இருக்கலாம்.

முகுந்தன் வீட்டை அடைந்தபோது, மிஸ்ரா சாப்பிட்டுவிட்டுத் தம்மறைக்குப் போய்விட்டாரென்று மங்கள் சிங் சொன்னான். சீக்கிரம் தூங்கிவிடுவார் போலிருக்கிறது.

மங்கள் சிங் அவனுக்கு ரொட்டியும், காலிஃப்ளவர் சப்ஜியும் வைத்திருந்தான். ஒரு கிண்ணத்தில் சிறிது தயிர் இருந்தது.

அவன் சாப்பிட்டு முடித்தவுடன், மங்கள்சிங் சொன் னான்: ''ஸாப், சாப்பிட்டு முடிந்தவுடன் உள்ளே தம் அறைக்கு உங்களை வரச் சொன்னார்...''

''ஸாப் தூங்கியிருக்க மாட்டாரா?''

''இல்லை. அவர் தூங்குவதற்கு மிகவும் நேரமாகும். படித்துக்கொண்டிருப்பார்...''

மிஸ்ராவின் அறை சாத்தியிருந்தது. முகுந்தன் லேசாகத் தட்டினான்.

''கோன் ஹை?''

''முகுந்தன்.''

"முகுந்த்! கம் இன்..."

அவன் கதவைத் தள்ளிக்கொண்டு உள்ளே நுழைந்தான்.

மிஸ்ரா கட்டிலில் உட்கார்ந்தவாறு ஏதோ எழுதிக்கொண்டிருந்தார். அவர் தாமே எழுதுவது அவனுக்குச் சற்று வியப்பைத் தந்தது. மதான் இருக்கும்போது, இவர் ஏன் தாமே எழுதுகிறார்? அவனைக் கண்டதும் காகிதங்களை வரிசையாக அடுக்கி ஓரமாக வைத்தார்.

முகுந்தன் கையிலிருந்த மரப்பெட்டியை அவரிடம் கொடுத்தான். அவர் அதைச் சிறிது நேரம் பார்த்துக்கொண்டே இருந்தார்.

"அந்த அலமாரியில் வை..." என்று பெட்டியை அவனிடமே திருப்பிக் கொடுத்தார்.

"சாவி அந்த மேஜை ட்ராயரில் இருக்கிறது பார்..."

அலமாரியைத் திறந்து மரப்பெட்டியை வைத்தான் முகுந்தன். அதில் சிறியதும், பெரியதுமாய் பலவிதமான பாட்டில்கள் இருந்தன. ஓரத்தில் ஒரு மங்கிப்போன போட்டோ கசங்கிக் கிடந்தது. அந்த போட்டோவை எடுத்துப் பார்க்கலாமா என்று அவன் நினைத்தான்.

"அலமாரியைப் பூட்டு..."

அவன் அலமாரியைப் பூட்டி, சாவியை மேஜை ட்ராயரில் வைத்தான்.

"மந்திரி என்ன சொன்னார்?"

"ஒன்றும் சொல்லவில்லை..."

"இப்படி உட்கார்..." அவர் கட்டிலை சுட்டிக் காண்பித்தார்.

"நீ எதுமட்டும் படித்திருக்கிறாய்? பொய் சொல்லாதே..."

"பி.ஏ..."

அவர் சிறிது நேரம் பேசாமலிருந்தார். பிறகு "ஐ ஸி..." என்றார்.

அவர் யோசிப்பதைப் பார்த்ததும் அவனுக்கு பயமாகப் போய் விட்டது. பொய் சொன்னதற்காக வேலையை விட்டு அனுப்பி விடுவாரோ?

''நீ டெல்லி வருவதற்கு முன் என்ன செய்துகொண்டிருந்தாய்?''

''படித்துக்கொண்டிருந்தேன். பாஸ் செய்ததும், மெட்ராஸில் வேலை கிடைக்கவில்லை. ரகுபதி எனக்கு உறவு. அவர் உதவி செய்யக்கூடுமென்று டில்லிக்கு வந்தேன்...''

''என்னிடம் சமையற்காரனாக வந்ததின் நோக்கம் என்ன?''

''நோக்கம் ஒன்றுமில்லை. உங்களுக்குச் சமையற்காரன் தேவை என்ற காரணத்தால் உங்களிடம் வந்தேன். ஜனநாயக யுகம் இது. வேலையில் உயர்வு தாழ்வு பார்ப்பது அர்த்தமில்லை என்பது என் அபிப்பிராயம்...''

''நீ எவ்வளவு சம்பளம் எதிர்பார்க்கிறாய்?''

''எவ்வளவு வேண்டுமானாலும் கொடுங்கள்...''

அவர் கண்களை மூடிக்கொண்டு மவுனமாக இருந்தார். அப்பொழுது டெலிபோன் ஒலித்தது.

''யார், என்ன விஷயமென்று கேள்...''

முகுந்தன் ஹாலுக்குச் சென்றபோது மங்கள் சிங் டெலிபோனில் பேசிக்கொண்டிருந்தான்.

''ஸாப் தூங்கிட்டாரா?'' என்று கேட்டான் மங்கள் சிங்.

முகுந்தன் ஃபோனை அவனிடமிருந்து வாங்கிக்கொண்டான். பெண் குரல்.

''யார், என்ன விஷயமென்று மிஸ்ரா கேட்கச் சொன்னார்'' என்றான் முகுந்தன்.

''நான்தான் மிஸஸ் மல்ஹோத்ரா. மிஸ்ராவிடம் நான் உடனே பேசவேண்டும்...''

முகுந்தன் இந்தச் செய்தியை மிஸ்ராவிடம் போய் சென்னான்.

மிஸ்ரா ஹாலுக்கு வந்தார்.

''எஸ். மிஸ்ரா ஹியர். ஹலோ, ''ஸ்வீட் திங், ஹெள ஆர் யு?'' மிஸஸ் மல்ஹோத்ரா ஏதோ சொன்னதும், சிரித்துக்கொண்டிருந்த இவர் முகம், சீரியஸாக ஆகிற்று.

''என்னது! கூட்டமா, இரவு பதினொன்றுக்கா? நான் கிழவன். என்னை இப்படி நடு ராத்திரியில் வரும்படி இழுத்தடிக்கிறீர்களே! நான் நாளைக்கு வருகிறேனோ. நோ... நோ... நீங்கள் எல்லாம் இளைஞர்கள். சராசரி வயது அறுபது. நோ... ஐ ஆம் நாட் கிடிங். நிஜமாகத்தான் சொல்லுகிறேன்... பி.எம்.மிடம் சொல்லுங்கள், நாளை வந்து பார்க்கிறேன். நான் இப்பொழுது வந்தாலும் வராவிட்டாலும் என் கையெழுத்தை நீங்களே வேண்டு மானாலும் போட்டுக் கொள்ளுங்கள். ஓ.கே. மை மென் வில் பி தேர். நோ ஃபியர்ஸ்...''

ஃபோனைக் கீழே வைத்துவிட்டு, மிஸ்ரா டைரக்டரியின் முதல் பக்கத்தில் குறித்து வைத்திருந்த சில டெலிபோன் எண்களைப் பார்த்தார்.

அவர் குறைந்தது இருபது பேரிடம் போனில் பேசியிருப்பார். மணி பதினொன்றாகிவிட்டது. அவர் அவர்களிடம் பஞ்சாபியில் வெகு வேகமாகப் பேசியது முகுந்தனுக்குப் புரியவில்லை. இரவு பதினொன்று மணிக்கு நடக்கவிருந்த கூட்டத்தின் விஷயமாக என்று பொதுப்படையாகப் புரிந்தது.

அவர் மிகுந்த களைப்புடன் தம்மறைக்குத் திரும்பினார்.

''முகுந்த்...''

''எஸ் ஸார்...''

அவன் அவருடைய அறைக்குச் சென்றான்.

''அரசியல் ஒரு அசிங்கமான விளையாட்டு, என்ன சொல்லு கிறாய்?''

இதைச் சொல்வதற்கா அவர் தன்னைக் கூப்பிட்டார்? அவரைப் பார்த்தால் பரிதாபமாக இருந்தது. சாயந்தரத்துக்குள் பத்து வயது கூடிவிட்டார் போல் தோன்றியது.

முகுந்தன் பேசாமல் நின்றுகொண்டிருந்தான்.

''உனக்குத் தெரியுமா, நான் ஒரு ஆசிரியராக இருந்தேன் என்று?''

''கேள்விப்பட்டிருக்கிறேன்...''

மிகவும் சந்தோஷமாக இருந்தேன். பண்டிட்ஜிதான் என்னை அரசியலில் இழுத்துவிட்டார். அவர் போய்விட்டார். இப்

பொழுது, நாடு நாடாகவா இருக்கிறது? சரி. ஸெல்லாரிலிருந்து கொஞ்சம் 'பிராண்டி' ஊற்றிக்கொண்டு வா...''

''ஸெல்லார்?'' என்று சுற்றுமுற்றும் பார்த்தான் முகுந்தன்.

''மங்கள் சிங்கைக் கேள்...''

முகுந்தன் பிராண்டி பாட்டிலையும், ஒரு கண்ணாடித் தம்ளரையும் கொண்டு வந்தான். ஒரே மடக்கில் அரைத் தம்ளர் காலி.

''ஐ ஆம் வெரி டயர்ட்...''

''சரி, தூங்குங்கள்...''

''எனக்கு எவ்வளவு வயது தெரியுமா?''

''தெரியாது...''

''அறுபத்தி எட்டு. நான் கிழவனாம். அவன் இருக்கிறானே... இளைஞனாம். வயதானவர்கள் அரசியல் பதவிகளிருந்து விலக வேண்டுமென்று சுடுகாட்டு வாசலிலிருந்து கூப்பாடு போடு கிறான்...''

மிஸ்ராவின் கண்கள் சிவப்பேறத் தொடங்கின. தான் அந்த அறையை விட்டு எப்படிப் போவதென்று முகுந்தனுக்குத் தெரியவில்லை.

மிஸ்ரா இன்னும் கொஞ்சம் 'பிராண்டி' ஊற்றிக்கொண்டார்.

''என்னைப் பார்த்தால் அப்படி வயது ஆனவனாகவா தெரி கிறது?''

''இல்லை!''

''குட்...'' தம்ளர் காலியாயிற்று. கட்டிலில் கிடந்த காகிதங் களைச் சுட்டிக் காட்டிக்கொண்டே அவர் கேட்டார்: ''இவை என்ன தெரியுமா?''

''தெரியாது...''

''என் சுயசரிதம்... நானே எழுதுகிறேன். நான் செத்துப்போன பிறகு பிரசுரமாக வேண்டுமென்று குறிப்பு எழுதியிருக்கிறேன். அரசியல், சமூகம் ஆகியவற்றில் முக்கியப்பட்டவர்களின் அந்தரங்க முகங்களை இதில் காணலாம்...''

அவர் அக்காகிதங்களைக் கோவையாக அடுக்கி, ஒரு பெரிய சிவப்பு நிற ஃபைலுக்குள்ளே வைத்து மூடினார்.

"இந்தா. இதை அந்த அலமாரியின் கீழ்த்தட்டில் வை... மேஜை டிராயரில் சாவி இருக்கிறது."

"ஐ டோன்ட் நோ... ஐ லைக் யு வெரி மச், மை பாய்" என்றார் மிஸ்ரா.

"தாங்க் யு..."

"இப்படி வந்து உட்கார்..."

முகுந்தன் கட்டிலில் உட்கார்ந்தான்.

"ஒரு சராசரி தென்னிந்தியப் பையனுக்கு நீ நல்ல சிவப்பு என்றுதான் சொல்லவேண்டும்..."

சுவரிலிருந்த கெடியாரத்தில் மணியைப் பார்த்தான், பன்னிரண்டு.

"நான் ஐந்தாறு தடவை மெட்ராஸ் போயிருக்கிறேன்... கன்னியா குமரி இரண்டு தடவை... கன்னியாகுமரி எவ்வளவு அழகான இடம்! இன்னும் கல்யாணம் செய்துகொள்ளாமல் காத்திருக்கிறாள் அல்லவா அந்தப் பெண்? என்ன அழகான கற்பனை! வாழ்க்கை என்ற இசை ஒழுங்கில், கல்யாணம் என்பது ஒரு அபஸ்வரம்! பை தி வே, உனக்கு கல்யாணம் ஆகிவிட்டதா?"

"இல்லை..."

"குட். கல்யாணம் செய்து கொள்ளாதே. உனக்குத் தெரியுமா? நான் ஒரு பிரும்மச்சாரி. கன்னியாகுமரி மாதிரிதான்... அவள் நம்பிக்கையோடு காத்திருக்கிறாள். எனக்கு நம்பிக்கையும் கிடையாது. மை காட்... அவள் எனக்காகத்தான் காத்திருக் கிறாளோ?"

"நீங்கள் தூங்குங்கள்..." என்று எழுந்தான் முகுந்தன்.

அவர் இன்னும் கொஞ்சம் பிராண்டி ஊற்றிக்கொண்டார்.

"நீ உட்காரப் போகிறாயா, இல்லையா?" அவர் குரல் ஓங்கி ஒலித்தது.

அவன் உட்கார்ந்தான். மிஸ்ரா பெரிதாகச் சிரித்தார். வாயைத் துடைத்துக்கொண்டு சொன்னார்: ''இதோ பார், நான் சொல்லுகிற படி கேள். பஞ்சாபில் ஒரு அகாலித் தலைவர் தம்முடைய கார் ட்ரைவரை தேர்தலுக்கு நிற்கவைத்து எம்.பி.யாக்கி விட்டார். என்னால் உன்னையும் எம்.பி.யாக்க முடியும். எம்.பி. ஆக்க முடியாவிட்டாலும் மந்திரியாக்க முடியும். சமையற்காரனாக இருந்து மந்திரியாகப் போனால்தான் உனக்கு கவுரவம்... பி.ஏ. என்று சொல்லிக்கொள்ளாதே. மந்திரிக்கு பி.ஏ.வாக ஆக்கி விடுவார்கள். என்னுடைய தொகுதியில் என்னை அசைக்க முடியாது... கத்ரியின் ஓட்டு கத்ரிக்கே. மிஸ்ராக்கள் ஓட்டு மிஸ்ராவுக்கே... ஜாதி என்ற வரப்ரஸாதம் உள்ளவரை அரசியலாவது, கட்சிகளாவது? காந்திஜி மத்திய அரசின் அரசியல் அதிகாரம் கிராமப் பஞ்சாயத்திடமிருந்து தொடங்க வேண்டுமென்றார். இப்பொழுதும் அதுதான் நடக்கிறது. கிராமப் பஞ்சாயத்தின் விருப்பு வெறுப்பை ஓட்டித்தானா' நாட்டை ஆள்கின்றார்கள்? காந்திஜின் ஆத்மா சாந்தி அடையட்டும். மதச்சார்பற்ற ஜனநாயக, சோஷலிஸ பஞ்சாயத்து சர்க்கார் வாழ்க!...''

இவ்வாறு சொல்லிக்கொண்டே அவர் படுக்கையில் சாய்ந்தார்.

முகுந்தன் பாட்டிலையும் தம்ளரையும் எடுத்துக்கொண்டு புறப்பட்டான்.

''முகுந்த்...'' அவன் கதவைச் சாத்தும்போது மிஸ்ரா அவனைக் கூப்பிட்டார்.

''எஸ் ஸார்'' - விடமாட்டார் போலிருக்கிறதே! முதல் நாளே என்ன அனுபவம்!

''நீயும் இங்கேயே தூங்கு. மதான் ஒரு உபயோகமற்ற மோரான்...''

இதைச் சொல்லும்போது மிஸ்ராவின் கண்கள் மூடியிருந்தன.

ஐந்து

அடுத்த ஞாயிற்றுக்கிழமை முகுந்தன் ஆசிர்வாதத்தைச் சந்திக்க கரோல் பாக் சென்றான். மிஸ்ரா மத்தியான சாப்பாட்டுக்குப் பிறகு இரண்டு மணி நேரமாவது தூங்குவது வழக்கம். அவரிடம் அனுமதி பெற்றுக்கொண்டு அவன் புறப்பட்ட போது, மிஸ்ரா டிரைவரைக் கூப்பிட்டு அவனை கரோல் பாகில் கொண்டுவிட்டு வரும்படி சொன்னார்.

முகுந்தன் காரிலிருந்து இறங்கியபோது ஆசிர்வாதம் மேல் மாடியிலிருந்து பார்த்துக் கொண்டிருந்தான். முகுந்தனும் மேலே நிமிர்ந்து பார்த்தான். ஆசிர்வாதத்தின் வெண்மையான பற்கள் வெளியே தெரிந்தன.

ஒரு வாரத்துக்குள் இவ்வளவு மாறுதலா என்று கேட்கப்போகிறான் ஆசிர்வாதம். கார்ச் சவாரி, டெர்லீன் சட்டை, பாண்ட்... ஆனால், வாழ்க்கையை ஏதோ வழியில் தொடங்கியாகி விட்டது. புரியாதவர்களுக்கெல்லாம் புரிய வைக்க வேண்டுமென்ற அவசியமும் இல்லை. இந்தச் சமூகத்துக்கு வாழ்க்கையில் வெற்றி பெற்றவர்களின் வெற்றிதான் புரியும்.

''கம்ப்ளீட்டா ஆளே மாறிட்டியேடா? கார்லே வந்து இறங் கறே?'' என்று கூறிக்கொண்டே முகுந்தனை ஏற இறங்கப் பார்த்தான் ஆசிர்வாதம்.

முகுந்தன் பதில் சொல்லாமல் புன்னகை செய்தான்.

''எனக்கும் ஒரு எம்.பி. இருந்தா சொல்லேன்...''

முகுந்தன் கேட்டான்:

''ஜேம்ஸ் இருக்காரா?''

''இல்லை, ஏன்?''

முகுந்தன் பெருமூச்சுவிட்டான். ''இருக்கக்கூடாதுன்னு பிரார்த் தனை பண்ணிண்டே வந்தேன்... மை காட், வாட் எ போர், அவரை எப்படிடா சகிச்சுண்டிருக்கே?''

ஜேம்ஸை அவன் அப்படி உதாஸீனமாகப் பேசியது ஆசிர்வாதத் துக்குப் பிடிக்கவில்லையென்று தெரிந்தது. ''என்னைப் பத்தியும் இப்படித்தான் மத்தவங்ககிட்டே பேசுவே. உன்னை எப்படி நம்பறது?'' என்றான் அவன்.

''ஐ ஆம் ஸாரி... அவரைப் பார்த்தா கொஞ்சம் விசித்திரமான ஆளாப் பட்டது. அதுக்காகச் சொன்னேன், கோவிச்சுக்காதே...''

''அவரும் உன்னைப்பத்தி இப்படிச் சொல்லலாம் இல்லியா? பிராமின்ஸே பொதுவா, உன் மாதிரிதான் பேசறாங்க... தங்களுக்கு மிஞ்சின கெட்டிக்காரங்க கிடையாதுன்னு உள்ளூற அவங்க அபிப்பிராயம்...'' என்று சொல்லிவிட்டுச் சிரித்தான் ஆசிர்வாதம். ஓ உறுதியான அபிப்பிராயத்தைத் தெரிவித்து விட்டு, அதன் கடுமையைக் குறைத்துக்காட்ட அவன் சிரிப்பதாக முகுந்தனுக்குப் பட்டது.

அவன் சிரித்திருக்கத் தேவையேயில்லை. ஒருகுறிப்பிட்ட இனத்தையோ, மொழி பேசும் மக்களையோ அல்லது சமயத்தினரையோ மேல்நாட்டில் சமூகவியல் உணர்வோடு ஆராய்ந்து, ஏளனம் செய்தால், அதை நகைச்சுவையோடு ஏற்றுக் கொள்ளும் மனப்பக்குவம் அவர்களுக்கு உண்டு. ஆனால் நம் நாட்டில்? - 'பண்பாடு' என்ற சொல் இந்நாட்டில் சீரழிவதைப் போல், வேறு எந்நாட்டிலும் இல்லை. தாழ்வு மனப்

பான்மையினால் பாதிக்கப்பட்டு, நகைச்சுவையற்றவர்கள் மிகுந்த துரதிர்ஷ்டமான நாடு...

''பிராமின்ஸே என்று சொல்லிவிட்டு, ஏதோ கடுமையாப் பேசிட்டதா நினைச்சு, நீ சிரிச்சு என்னைச் சமாதானப்படுத்த வேண்டாம். இன்ஃபாக்ட், நான் சிரிக்கணும். கிறிஸ்துவாளைப் பத்தி நான் ஏதாவது சொன்னா, நீ சிரிக்கணும். இந்த சிரிக்கிற பக்குவம் மட்டும் இருந்தா இந்த நாட்டிலே, வகுப்புவாதப் பிரச்னையே இருக்காது...''

''ஏய்... ஏய்... மெதுவா, மெதுவா. எம்.பி.கிட்ட போய் ஒரு வாரம்கூட ஆகலே. அதுக்குள்ளாற ஒரு அரசியல் தலைவர் கணக்கா பேச ஆரம்பிச்சிட்டியே...'' என்றான் ஆசிர்வாதம்.

முகுந்தன் தான் சற்று உரக்கப் பேசியதை அப்பொழுதுதான் உணர்ந்தான். ஆசிர்வாதம் சொல்வது வாஸ்தவந்தான். தன்னையும் இந்த அரசியல் வியாதி பற்றிக்கொண்டுவிட்டது.

மிஸ்ராவிடம் இரண்டு நாள்கள் முன்பு ஓர் அரசியல் தலைவர் வந்து பேசிக்கொண்டிருந்தார். அவர் மிஸ்ரா கட்சியைச் சார்ந்தவர் என்றிருந்தாலும் இளைஞர் முன்னணிக்குத் தலைவர் என்று பெயர் பெற்றவர். அவர் மிகுந்த கோபத்துடன் பேசிக் கொண்டிருந்தார்.

''சரித்திரத்துக்கு நாம் துரோகம் செய்யக்கூடாது, ப்ரொஃபஸர் நாம் எதற்காக சுதந்தரம் பெற்றோம் என்று மக்கள் கேட்கின்றார்களே, அதற்கு நாம் என்ன பதில் சொல்வது? நாம் இப்பொழுது மக்களுக்கு நல்லது செய்யத் தவறி விட்டோ மானால், காலம் நம்மை மன்னிக்காது. உங்கள் பேரப்பிள்ளை இந்தச் சந்ததியை காறி உமிழ்வான்.''

''இன்னும் கொஞ்சம்?'' என்று கேட்டார் மிஸ்ரா.

''ஜஸ்ட் ஒன்...''

மிஸ்ரா அத்தலைவரின் கண்ணாடித் தம்ளரில் ஒரு விரலளவு ஊற்றினார். தலைவரின் பேச்சு வேகம் அதிகமாகியது. நான் எப்பொழுதாவது பொதுமேடையில் ஏறிப் பேசவேண்டுமானால் அவரைப்போல் பேசவேண்டுமென்று தீர்மானித்தான் முகுந்தன். அத்தீர்மானந்தான் தான் இப்பொழுது ஆசிர்வாதத்திடம் உரக்கப்

பேசியதற்குக் காரணமாக இருக்கலாமென்று அவன் நினைத்தான்.

"நான் நிஜமாவே அரசியல்லே சேரலாமான்னு பாக்கறேன்..." என்றான் முகுந்தன்.

"துட்டு இருக்குதா அரசியல்லே சேர? லாட்டரி முடிவு வந்திடுச்சா?"

"எஸ்... நீ சொன்னவுடனேதான் நினைவு வருது. அந்த லாட்டரி ட்ரா டேட் ஆயிடுத்தா? டிக்கெட்டை எங்கே வைச்சேன்னு வேற ஞாபகமில்லியே..."

"துட்டு இல்லாமத்தான் அரசியல்லே சேரலாம்னு பாக்கிறியா? நல்ல ஆளு நீ..."

"கரெக்ட். அரசியல்லே சேர துட்டு வேணுமோ, என்னவோ தெரியாது. துட்டு இல்லேங்கிற காரணத்துக்காகத்தான் அரசியல்லே சேரலாம்னு பாக்கறேன்."

ஆசிர்வாதம் கட்டிலில் விழுந்திருந்த ஒரு காலெண்டரை எடுத்துச் சுவரில் மாட்டினான். ஏசுநாதர் குழந்தை தோற்றத்தில் ஆட்டுக்குட்டியை அணைத்துக்கொண்டிருக்கும் காட்சி.

"இந்தப் படம் நல்லா இருக்குது இல்லே.."

"இட் ஈஸ் ரியலி குட்"

ஆசிர்வாதம் அந்தப் படத்தைச் சிறிது நேரம் உற்று நோக்கினான். தான் அரசியலில் சேருவதைப் பற்றி அவனுக்கு எந்தவிதமான அபிப்பிராயமும் இருந்ததாகத் தெரியவில்லை. அவனுக்கு அச்சமயத்தில் அந்தப் படம் ஒன்றுதான் முக்கியமாகப் பட்டது.

அவன் மீண்டும் நாற்காலியில் உட்கார்ந்தான். "சரி. அப்புறம் சொல்லு... எம்.பி.கிட்டே உனக்கு என்னதான் வேலை?'

"என்ன வேலைன்னு குறிப்பிட்டு சொல்லறது? எல்லா வேலையுந்தான்..."

"செகரட்ரின்னு சொல்லு..."

"ஆமாம்..."

சுதந்தர பூமி

''நீ முன்னாலே உன் உறவுக்காரங்க யார்கிட்டேயோ இருந்தியே, அவுங்களைப் பாத்தியா அப்புறம்?''

''பார்த்தேன்... அவுங்க மூலமாத்தான் எம்.பி.யைத் தெரியும். அவர் ஏதோ சொல்லி அவங்ககிட்டே சமாளிச்சிட்டாரு.''

''அந்த எம்.பி. பேரென்ன, சவுத்திரியோ இல்லாட்டி.''

''மிஸ்ரா...''

''எஸ்.எஸ். மிஸ்ரா... பெரிய புள்ளியல்ல அவரு?''

''பெரிய புள்ளிதான், சந்தேகமில்லை. நான்கு நாள்கள் முன்பு அவருடைய கட்சி மேலிடத்திலிருந்து உத்தரவு வந்தது. இரண்டு மூன்று கட்சித் தலைவர்கள் அவரிடம் வந்து கதவைத் தாளிட்டுக்கொண்டு வெருநேரம் பேசிக் கொண்டிருந்தார்கள். அவர்கள் போன பின்பு மிஸ்ரா மிகவும் சோர்ந்து காணப்பட்டார். முகுந்தனைக் கூப்பிட்டுச் சொன்னார்: ''இந்தக் கிழவயதில் என் பலஹீனங்களையே எனக்கு எதிரியாக இவர்கள் அப்படிப் பயன்படுத்துகிறார்கள் பார். நான் ராஜ்ஜிய சர்க்காரைக் கவிழ்க்க வேண்டுமாம். இதுதான் எனக்கு இப்பொழுது வந்துள்ள உத்தரவு. மத்திய அரசாங்கத்திடம் அவர்கள் அடிக்கடி சண்டை பிடிக்கிறார்களாம்...''

''அந்த ராஜ்ஜிய சர்க்காரை உங்களால் எப்படிக் கவிழ்க்க முடியும்? நீங்கள் அந்த ராஜ்ஜியத்தைச் சேர்ந்தவர் இல்லையே?'' என்றான் முகுந்தன்.

மிஸ்ரா சிறிது நேரம் பேசாமலிருந்தார். ''அந்த நியோ - எபினைன் மாத்திரையை எடு'' என்றார் ஐந்து நிமிஷங்களுக்குப் பிறகு.

அவர் முகம் சிவந்துகொண்டே வந்ததைப் பார்த்தால் அவருக்கு எந்த நிமிஷத்திலும் ஆஸ்துமா வரலாமென்று தோன்றியது. அவர் மாத்திரையை வாயில் அடக்கிக்கொண்டார். மிஸ்ரா மெதுவாகப் பேசினார்.

''அந்த ராஜ்ஜியத்துக்கும் எனக்கும் என்ன சம்பந்தமென்றா கேட்கிறாய்? - அந்த ராஜயத்தைச் சேர்ந்த மந்திரி ஒருவருடைய - அவர் பெயர் இப்பொழுது உனக்குத் தெரியவேண்டுமென்று அவசியமில்லை. அவரே சிறிது நேரத்தில் வருவார். அப் பொழுது தெரிந்துகொள் - மனைவி டாக்டர் பட்டத்துக்கு

ஆராய்ச்சிக் கட்டுரை சமர்ப்பித்திருக்கிறாள்... அந்தப் பரீட்சை போர்டுக்கு நான்தான் துரதிர்ஷ்டவசமாக சேர்மென்! அந்த ராஜ்ஜிய சர்க்கார், அந்த அம்மாள் டாக்டர் பட்டம் பெறப் போகிறாளா இல்லையா என்பதைப் பொறுத்து ஊசலாடிக் கொண்டிருக்கிறது. இப்பொழுது புரிந்ததா?''

''புரியவில்லை...''

''ஆர் யு எடட் லைக் மதான்? அந்த மந்திரி பின்தங்கிய வகுப்பைச் சேர்ந்தவர்; அவரிடம் முப்பது சட்டசபை ஓட்டுகள் இருக் கின்றன. அந்த ராஜ்ஜிய சர்க்காரே இருபது ஓட்டு மெஜா ரிட்டியில்தான் உயிரோடு இருக்கிறது. அந்த மந்திரி நம் பக்கம் வந்துவிட்டால், ஒரு ராஜ்ஜிய சர்க்கார் கவிழும். அவர் மனை விக்கு டாக்டர் பட்டம் கிடைக்கும்...''

இதைச் சொல்லி முடிப்பதற்குள் அவருக்கு மூச்சு வாங்கியது.

''ஐ ஆம் ஸாரி. கொஞ்சம் ஓய்வு எடுத்துக்கொள்ளுங்கள்...'' என்று சொல்லிக்கொண்டே முகுந்தன் அவரைப் படுக்க வைத்தான்.

''என்னுடைய பல ரகசியங்கள் உனக்குத் தெரியும். ரகசியங்கள் மட்டுமல்ல, பலஹீனங்கள்கூட. என்னைக் கைவிட்டுப் போகாதே...'' என்றார் மிஸ்ரா.

''என்னப்பா, பெரிய புள்ளியில்லயான்னு கேக்கறேன். பதில் சொல்லாமெ புத்தகத்தைப் புரட்டிகினுருக்கே?''

''அவர் பெரிய புள்ளியோ, சின்னப் புள்ளியோ எனக்கென்ன ஆச்சு சொல்லு. ஐ ஆம் ஹிஸ் எம்பளாயி... அது கிடக்கட்டும், இவ்வளவு பெரிய புத்தகமெல்லாம் படிக்கிறாரே, உன் ப்ரெண்டு அவர் 'ப்ராஜெக்ட்' எந்த மட்டிலே இருக்கு?''

''உன்னைத்தான் நம்பியிருக்கான்...''

''என்னையா?''

''உங்க எம்.பி. மூலமா ஏதாவது கிராண்ட் கிடைக்கலாம்னு வரவங்ககிட்டெல்லாம் சொல்லிக்கிட்டிருக்காரு. அவரைக் கைவிட்டுடாதே, பாவம்...''

அப்பொழுது ஜேம்ஸ் உள்ளே வந்தான். முகுந்தனைப் பார்த் ததும், சிறிது தயக்கத்துக்குப் பிறகு, ''ஹலோ'' என்று சொல்லி

விட்டு கட்டிலில் உட்கார்ந்தான். கட்டிலில் கிடந்த ஒரு துண்டை எடுத்து முகத்தை அழுத்தித் துடைத்துக்கொண்டான்.

''ரொம்ப வெயில்...'' என்றான் ஜேம்ஸ். தான் சொன்னது அவன் காதில் விழுந்திருக்குமோ என்ற சந்தேகத்துடன் ஆசிர்வாதம் கேட்டான்: ''இப்பத்தான் வரயா?''

ஜேம்ஸ் பதில் சொல்லவில்லை. அப்படியே கட்டிலில் படுத்துக் கொண்டான்.

''உன் ப்ராஜெக்ட்டுக்கு ஏதாவது கிராண்ட் கிடைக்குமா, இவர் எம்.பி உதவி செய்வாரான்னு இப்பத்தான் கேட்டுக்கிணு இருந்தேன்...''

ஜேம்ஸ் புன்னகை செய்தான். அவன் மவுனம் ஆசிர்வாதத்தை இன்னும் சங்கடத்துக்குள்ளாக்கி இருக்கவேண்டும்.

''என்ன பேசாமயிருக்கே? சொல்லேன், இவன்கிட்டே உன் ப்ராஜெக்டைப் பற்றி... எம்.பி.கிட்டே சொல்வானில்லே?''

''மிஸ்டர் முகுந்தன்... நீங்க மிஸ்ராகிட்டே என்னவா இருக் கீங்க?''

'மிஸ்டர்' பட்டம்போட்டு, முகத்தில் ஒருவிதமான, 'எனக்கு எல்லாம் தெரியும்' புன்னகையுடன், ஜேம்ஸ் கேட்ட கேள்வி முகுந்தனைச் சற்று திகைக்க வைத்தது.

''செகரட்ரியா இருக்கான்...'' என்றான் ஆசிர்வாதம்.

''நீ பேசாம இரு அவரே சொல்லட்டும்...''

முகுந்தன் பதில் கூறவில்லை. கோர்ட்டில் விசாரணை நடத்து வதுபோல், ஜேம்ஸ் பேசியது அவனுக்கு எரிச்சலூட்டியது.

ஜேம்ஸ் எழுந்து உட்கார்ந்து கொண்டான். ''இப்பத்தான் சாப்பிட்டு வர்றபோது, உங்க எம்.பி. வீட்டுக்கு ஃபோன் செய்தேன். 'செகரட்ரி இருக்காரா'ன்னு கேட்டேன். 'நான்தான் செகரட்ரி'ன்னாரு ஒருத்தரு. 'முகுந்தனா?' என்றேன். முகுந்தனா, உங்களுக்கு யார் வேணும்? செகரட்ரியா, 'சமையற்கார'னான்னு கேட்டாரு. அப்பத்தான் புரிஞ்சுது... எக்ஸ்க்யூஸ்மீ, கிராஜுவேட்டா இருக் கீங்க, ஏன் இப்படி?''

ஆசிர்வாதம் அதிர்ச்சியடைந்தான் என்று அவன் முகத்தைப் பார்த்தால் தெரிந்தது. அவன் முகுந்தனையே சிறிது நேரம் உற்றுப் பார்த்துக்கொண்டிருந்தான்.

முகுந்தன் எழுந்தான். "சரி, நான் அப்ப வரட்டுமா?"

ஜேம்ஸ் தன்னைச் சமையற்காரனாக அறிந்துகொண்டதில் ஒரு சவுகரியம் இருக்கிறது. கிராண்ட்டுக்கு மிஸ்ராவிடம் சிபாரிசு செய்யவேண்டுமென்று வற்புறுத்தமாட்டான்.

ஆசிர்வாதம் சிறிது கோபத்துடன் அவனிடம் கேட்டான். "ஏம்பா இவ்வளவு ஃபூலா இருக்கே? பி.ஏ. பாஸ் செய்திட்டு சமையற்காரன் உத்தியோகமா? வாத்தியார் வேலை வேண்டாம்னே? உனக்கென்ன, பைத்தியம் கியித்தியம் பிடிச்சிடுச்சா?"

"இப்படி நீ பேசினா, ஜனநாயக உலகம் உன்னை மன்னிக்காது. டிக்னிட்டி ஆஃப் லேபர்..." என்று சொல்லிவிட்டுப் புன்னகை செய்தான் முகுந்தன்.

"எனக்கும் அதான் புரியலே. வாத்தியார் வேலை வேண்டாம் னாரு அங்கே போய் இப்படி இருக்காரே..." என்றான் ஜேம்ஸ்.

"சரி. நான் வரேன்..." என்று புறப்பட்டான் முகுந்தன்.

"இதோ பாரு முகுந்தன், அந்த வேலையை விட்டுட்டு இங்கே வந்துடு... உங்கம்மாவுக்குத் தெரிஞ்சா, மனசு எவ்வளவு சங்கடப்படுவாங்க?"

"அம்மாவுக்கு நாலுநாள் முன்னாலேதான் இருநூறு ரூபா பணம் அனுப்பிச்சேன். எம்.பி. அனுப்பச் சொன்னார். அவரும் என் மாதிரி சூழ்நிலையிலேர்ந்துதான் வந்தவராம்..."

"அவருக்குத் தெரியுமா, நீ கிராஜுவேட்டுன்னு?" என்றான் ஆசிர்வாதம்.

"தெரியும். சரி, நேரமாறது நான் போறேன்... இப்பத்தான் உங்களுக்கெல்லாம் தெரிஞ்சு போச்சே... மறைக்கவேண்டிய அவசியமில்லே, போய் காப்பி போடணும், சமைக்கணும், முதலாளி எழுந்துக்கற 'டைம்'..."

"ஐ ஆம் அஷேம்ட் ஆஃப் யு... யு கோ டு ஹெல்" என்றான் ஆசிர்வாதம்.

சுதந்தர பூமி

''ஒரு கிறிஸ்துவன் பிராமணனுக்குச் சாபம் கொடுத்தா அது பலிக்காது...'' என்று சிரித்துக்கொண்டே சொன்னான் முகுந்தன்.

''காலேஜ்லே படிக்கிறப்போ, இவன் எவ்வளவு கெட்டிக்காரப் பையனா இருந்தான் தெரியுமா? கெட்டிக்காரங்களுக்கே உள்ள ஒரு வக்ர புத்தி பாரு. சமையற்காரனா இருக்கானாம். டிக்னிட்டி ஆஃப் லேபராம். ஏதேதோ உளறிக்கிணு இருக்கான்...'' என்றான் ஆசிர்வாதம் ஜேம்ஸிடம்.

''ஏதாவது ஐடியாவோடத்தான் இருக்காரோ என்னவோ? நாளைக்கே மந்திரியா வந்தாலும் சொல்லிக்கலாம் பாரு... 'நான் சமையற்காரனா என் வாழ்க்கையை ஆரம்பிச்சேன்னு.' நேத்து கூட ஒரு மந்திரி சொல்லியிருக்காரு. 'நான் வைஸ்-சான்ஸ்லரா ஆவறதுக்கு முன்னாலே, டாக்ஸி ஓட்டிக்கிணு இருந்தேன்'னு.''

முகுந்தன் ஒன்றும் பேசாமல், முகத்திலே புன்னகையுடன் வெளியே சென்றான்.

ஆசிர்வாதம் அவனைத் தொடர்ந்து பின்னால் வந்தான். ''காப்பி சாப்பிட்டுட்டு போ...''

''சமையற்காரனோட காப்பி சாப்பிடலாமா? உன் 'ஸ்டேட்டஸ்'?''

''போப்பா... நீ செய்யறது ஒண்ணும் எனக்குப் பிடிக்கலே. சரி, இருந்துட்டு காப்பி சாப்பிட்டுட்டு போகலாமில்லே?''

''இல்லே, மன்னிச்சுக்கோ. நேரமாறது.. இன்னொரு நாள் வரேன். ஸெஷன் முடிஞ்சதும் அநேகமாக எம்.பி. டூர் போவார்... அப்ப வரேன்.''

அவனுக்கு அரை மணி நேரம் காத்திருந்தும் பஸ் கிடைக்க வில்லை. ஒரு பட்-பட்டியில் ஏறி கன்னாட் ஃப்ளேஸை வந்தடைந்தான்.

ஞாயிற்றுக்கிழமை சினிமாக் கூட்டத்தைத் தவிர, வேறு சந்தடியில்லை. ரீகல் வாசலில், ஒரு ஹிந்தித் திரைப்பட பயில்வான், சர்வதேச எடை தூக்கும் போட்டிக்கு ஒத்திகை செய்வதுபோல், ஒரு பிரும்மாண்டமான பெண் உருவத்தைத் தூக்கிக் கொண்டு நிற்கும் போஸ்டர். அவன் கை தவறி கீழே போட்டுவிடலாமென்று நம்பிக்கையுடன், அந்த போஸ்டரைப்

பார்த்தவாறு சில இளைஞர்கள் நின்று கொண்டிருந்தார்கள். கம்பளிப்பூச்சி அணிவகுத்துச் செல்வதுபோல் கிருதா... பேசும் அரைகுறை ஆங்கிலம், ஹிந்தி வார்த்தைகளூடே தத்தளிக்கும் சிகரெட்...

மிஸ்ராவிடம் இரண்டு மணி நேரத்துக்கு அனுமதி வாங்கியதில், இன்னும் அரை மணி இருக்கிறது. நடந்தே போய்விடலாம்.

என்.டி.எம்.ஸி. கட்டடத்தருகே ஒரு தமிழ்க்குடும்பம் சென்று கொண்டிருந்தது. வழுக்கை விழுந்த தலையில், கௌடியல்யக் குடுமி. ஆபீஸ் செல்லும் நாள்களில் அவர் தலைப்பாகை அணிந்து போகக்கூடும். இன்று ஞாயிற்றுக்கிழமை. அவருடன், அவர் குடுமிக்கும் விடுதலை. பக்கத்தில் அய்யங்கார் கட்டுடன் அவர் மனைவி. தாவணி அணிந்த ஒரு பதினாறு வயதுப்பெண் அவர்களுக்கு முன்னால் சற்று விலகிப் போய்க்கொண்டிருந் தாள். அப்பாவை 'குடுமியை எடு' என்றோ அல்லது 'திருமண் இட்டுக் கொள்ளாதே' என்றோ அவளால் கட்டுப்படுத்த முடியாது. அவர்களுடன் ஒட்டாமல் இப்படித் தள்ளிப் போவதன் மூலம் அவள் தன்னுடைய கருத்துச் சுதந்தரத்தைக் காப்பாற்றிக் கொண்டாள். அவளுடைய அப்பாவோ, சென்னையில் இந்தக் கோலத்தில் சென்றால் கிடைத்திருக்க முடியாத ஒரு பாதுகாப்பு உணர்வுடனும், துணிச்சலுடனும் நடந்து சென்றார். ஊர்விட்டு ஊர் வந்துதானா அவரால் தன்னுடைய கருத்துச் சுதந்தரத்தைக் காப்பாற்றிக்கொள்ள முடிந்தது.

அவன் வீட்டை அடைந்தபோது மிஸ்ரா எழுந்துவிட்டார். ஹாலில் உட்கார்ந்திருந்தார். ஏதோ டிக்டேட் செய்து கொண் டிருந்தார். மதான் எழுதிக் கொண்டிருந்தான்.

''சீக்கிரம் காப்பி கொண்டுவா...'' என்றார் மிஸ்ரா.

அவன் உள்ளே சென்றான். அங்கே அவனுக்கு ஆச்சரியம் காத் திருந்தது. ஒரு பெண் நின்றுகொண்டிருந்தாள். வயது இருபத் தைந்திருக்கலாம். அருகில் சென்று பார்த்தபோதுதான், வயது முப்பதுக்கு மேல் என்று கண்களின் கீழிருந்த நிழல் வளையங்கள் கூறின.

அவள் அவனை ஏறிட்டு நோக்கினாள்.

''ஸோ யு ஆர் தி குக்...'' என்றாள் அவனைக் கண்களால் அளந்தவாறு.

சுதந்தர பூமி

அவன் புன்னகையுடன் தலையை ஆட்டினான். இவள் யார்? - மிக உரிமையுடன் மிஸ்ராவுடைய சமையலறையில் வந்து நிற்கிறாளே! அவள் தேனீர் தயாரித்துக் கொண்டிருந்தாள்.

''நான் ப்ரொஃபஸருடைய பழைய மாணவி. உன்னைப் பற்றி எல்லா விவரங்களும் அவர் சொன்னார்...''

அவள் இரண்டு கப்பில் தேனீர் ஊற்றி, ஒன்றை அவனிடம் நீட்டினாள்.

''தாங்க்யூ... இப்பொழுது நான் காப்பி போடப் போகிறேன்.''

''ஐ நோ.. ஐ நோ.. ப்ரொஃபஸருக்கு மட்டும் தயார் செய், போதும். நான் கொடுக்கும் தேநீரை வாங்கிக் கொள்.''

அவள் குரலில் ஓர் அதிகாரமிருந்தது. கண்களில் தெரிந்த குறும்புத்தனமான புன்னகை, அவற்றின் கீழிருந்த நிழல் வளையங்களைக் காட்டிலும் பதினைந்து வருஷங்கள் இளமையாக இருந்தது. அவன் தேநீரை வாங்கிக் கொண்டான்.

அவள் தன்னுடைய தேனீர் கோப்பையை எடுத்துக் கொண்டே ஹாலுக்குச் சென்றாள்.

முகுந்தன் அவள் போவதை சிறிது நேரம் பார்த்துக்கொண்டே நின்றான். பின்புறத் தோற்றத்துக்கும் அந்தக் குறும்புத்தனமான புன்னகையின் வயதுதான் இருக்கும்.

அவன் காப்பியைத் தயாரித்து 'ஜக்'கில் ஊற்றினான்.

''முகுந்த்...'' என்று கூப்பிட்டார் மிஸ்ரா.

''இதோ வருகிறேன்...''

ஹாலில் அவரும் அந்தப் பெண்ணும் இருந்தார்கள். மதான் இல்லை. ''நீயும் டீதான் குடித்தாயா?'' என்று கேட்டார் மிஸ்ரா.

''ஆமாம்...'' என்று அந்தப் பெண்ணைப் பார்த்துக்கொண்டே அவன் பதில் சொன்னான். அவள் மிஸ்ரா அருகில் உட்கார்ந்திருந்தாள்.

''சரளா ஈஸ் ஏ பேட் இன்ஃப்ளூயன்ஸ்'' என்று சொல்லிவிட்டுச் சிரித்தார் மிஸ்ரா.

''உங்களுடைய பழைய மாணவி என்று அறிகிறேன்'' என்றான் முகுந்தன்.

''என்ன சொல்கிறாய்? உங்களுடைய பழைய மாணவி என்றால் வேறு எப்படி இருக்கமுடியும் என்று அர்த்தமா?'' என்று கேட்டாள் சரளா.

மிஸ்ரா அவனை நிமிர்ந்து பார்த்தார்.

''உங்களுடைய கெட்டிக்காரத்தனத்தை மெச்சுகிறேன். ஆனால், நான் அந்த அர்த்தத்தில் சொல்லவில்லை. ப்ரொஃபஸரிடம் நான் இத்தகைய உரிமை எடுத்துக்கொண்டு பேசமாட்டேனென்றும் அவருக்குத் தெரியும்...'' என்றான் முகுந்தன்.

''நவ் யு ஆர் ரியலி க்ளெவர்! '' என்றார் மிஸ்ரா.

'' நீ இவரிடம் சமையற்காரனாக இருப்பதின் நோக்கம் என்ன?'' என்று கேட்டாள் சரளா.

''இவருக்குச் சமையல் செய்து போடவேண்டுமென்பது...'' சரளா சிரித்தாள். மிஸ்ராவிடம் சொன்னாள் - ''ஹி ஈஸ் ரியலி க்ரேட்...''

அப்பொழுது மதான் உள்ளே வந்தான். மிஸ்ராவிடம் ஒரு சீட்டை நீட்டினான்.

''வரச்சொல்' என்றார் மிஸ்ரா.

இரண்டு மூன்று கதர்க் குல்லாய்கள் உள்ளே வந்தன. அவற்றில் ஒன்று அன்று காலையில்தான் கட்சி மாறியதென்று முகுந்த னுக்குத் தெரியும். ஏற்கனவே இரண்டு மூன்று தடவைகள் மிஸ்ராவைப் பார்க்க வந்திருக்கிறது.

முகுந்தன் உள்ளே சென்றான். அவனுக்கு விதிக்கப்பட்ட வேலை - மந்திரிகளோ, கட்சித் தலைவர்களோ, யார் மிஸ்ராவைப் பார்க்க வந்தாலும் பேச ஆரம்பித்ததும், கண்ணுக்குத் தெரியாமல் வைக்கப்பட்டிருக்கும் டேப்-ரெக்கார்டரை இயக்க வேண்டியது. முன்பு ஒரு தடவை ஜனாதிபதி தேர்தலின் போது கட்சிக்கெதிராக வேறு ஒருவருக்கு ஓட்டுபோட வேண்டுமென்று அவரைக் கேட்டுக்கொண்ட ஒரு மந்திரி, சூழ்நிலை மாறியவுடன், மிஸ்ரா பிரதமருக்கு எதிராகப் பிரசாரம் செய்கிறார் என்று குற்றம் சாட்டத்

தொடங்கிவிட்டார். இந்த அரசியல் சாணக்கியத்தில் நம்புவது, நம்பாமலிருப்பது என்ற நிலைமைகளுக்கே இடமேயில்லை. தனக்குச் சவுகரியமாயிருந்தால், ஒருவர் மீது எத்தனைக் குற்றச் சாட்டுக்கள் வந்தாலும் அவரை நம்பலாம் அல்லது அவரை நம்பாமலிருப்பதுதான் தனக்குச் சவுகரியம் என்றால் 'அவர் தூங்கும்போது சோஷலிஸக் கொள்கைகளுக்கு எதிரான கனவுகள் கண்டார்' என்ற காரணத்துக்காக அவரைத் தூக்கி எறியலாம். மிஸ்ராவின் அதிர்ஷ்டம், அவர் தயவு ஆளும் கட்சிக்கு வேண்டியிருந்தது. ஆகவே இந்த மந்திரி விவகாரத் துக்குப் பிறகு மிஸ்ரா வீட்டில் டேப்-ரெக்கார்டரை வைத்து, வருகிறவர்கள் பேசுவதையெல்லாம் பதிவு செய்யத் தொடங்கி னார். எத்தனை நாளைக்குத்தான் தம் தயவு அவர்களுக்கு வேண்டியிருக்கும் என்று சொல்லமுடியும்? நாளைக்கு கோர்ட்டுக்குப் போகும்படியாக இருந்தாலும் டேப்-ரெக்கார்ட் உபயோகப்படுமே!

ராஜ்ஜியசபா தேர்தலுக்கு எந்தெந்த பெயர்களைப் பார்லி மெண்ட்டரி போர்டுக்குச் சிபாரிசு செய்யலாம் என்பது பற்றி உத்தியோகப் பூர்வமற்ற ஒரு குட்டி ஆலோசனை, காலையில் கட்சி மாறியவர் பெயரைச் சிபாரிசு செய்ய வேண்டுமென்று மற்ற இருவர்களும் சொன்னார்கள்.

''இவருக்கு ஜெயிக்க நல்ல வாய்ப்புகள் இருக்கின்றன. நம் கட்சி ஓட்டில் ஐம்பது சதவிகிதமும் எதிர்க்கட்சி ஓட்டுகளில் அநேக மாக வெற்றிக்குத் தேவையான ஓட்டுகளும் இவருக்குக் கிடைத்துவிடும். இவர் இன்று கட்சி மாறியது நம்முடைய ஐம்பது சதவிகித ஓட்டைக் கைப்பற்றத்தான். மற்றபடி இவர் எதிர்க்கட்சி என்பதில் சந்தேகமில்லை என்றார் ஒருவர்.

அவருடைய அரசியல் பிரக்ஞை - மிகவும் யதார்த்தம் வாய்ந்த தாகவும் எளிமையாகவும் சிக்கல் இல்லாமலும் இருந்தது. கணித ரீதியாகச் சொன்னால், வெற்றிதான் விடை. கட்சி, கொள்கை என்பதெல்லாம் அந்த விடைக்குத் தகுந்தவாறு சங்கேதங்களை மாற்றிக்கொள்வதில் தவறொன்றுமில்லை.

மிஸ்ரா எதுவும் பதில் சொல்லாமல் பேசாமலிருந்தார். சரளா அவர்களைப் பார்த்துக் கேட்டாள் - ''தேனீர் குடிக்கிறீர்களா?''

''நோ... நோ... வி ஜஸ்ட் ஹேட்..'' என்றார் ஒருவர்.

"முகுந்தை காப்பி கொண்டு வரச்சொல்... '' என்று அவளிடம் கூறினார் மிஸ்ரா. அவர்கள் ஆட்சேபிக்கவில்லை.

முகுந்தன் காப்பி போடுவதற்காகச் சமையலறைக்குள் நுழைந்தான்.

சரளா அவன் செல்வதைக் கவனித்துவிட்டு, அவனைத் தொடர்ந்து சென்றாள்.

"ஸோ... யு வேர் பிஸி'' என்றாள்.

"எஸ்..''

"நான் மிகவும் ஜாக்கிரதையாக இருக்கவேண்டும். கிச்சன் ஈஸ் நாட் பக்ட், ஐ பிலிவ்...'' என்று சுற்றுமுற்றும் பார்த்துக் கொண்டே கேட்டாள் சரளா.

"ஏன் என்ன சொல்லப் போகிறீர்கள்? ஐ ஆம் க்யூரியஸ்...'' என்றான் முகுந்தன்.

"வந்த ஒரு வாரத்துக்குள் ப்ரொஃபஸரின் நம்பிக்கைக்குப் பாத்திரமாகி விட்டாயே, அது எப்படியென்று நான் கேட்கப் போவதில்லை...''

"கேட்டாலும் பதில் வராது என்று உங்களுக்குத் தெரியும்.''

முகுந்தன் வெந்நீரை எடுத்து காப்பிப் பவுடர் போட்டிருந்த ஃபில்டரில் ஊற்றினான். பாலை எடுத்து அடுப்பில் வைத்தான்.

"நல்ல காப்பியாகப் போடு.''

"நல்ல காப்பியைத் தவிர வேறு எனக்கு போடத் தெரியாது.''

"ப்ரொஃபஸர் ஒரு கிறுக்கு என்று நாங்கள் படிக்கும்போதே எங்களுக்குத் தெரியும். அவர் அரசியலில் சேர்ந்ததும் ஒரு கிறுக்குத்தனம். ஆனால் ஒரு கிராஜுவேட் குக் வைத்துக் கொண்டிருக்கிறாரே. திஸ் ஈஸ் கேபிடல்...''

இவளுக்குத் தன்மீது பொறாமையா? அல்லது ப்ரொஃபஸர் மீது பொறாமையா? தனக்குத் தன்னம்பிக்கையில்லை என்று யார் சொன்னார்கள்?

அவன் காப்பியை எடுத்துக்கொண்டு ஹாலுக்குச் சென்றான்.

சுதந்தர பூமி

மிஸ்ரா சொல்லிக்கொண்டிருந்தார் - ''டாக்டர் சரளா பார்க்கவா ஒரு பொருத்தமான அபேட்சகர் என்றுதான் எனக்குப் படுகிறது. நீங்கள் அவரை ஆதரிப்பதாகச் சொன்னால், இவரையும் நான் ஆதரிக்கிறேன். இன்று காலை கட்சி மாறினாரா, நேற்று மாறினாரா என்ற கவலை எனக்கில்லை.''

முகுந்தனுக்கு சரளா மிஸ்ராவை எதற்காகப் பார்க்க வந்திருக்கிறாள் என்று புரிந்தது.

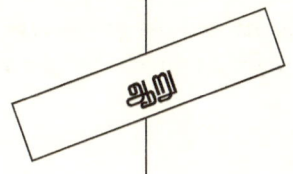

ஆறு

அன்றிரவு சாப்பாடு முடிந்தவுடன் மிஸ்ரா முகுந்தனிடம் சொன்னார்: ''நீ இன்று ஹாலில் படுத்துக்கொள்ளலாம்.''

அவன் பதில் சொல்லவில்லை. சரளாவைப் பார்த்தான். அவள் ஏதோ ஒரு பத்திரிகையில் ஆழ்ந்திருந்தாள்.

மின் விசிறிக்கு நேர் கீழே சோபாவைப் போட்டுக்கொண்டு படுத்தான் முகுந்தன். வெகுநேரம் தூக்கம் வரவில்லை.

சரளா பார்க்கவா என்றால் பார்க்கவா என்பவர் யார்? தந்தையா, கணவனா? யாராக இருந்தாலும், சரளா அதைப் பற்றிக் கவலைப்படுவதாகத் தெரியவில்லை. அவளே கவலைப்படாத போது மிஸ்ராவுக்கென்ன? ஒரு வேளை தானும் அடுத்த தேர்தலில் எம்.பி. ஆவதற்கான வாய்ப்பு இருக்கிறதோ? - மிஸ்ரா நினைத்தால் எதை வேண்டுமானாலும் செய்வார்.

தன்னுடைய எதிர்காலத் திட்டந்தான் என்ன? எம்.பி. ஆவதா? - தனக்கு உகந்த வேலையைத் தேடிக்கொண்டு நிம்மதியாக இருப்பதை விட்டு, எதற்காக

அந்தச் சிக்கலில் மாட்டிக்கொள்ள வேண்டும்? வாழ்க்கை ஒரு சுவாரஸ்யமான விஷயம்!

அப்பொழுது யாரோ அங்கு வருவதுபோலிருந்தது. அவன் எழுந்து உட்கார்ந்தான். சரளாதான். எதிர்த்தாற் போலிருந்த சோபா நாற்காலியில் அமர்ந்தாள்.

"கிழக் கோட்டான்..." என்றாள் சரளா.

முகுந்தன் ஒன்றும் பேசவில்லை.

"கிழக் கோட்டான்" இரண்டாந்தடவை இன்னும் சற்று அழுத்தத்துடன் அவள் சொன்னாள்.

"யு மீன்..." என்று சற்று இழுத்தான் முகுந்தன்.

"எஸ்..."

"கொஞ்சம் கஷ்டமான மனிதர்தான்..."

"எனக்குத் தெரியும், உனக்குத் தெரியுமென்று... நீயும் எம்.பி. யாக விரும்புகிறாயா?"

அவன் பேசாமலிருந்தான்.

"அவருக்கு உன்னுடைய ராஜ்ஜிய அரசியலில் செல்வாக்குக் கிடையாதே..."

"யாருக்குத்தான் யாருடைய ராஜ்ஜிய அரசியலில் செல்வாக்கு இருக்கிறது? - பஞ்சாபைச் சேர்ந்த இவரால் பிகாரில் சர்க்காரைக் கவிழ்க்க எப்படி முடிந்தது? நம் நாட்டில் தேசிய ஒருமைப்பாடு இல்லை என்று யார் சொன்னார்கள்?"

சரளா சிரித்தாள் - "உன்னால் இப்படி கோபம் கொள்ள முடிகிறதே என்ற ஆச்சரியந்தான். அரசியலுக்கு நீ இன்னும் பக்குவமாகவில்லை என்று இதற்கு அர்த்தம்."

"இந்தப் பக்குவம் வர எத்தனை நாளாகும்?"

"அது உன் சாமர்த்தியத்தையும்..."

அவள் முடிப்பதற்கு முன்னால், முகுந்தன் குறுக்கிட்டான். "மனசாட்சியையும் பொறுத்தது..."

அவள் புன்னகை செய்தாள். ''மனசாட்சி என்று எதை நீ குறிப்பிடுகிறாய் என்பதைப் பொறுத்தது அது...''

''அரசியல்வாதிகளோடு சில நாள்களாகப் பழகி வரும் நான் மனசாட்சி என்று எதைக் குறிப்பிடுகிறேன் என்று உங்களுக்கு விளங்கியிருக்க வேண்டும்.''

''ஐ ஆம் ஸாரி. என் விளக்கத்தால் உன் ஏளனக்குறிப்பு வீணாகிவிட்டது, இல்லையா?''

''பை தி வே, குறுக்கிடுவதற்கு மன்னிக்கவும். மிஸ்ரா உங்களை டாக்டர் என்று குறிப்பிட்டாரே, நீங்கள்... ''

''மருத்துவம் அல்ல, பட்டம். பிகார் சர்க்கார் கவிழ்வதற்கு முன்னாலேயே, மற்றைய ராஜ்ஜியங்களில் 'நிலையான' சர்க்கார் இருந்தபோதே, வாங்கிய பட்டம்...''

முகுந்தன் சிரித்தான். ''உனக்கு என்ன வயதாகின்றது?'' என்று திடீரென்று கேட்டாள் சரளா.

அவன் சற்று அதிர்ச்சி அடைந்தான். எதற்காக இந்தக் கேள்வி? அவன் முகத்தில் தோன்றிய வியப்புக் குறியை புரிந்து கொண்டதுபோல, அவள் சொன்னாள்:

''நீ என்ன பெண்ணா, சொல்லக்கூடாதா?''

''ஜஸ்ட் ஃபர்கெட் இட்... எப்படி உன்னால் அந்த சோபாவில் படுத்துறங்க முடிகிறது?''

''ஒரு ஆள்தானே?''

''ஆர் யு ஷ்யோர்?''

''மேடம்?''

''நான் சற்று முன்னால் கேட்ட கேள்வியை திரும்பக் கேட்க வேண்டுமா? நீ அதற்கு பதில் சொல்லவே இல்லை...''

''நான் இந்த வீட்டு சமையற்காரன்.''

''நிறைய டி.எச் லாரன்ஸ் படிப்பாய் போலிருக்கிறது.''

சுதந்தர பூமி

முகுந்தனுக்கு வியர்த்துக் கொட்டியது. 'வாழ்க்கை ஒரு சுவா ரஸ்யமான விஷயம்' என்று அவன் சிறிது நேரத்துக்கு முன்னால் நினைத்தது ஞாபகத்துக்கு வந்தது.

''டாம் தி ஓல்ட் மேன்... ஐ வான்ட் டு கன்வின்ஸ் மைஸெல்ஃப் தட் ஐ ஆம் நாட் தட் ஓல்ட்...''

''அப்படியென்றால்?''

''யெஸ். ஐ ஆம் இன்ஸிடென்டல்...'' பெரிதாக நகைத்தாள்.

''ஓ மை காட். யு வாண்ட் மீ டு மேக் லவ் டு யூ?''

முகுந்தனுக்குக் கொஞ்சம் வெட்கமாகப் போயிற்று. அவள் தன்னை ஒரு மைனர் பையனாக நடத்துவதுபோல் பட்டது. அதற்குக் காரணம் இல்லாமல் இல்லை. எல்லாம் மிஸ்ரா வினால்தான்.... மிஸ்ராவினால்தான் என்று எப்படிச் சொல்ல முடியும்? வாழ்க்கையை தானே தேர்ந்தெடுத்துவிட்டு, இன் னொருவர் காரணம் என்று சொல்வது என்ன நியாயம்? - மிஸ்ரா விடம் தனக்கு ஏற்பட்டிருக்கும் ஒருவிதமான அருவருப்பு உணர்ச்சி அவளுக்கும் இருக்கிறது என்பதில் சந்தேகமில்லை. இதயமற்ற குரூரமான வாழ்க்கைப் போட்டியில் வெற்றியடைய இதுதான் விலை.

''நீ என்ன நினைக்கிறாய்?'' என்று கேட்டாள் சரளா.

''எதைப் பற்றி?''

''நான் அங்கிருந்துதான் வருகிறேன்...'' அவள் மிஸ்ராவின் அறையைச் சுட்டிக் காட்டினாள். ''ஒரு பல்லியின் வயிற்றைத் தொட்டுவிட்டாற்போல...''

''ப்ளீஸ்... யு ஹேவ் ஸெட் இட்.''

''ஐ வான்ட் டு கெட் பேக் மை ஹ்யூமன் டிஸென்ஸி.''

''கோ அஹெட் அண்ட் கெட் இட்.''

அடுந்த நாள் காலை காப்பியை எடுத்துக்கொண்டு மிஸ்ரா அறைக்குச் சென்றான் முகுந்தன். அவன் உள்ளே நுழைவதைப் பார்த்த மிஸ்ரா வேறுபுறம் திரும்பிக்கொண்டார். முகம் சற்றுக் கடுமையாக இருந்தது.

''குட்-மார்னிங், ஸார்..''

''வேர் ஈஸ் தட் உமன்?''

''தெரியாது ஸார்.''

''இங்கே வா இப்படி'' அவன் அவர் அருகில் சென்றான். 'நேற்று சொன்னேனே, நினைவிருக்கிறதா? 'ஷி ஈஸ் பேட் இன்ஃப்ளூயன்ஸ்' என்று, இதை ஞாபகத்தில் வைத்துக்கொள்.''

''சரி ஸார்...''

''நீ சின்னப் பையன். முன்னுக்கு வரவேண்டும். நினைவிருக்கட்டும்...''

''சரி ஸார்...''

''சரி, சரி என்று தலையை ஆட்டிக்கொண்டு அங்கு நிற்காதே, இப்படி வந்து உட்கார்...''

முகுந்தன் கட்டிலில் வந்து உட்கார்ந்தான்.

''நேற்று என்ன நடந்தது?'' - அவன் சொன்னான்.

''நீ வெளிப்படையாகப் பேசுவது எனக்குப் பிடித்திருக்கிறது. அது கிடக்கட்டும், அவளை உனக்குப் பிடித்திருக்கிறதா?''

''இல்லை என்று சொன்னால், நான் வெளிப்படையாகப் பேசுவது ஆகாது...''

''டாமிட்... அவளை ஏன் உனக்குப் பிடித்திருக்கிறது?''

''அவள் ஒரு பெண்!''

மிஸ்ராவின் முகம் சிவந்தது. லேசாக மூச்சு வாங்கியது.

''மாத்திரையை எடுக்கட்டுமா?'' என்றான் முகுந்தன்.

''மாத்திரையும் வேண்டாம், ஒன்றும் வேண்டாம். கெட் அவுட்...''

அவன் ஹாலுக்கு வந்தபோது சரளா நின்றுகொண்டிருந்தாள்.

''வாக்கிங் போயிருந்தேன்...''

"ஐ ஸீ.."

"ஏன் அவர் இப்படிக் கத்துகிறார்? ஸம்திங் ராங்?"

முகுந்தன் நடந்ததைக் கூறினான்.

அவள் புன்னகை செய்தாள். "க்ரேஸீ ஓல்ட் மேன்..." என்றாள் கீழ்க்குரலில்.

"வயதான பிரும்மச்சாரிகளே இப்படித்தான். தாங்கள் கஷ்டப் படுவதோடு மட்டுமல்லாம், மற்றவர்களையும் கஷ்டப்படுத்து வார்கள்..."

"கண்ணியமான முறையில் கிழவர்களாவது யாருக்குமே கஷ்டமான விஷயம்தான். நீ சொல்வது பிரும்மச்சாரிகளுக்கு மட்டுமல்ல, எல்லோருக்குமே பொருந்தும்."

"இந்த வயது விவகாரம் ஒரு அரசியல் பிரச்னையாகக்கூட இப் பொழுது ஆகிவிட்டது. அறுபது வயது ஆனவர்கள் அறு பத்திரண்டு வயதானவர்களைக் கிழவர்கள் என்கிறார்கள்..."

"நான் ராஜ்ஜியசபாவுக்குப் போனால் நான்தான் எல்லாரையும் விட வயதில் சிறியவளாய் இருப்பேன்..."

"நான் வரும் வரை..."

"ஓ... உனக்கும் ஒரு திட்டம் இருக்கிறதா?"

"ஆஸ்க் தட் கிரேஸி ஓல்ட் மேன்..."

அப்பொழுது 'முகுந்த்' என்று மிஸ்ரா கூப்பிடுவது அவன் காதில் விழுந்தது. குரல் மிகவும் தணிந்திருந்தது.

முகுந்தன் அவர் அறையை நோக்கிச் சென்றான்.

மிஸ்ராவைப் பார்க்க மிகவும் பரிதாபமாக இருந்தது. அவர் இருமிக்கொண்டிருந்தார்.

"அந்த மாத்திரையையும் தண்ணீரையும் எடு..."

அவன் இரண்டையும் அளித்துவிட்டு அவர் முதுகைத் தடவிக் கொடுக்க ஆரம்பித்தான்.

''யு ஹேவ் தி ஹீலிங் டச், மை பாய்!''

''தாங்க்யூ...''

''சரளா இருக்கிறாளா?''

''வாக்கிங் போயிருந்தாளாம். வந்து விட்டாள்...''

''அவளை ராஜ்ஜியசபாவுக்கு அனுப்புவதின் காரணம் தெரியுமா?''

''தெரியாது...''

''ஒரு தொழில் பிரமுகர் சரளாவை ராஜ்ஜியசபாவுக்கு அனுப்ப வேண்டுமென்று விரும்புகிறார்...''

''ஐ. ஸி.''

''இரண்டு மூன்று மாதங்களுக்கு முன்னால், அந்தக் கமிஷன் அறிக்கை சமர்ப்பித்ததே, தெரியுமா? சரளா ராஜ்ஜியசபாவுக்கு அனுப்பப்பட வேண்டுமென்று விரும்புகிற அந்தத் தொழில் பிரமுகருக்குத்தான் இந்நாட்டின் தொழில் சாம்ராஜ்ஜியமே சொந்தமென்று...''

''ஆமாம். நானும் பேப்பரில் பார்த்தேன்...''

''பார்லிமெண்டில் அந்த அறிக்கையை ஒட்டி நிகழ்ந்த விவாதத்தில் எதிர்க்கட்சிக்காரர்கள் ஒரே கூச்சல் போட்டார்கள், சோஷலிஸம் பேசும் சர்க்காரில் இந்த அக்கிரமமா என்று? இந்த விவாதத்துக்குப் பிறகுகூட அத்தொழில் பிரமுகருக்கு ஐந்தாறு லைசென்ஸ் கொடுக்கப்பட்டது என்பது வேறு விஷயம்.''

அவர் சிறிது நிறுத்தினார். பலமாக மூச்சிரைத்தது.

''கொஞ்சம் விக்ஸ் எடுத்துத் தடவட்டுமா?'' என்று கேட்டான் முகுந்தன்.

''வேண்டாம். கிவ் மி லிட்டில் ப்ராண்டி...''

அவன் ப்ராண்டி எடுத்து வரச் சென்றான்.

சரளா ஹாலில் இல்லை. குளியலறைக்குப் போயிருக்கக் கூடுமென்று நினைத்தான் முகுந்தன்.

அவன் கண்ணாடித் தம்ளரில் பிராண்டியை ஊற்றிக் கொடுத்தான்.

''யூ ஸீ... மனிதனைப் பல முறைகளில் வளைக்கலாம். நிதி, மது, மங்கை இவற்றால் வளைக்கப்பட முடியாத மனிதனே கிடையாது. ஒவ்வொருவருக்கும் எந்தெந்த சமயத்தில் எது தேவை என்பதைப் பொறுத்தது. அந்தத் தொழில் பிரமுகர், பார்லிமெண்டில் தமக்கென்று ஒரு லாபி வேண்டுமென்று விரும்புகிறார். எதிர்க்கட்சிக்காரர்கள் கூச்சல் போடலாம். அவ்வாறு போடுவது அவர்களுடைய ஜனநாயக உரிமை; கூச்சல் போடாவிட்டால், சோஷலிஸ யுகத்தில் அவர்களுக்கு ஓட்டு விழாது. ஆனால், இத்தகைய பலமான பாவனை எதிர்ப்பு களுக்கிடையே அரசாங்கம் லைசென்ஸ் அவருக்கு வழங்கிக் கொண்டேயிருக்கும். கமிஷன், சர்க்காரின் சோஷலிஸ உத்திரவாதம், எதிர்க்கட்சிகளின் சமதர்மப் பிரதிக்ஞை, எல்லாம்...''

அவர் நிறுத்தினார் ப்ராண்டியை வாயில் ஊற்றிக்கொண்டார். நெஞ்சைக் கொஞ்சம் தடவிவிட்டுக் கொண்டார்.

''அந்த ஃபானைக் கொஞ்சம் வேகமாகப் போடு...''

''வேகமாகத்தான் சுற்றுகிறது...''

அவருக்கு வியர்த்துக் கொட்டியது.

''ஐ திங்க் ஐ ஹேவ் ஸ்டெரெய்ன்ட் மை செல்ஃப் டூ மச் லாஸ்ட் நைட்.''

அவன் ஒரு துவாலையை எடுத்து அவரிடம் கொடுத்தான். அவர் துடைத்துக்கொண்டார்.

''நான் என்ன சொல்லிக்கொண்டிருந்தேன்?''

''கமிஷன், சர்க்காரின் சோஷலிஸ உத்திரவாதம், எதிர்க்கட்சிகளின் சமதர்மப் பிரதிக்ஞை. எல்லாம்...''

''மாயை. மாயை. பாம்பா பழுதா விவகாரம். எது உண்மை, எது பொய் என்று தெரியாத இரண்டுங்கெட்டான் நிலை. பை தி வே, உன்னைப் பற்றியே எனக்கு ஒன்றும் தெரியாது. ஆர் யு ஸம்படிஸ் ஏஜெண்ட்?''

முகுந்தன் புன்னகை செய்தான். ''ஆமாம் என்று சொன்னால், எனக்கு பார்லிமெண்ட் அங்கத்தினராவதற்குத் தகுதி இருக்கிறது என்று அர்த்தமா?''

''உன் கெட்டிக்காரத்தனம் வேண்டாம்; உண்மையைச் சொல்...''

''இல்லை. சென்னையிலிருந்து உங்கள் தயவை நாடி வந்திருக்கும் ஒரு ஏழைப் பையன் நான்...''

''சரளா எனக்குத் தெரியாது என்று நினைத்துக் கொண்டிருக்கிறாள். அவளை அரசியலில் ஈடுபடவேண்டுமென்று தூண்டியது யாரென்று எனக்குத் தெரியும். அவரே என்னுடன் தொடர்பு வைத்துக் கொண்டிருக்கிறார் என்று அவளுக்குத் தெரியாது. நம் நாட்டு அரசியல் ஒரு துப்பறியும் கதையாக மாறிவிட்டது.''

அப்பொழுது அறைக் கதவருகே யாரோ நிற்பது தெரிந்தது. முகுந்தன் திரும்பிப் பார்த்தான. மதான்.

''எஸ்?'' என்று கேட்டுக்கொண்டே முகுந்தன் அவனிடம் சென்றான்.

''எட்டு மணிக்கு அவரைப் பார்க்க சிலர் வருகின்றார்கள் என்று சொல்லுங்கள்... மணி ஏழரை ஆகிவிட்டது.''

மிஸ்ரா மதானை உள்ளே கூப்பிடவில்லை. முகுந்தனிடம் அவன் ஏதோ சொல்லுவதை ஓரக்கண்ணினால் கவனித்தார்.

முகுந்தன் அவரிடம் திரும்பிவந்து மதான் கூறிய செய்தியைச் சொன்னான். அவன் சொன்னதை அவர் காதில் போட்டுக் கொண்டாரா இல்லையா என்று தெரியவில்லை கண்கள் மூடியிருந்தன.

சரளா உள்ளே வந்தாள்.

''தூங்குகிறாரா?''

முகுந்தன் 'இல்லை' என்று தலையை ஆட்டினான்.

''இருமலா?''

''ஆமாம்.''

சுதந்தர பூமி 81

மிஸ்ரா கண்களை திறந்தார். ''அவர்கள் இப்பொழுது வரப்போகிறார்கள். அநேகமாக ஒப்புக் கொண்ட மாதிரிதான்... தேர்தல் காரியங்களைக் கவனிக்க வேண்டும்.சண்டிகாட்டுக்கு நீயும் என்னுடன் வருகிறாயா?''

''வித் ப்ளெஷர்...''

''கொஞ்சம் பணம் தேவைப்படும். ஆஸ்க் யுவர் பாஸ்...''

''என்ன சொல்கிறீர்கள்?''

''எல்லாம் எனக்குத் தெரியும்...''

சரளா முகுந்தனைப் பார்த்தாள்.

''அவனுக்குத் தெரியாத ரகஸ்யம் ஒன்றுமில்லை. ஸ்நோ வொயிட் சித்திரமாக உன்னை பாவித்துக்கொள்ளாதே. பணத்துக்கு ஏற்பாடு செய்...''

''வயது ஆக ஆக உங்களிடம் ஒரு குரூரத்தன்மை வந்துவிட்டது. பேச்சில் ஒரு நளினம் இல்லை...'' என்றாள் சரளா.

''ஐ ஹேட் தி ஹோல் பிஸினஸ். நளினம் எங்கு இருக்கும்?''

''அரசியலிலிருந்து விலகி பாதயாத்திரையில் கலந்து கொள்ளுங் களேன். உள்ளேயே இருந்துகொண்டு ஏன் அலுத்துக்கொள்கி றீர்கள்?''

''யு ஸ்டுப்பிட் கேர்ல். டாக்டர் பட்டம் பெற்று என்ன பிரயோ ஜனம்? யு டோன்ட் நோ ஸிம்பில் சைக்காலஜி. எந்த வேசி தன்னைத்தானே வெறுக்காமல், உற்சாகத்துடன் ஒருவனுடன் படுத்துக் கொள்வாள்? - இப்பொழுது அரசியலா நடக்கிறது? விபசாரம். நாம் எல்லாரும் வேசிகள். என்னை நானே வெறுத்துக் கொள்ளக் கூடிய அளவுக்கு எனக்கு இன்னும் கண்ணியம் இருக்கிறது...''

''ஆல்ரைட். பணந்தானே வேண்டும்? டெலிஃபோன் செய்கி றேன். அன்லிஸ்டட் நம்பர் இருக்கிறது. கொண்டுவரச் சொல் கிறேன்.''

''நோ... பணத்தை யாரும் இந்த வீட்டுக்குக் கொண்டு வரக் கூடாது. நான் கொஞ்சம் ஆசாரமான வேசி. நீ போய் வாங்கிக்

கொண்டு வா. ஏற்கனவே என் பலஹீனங்களைத் தெரிந்த பலத்தில் என்னைப் பயன்படுத்திக்கொள்வது போதும் - புதிய பிரச்னை வேண்டாம்...''

''நான் எப்படிப் போவது? நானுந்தான் எம்.பி. ஆகப் போகிறேனே! யாருக்காவது தெரிந்துவிட்டால்?''

''ஒன்னும் குடிமுழுகிப் போகாது. அப்படித் தெரிந்தாலும் உன்னால் சமாளிக்க முடியாது என்பதை நான் ஒப்புக்கொள்ள மாட்டேன்; ஆண்கள், ஆண்கள் என்பதும், உன் கவர்ச்சியும் உனக்குக் கவசங்கள்...''

''டோன்ட் பி நாஸ்டி. நான் போகிறேன். ஐ வில் டேக் முகுந்த் வித் மீ...''

''முகுந்த் வரமாட்டான். அவனுக்கு இங்கு வேலை இருக்கிறது.''

''நான் அவனைக் கேட்கிறேன். என்னுடன் வருகிறாயா, முகுந்த்?'' என்று அவனருகே வந்து நின்றுகொண்டு கேட்டாள் சரளா.

அவள் மூச்சு மிகவும் உஷ்ணமாக இருந்தது. காரியத்தைச் சாதித்துக்கொள்ள எதை வேண்டுமானாலும் அவள் செய்வாள் என்று மிஸ்ரா கூறுவது உண்மையாக இருந்தால், எப்படி அவளால் தன் உடம்பின் கட்டுகுலையாமல் காப்பாற்றிக்கொள்ள முடிகின்றது? - ஆண், பெண் என்ற மகத்தான உண்மைக்கு முன்னால், வெறும் காலண்டர் வித்தியாசங்களா தர்மத்தையும் ஒழுக்கத்தையும் நிர்ணயிக்க வேண்டும்? - சமூகத்தின் நியதியை இந்த அல்ப வேறுபாடுகளா கட்டிக்காக்கப் போகின்றன? முதல் நாள் இரவு அவள் லேசாக அவன் காதில் கிசுகிசுத்தது அவன் நினைவுக்கு வந்தது. ''இனிமேல் உன் வயது என்னவென்று கேட்க மாட்டேன்...''

''நீ வருகிறாயா, இல்லையா?'' என்று கேட்டாள் சரளா.

''வருகிறேன்.'' என்றான் முகுந்தன்.

மிஸ்ரா அவனை கோபத்துடன் பார்த்தார்.

ஏழு

மிஸ்ராவின் முகம் சிவந்து கொண்டு இருப்பதைக் கண்டதும், அவருக்கு மறு படியும் இருமல் வந்துவிடுமோ என்று முகுந்தனுக்குத் தோன்றியது.

''உனக்கு விருப்பமானதைச் செய். நான் தடை செய்யவில்லை. ஆனால் பின் னால் வருந்தாதே...'' என்றார் நிதான மாக. ''அவனைப் பயமுறுத்துகிறீர் களா?'' என்று கேட்டாள் சரளா.

அவர் பதில் கூறவில்லை, தலையணை யில் சாய்ந்துகொண்டார்.

''அவர்கள் வரும்போது, அவன் இங்கு இருக்கவேண்டியது அவசியமென்று நினைக்கிறீர்களா?'' என்று கேட்டாள் சரளா.

அதற்கும் அவர் பதில் சொல்லவில்லை. கட்டிலில் கிடந்த செய்தித்தாளைப் பார்த்துக்கொண்டிருந்தார்.

''ஆல்ரைட். யு வின். நான் மட்டும் போகிறேன்...'' என்று சொல்லிக் கொண்டே அவள் வெளியேறினாள்.

முகுந்தனுக்கு சற்று ஆச்சரியமாக இருந் தது. அவள் இப்படி திடீரென்று பின்

வாங்குவாளென்று அவன் எதிர்பார்க்கவில்லை. அங்கு சிறிது நேரம் பொருள் செறிந்த மவுனம் நிலவியது. மிஸ்ரா என்ன சொல்லப்போகிறாரோ?

அவன் தானும் அவ்வறையை விட்டுப் போவது நல்லது என்று நினைத்தான்.

அவன் அறைக் கதவை அடைந்ததும் மிஸ்ரா அவனைக் கூப்பிட்டார்.

''நீ சில விஷயங்களைப் புரிந்துகொள்ள வேண்டும். நீ இளைஞன். சூட்டைத் தணிக்கும் விவகாரங்களைக் கொண்டு, எதைப் பற்றியும் முடிவுக்கு வரும் வயது. நான் சொல்வதைக் கேள். அரசியலில் தோழமை என்பதற்கு, அசட்டுத்தனமான கற்பனையில் விளைந்த லட்சியப் பூர்வமான அர்த்தம் கிடையாது. அந்தப் பெண்ணைப் பொறுத்தவரையில் எச்சரிக்கையாக இரு. நான் உன்னை வெறும் சமையற்காரனாக நினைக்கவில்லையென்றும் உனக்குத் தெரியும்...''

முகுந்தன் பேசாமலிருந்தான். ''நீ என்னுடன் வருகிறாயா?'' என்று கேட்டவள், மிஸ்ரா கோபமாக இருக்கிறாரென்று அறிந்ததும், அவனை விட்டு போய்விட்டாள். அவன் அநாவசியமாக, அவர் சொல்கிற மாதிரி, 'சூட்டைத் தணிக்கும் விவகாரங்களைக் கொண்டு' 'நானும் போகிறேன்' என்று சொன்னதுதான் மிச்சம்.

'' ஐ ஆம் ஸாரி...'' என்றான் முகுந்தன்.

''நீ மன்னிப்பு கேட்க வேண்டுமென்பதற்காக நான் சொல்லவில்லை. உன் பேரில் ஈடுபாடு இருப்பதால் சொன்னேன். 'ஈடுபாடு' என்றதும் 'அதற்குக் காரணம் இருக்கிறது' என்ற ஆபாசமான ஆராய்ச்சியில் இறங்காதே. ஐ லைக் யு ஃபார் எவெரிதிங்...''

மதான் அப்பொழுது மறுபடியும் வந்தான். ''அவர்கள் வந்துவிட்டார்கள்.''

''ஆல் ரைட். முகுந்த் உன் காரியத்தைப்பார். இப்பொழுது நடந்ததின்...''

அவர் இதைச் சொல்லி முடிக்கவில்லை. மதான் நீன்று கொண்டிருப்பதைப் பார்த்தார்... ''சரி நீ போ. அவர்களை ஹாலில் உட்காரச்சொல், வந்துவிடுகிறேன்...''

சுதந்தர பூமி 85

மதான் முகுந்தனைப் பார்த்துக்கொண்டே தயக்கத்துடன் சென்றான்.

அவர் முகுந்தனின் தோளில் கையை வைத்துக்கொண்டு, கட்டிலிலிருந்து இறங்கினார்.

"ஐ. மீன்... இப்பொழுது நடந்ததின் சுமையால் பாதிக்கப் படாமல், எப்பொழுதும் போல் இயல்பாகவே இருப்பாய் என்று நம்புகிறேன்."

முகுந்தன் பதில் கூறாமல், கட்டிலின் கீழே கிடந்த அவர், செருப்புகளைக் காலால் அவர் பக்கமாக நகர்த்தினான்.

"தாங்க்ஸ். காப்பி வேண்டாம், டீயே போடு..."

ஹாலில் இரண்டு கதர்க் குல்லாய்கள் உட்கார்ந்து கொண்டிருந்தன. முதல் நாள் வந்தவர்களில் இருவர்.

மிஸ்ரா அறையிலிருந்து ஹால் கதவைத் திறந்துகொண்டு முகுந்தன் உள்ளே நுழைந்ததும், சத்தம் கேட்டு இருவரும் எழுந் தனர். மிஸ்ரா வரவில்லை என்று தெரிந்ததும் உட்கார்ந்தனர்.

"ப்ரொஃபஸர் ஆ ரஹா ஹை(ங்)" என்றான் முகுந்தன்.

"அச்சா."

அவன் டீயைத் தயாரித்துக்கொண்டு வந்தபோது மிஸ்ரா காலைக் கடன்களை முடித்த பிறகு ஹாலுக்கு வந்து உட்கார்ந் திருந்தார்.

அவர்களிருவரும் பேசுவதை மவுனமாகக் கேட்டுக் கொண்டிருந் தார்.

அப்பொழுது மதான் அன்றைய தபாலில் வந்திருந்த கடிதங்களை மிஸ்ராவின் எதிரேயிருந்த டீபாயில் கொண்டு வைத்தான்.

"இவ்வளவு கடிதங்கள் வருகின்றனவே, உங்களுக்குப் படிக்க எங்கே நேரமிருக்கிறது?" என்றார் ஒருவர் அசட்டுச் சிரிப்புடன்.

மிஸ்ரா கடிதங்களில் அங்கொன்றும் இங்கொன்றுமாக எடுத்துப் படித்தார்.

கடிதங்களைப் படித்து முடித்த பிறகு மிஸ்ரா ஒன்றும் பேசாமல், கன்னத்தில் ஒரு கையை ஊன்றிக்கொண்டு, சுவரில் மாட்டி யிருந்த ஜக் கிண்ணத்தையே உற்றுப்பார்த்தவாறு இருந்தார்.

முகுந்தன் ஹாலின் பின்புறச் சுவர் ஓரமாகப் போய் நின்று கொண்டான்.

''சரி. நாங்கள் இப்பொழுது போய் வருகிறோம். உங்கள் ஏற் பாட்டுக்குச் சம்மதம் தெரிவித்துவிட்டுப் போகத்தான் வந்தோம்.''

''ஒரு புதுப் பிரச்னை'' என்றார் மிஸ்ரா.

''என்ன?'' அவர்கள் இதை எதிர்பாக்கவில்லை. எழுந்தவர்கள் மறுபடியும் உட்கார்ந்தார்கள்.

''உங்கள் அபேட்சகரை, நம் கட்சிச் சார்பாக நிறுத்தி வைத்தால், கட்சியிலிருந்து பலர் வெளியேறி, அவருக்கெதிராக வேலை செய் வார்கள் போலிருக்கிறது. நான் உங்கள் யோசனைக்கு ஆதரவு தரக் கூடாது என்று ஒரு விண்ணப்பம் வந்திருக்கிறது...'' என்று அவர் எதிரேயிருந்த கடிதங்கள் பக்கமாகச் சுட்டுவிரலை நீட்டினார்.

''நீங்கள் நேற்று ஒப்புக் கொண்டீர்களே?''

''நான் ஒப்புக்கொண்டால் போதுமா? அவர்கள் மத்தியத் தலைவர்களைப் பார்ப்பதற்காக இன்று புறப்பட்டுவரப் போகிறார்கள் என்று தெரிகிறதே!''

''நீங்கள் மத்திய கமிட்டிக் கூட்டத்துக்குச் சென்று இவருக்காக வாதாடுங்களேன். மைனாரிட்டி வகுப்பைச் சேர்ந்த இவரை நிராகரித்தால், வகுப்புக் கலவரங்கள் ஏற்படுவதற்கு இதுவே காரணமாகலாம் என்று சொல்லிப் பாருங்களேன்...''

''உங்களுக்கு அப்படியொரு திட்டம் இருக்கிறதா?''

''என்ன சொல்கிறீர்கள்?''

''உங்களுக்கு அப்படியொரு திட்டம் இருக்கிறதா என்று கேட்டேன்...''

இருவரும் ஒருவரையொருவர் பார்த்துக்கொண்டனர். ''இப் பொழுது நீங்கள் யார் பக்கம் பேசுகிறீர்கள் என்றே புரிய வில்லை...'' என்றார் ஒருவர்.

சுதந்தர பூமி

"இந்தக் காலத்தில், 'பக்கம்' என்பதற்கே அர்த்தம் கிடையாது. இது ஸ்பேஸ் யுகம். பக்கங்களுக்கு எங்கே இடமிருக்கிறது? நான் இருப்பது என் பக்கம், நீங்கள் இருப்பது உங்கள் பக்கம். அரசியலுக்கும் விஞ்ஞானத்துக்கும் எவ்வளவு ஒற்றுமை பார்த்தீர்களா?''

"ஐ திங்க் யு ஆர் நாட் வெல்...'' என்றார் மற்றவர் கழற்றி வைத்த குல்லாயைப் போட்டுக்கொண்டே.

" ஐ ஆம் ஆல்ரைட்... டாக்டர் சரளா பார்க்கவாவை நீங்கள் ஆதரிக்கப் போகின்றீர்களா இல்லையா?''

"மத்திய கமிட்டி முடிவைப் பொறுத்தது இது. எங்கள் அபேட் சகரை கமிட்டி நிராகரித்தால், நீங்கள் அவருக்காகச் சரியாக வாதாடவில்லை என்றுதானே அர்த்தம்? அப்படியானால்...''

"டோன்ட் வொர்ரி... நம் கட்சிக்கு இப்பொழுது இண்டெலக் சுவல்ஸ் பஞ்சம் ஏற்பட்டிருக்கிறது. டாக்டர் சரளா தேர்தலில் நிற்பதாகச் சொன்னால், யாருடைய தயவும் தேவையுமில்லாமல், மத்திய கமிட்டியே அவளைத் தேர்ந்தெடுத்துவிடுமென்று நம்புகிறேன்...''

"நீங்கள் இப்படி வாக்குறுதி கொடுத்துவிட்டு பின் வாங்குவீர்கள் என்று நாங்கள் எதிர்பார்க்கவில்லை. நீங்கள் இப்படிச் செய்வது நாணயமுமல்ல.''

மிஸ்ரா சிரித்தார்.

"எதற்குச் சிரிக்கிறீர்கள்?''

"நாம் எல்லாரும் நாணயத்தைப் பற்றிப் பேசுவது வேடிக்கையாக இருக்கிறது. இது மனசாட்சி யுகம். நாணயம் கூடாது என்று நம் மனசாட்சி சொன்னால், மனசாட்சியின் குரலுக்கு வயிமை அதிகம். மேலும், இன்னொரு விஷயம்.. மத்திய கமிட்டி நீங்கள் சொல்லும் நபரையே கட்சி அபேட்சகராகப் பொறுக்கலாம், அவருக்கு இருக்கும் எதிர்ப்புகளைப் புறக்கணித்து. "ஆனால், நாம் எதற்கும் தயாராக இருக்க வேண்டுமென்பதற்காகத்தான் நான் சொன்னேன்...''

"மத்திய கமிட்டி அவரைப் பொறுக்கினால் அதற்கு நீங்கள் எந்தவிதத்திலும் காரணமாக இருக்கமுடியாது என்பதுதானே அர்த்தம்?''

"சரளாவை ஆதரிக்கவேண்டிய கட்டாயம் உங்களுக்கு இல்லை என்று சொல்கிறீர்களா?''

இருவரும் புன்னகை செய்தார்கள்.

"சரளாவால் தன்னுடைய நலத்தைத்தானே கவனித்துக்கொள்ள முடியும். பணத்தைப் பற்றிக் கவலைப்பட வேண்டாம் என்று சில முக்கியமான புள்ளிகள் அவளிடம் சொல்லியிருப்பதாகத் தெரிகிறது...'' என்றார் மிஸ்ரா.

மிஸ்ரா கெட்டிக்காரர்தான்... சரளா பணத்தைப் பற்றிக் கவலைப் படவேண்டிய அவசியமில்லையென்று அவர்களிடம் சொல்லக் காரணம் என்ன?

"எங்களுக்கும் சரளாவை ஆதரிக்கக்கூடாது என்று அவரிடம் தனிப்பட்ட ரீதியாக எந்தவிதமான ஆட்சேபணையுமில்லை...''

மிஸ்ராவும் அவர்களிடமிருந்து இந்த பதிலைத்தான் எதிர்பார்த் திருக்க வேண்டுமென்று முகுந்தனுக்குத் தோன்றியது.

இப்பொழுது அவர் புன்னகை செய்தார்.

"நீங்கள் அவளை ஆதரித்து அவள் தேர்தலுக்காக ஒத்துழைப்பீர் களென்று அவளிடம் நிச்சயம் சொல்லுகிறேன்...''

இருவரும் பேசாமலிருந்தனர்.

"முகுந்த்..." என்று கூப்பிட்டார் மிஸ்ரா. அவன் ஹாலுக்குள் நுழைந்தான்.

"இன்னும் கொஞ்சம் டீ...''

அவர்களிருவரும் போன பிறகு, மிஸ்ரா முகுந்தனிடம் சொன் னார்... 'உங்கள் ராஜ்ஜியத்திலிருந்து எனக்கு அழைப்பு வந்திருக் கிறது.''

"எதற்கு?''

"அங்கு ஆளும் கட்சி சாதித்துள்ளதை எங்களுக்கு - வட நாட்டி லுள்ளவர்களுக்கு - விளக்குவதற்காகப் போலிருக்கிறது... உங்கள் ராஜ்ஜிய எம்.பி இப்பொழுது தமிழ்நாட்டில் ஒரு புதிய விழிப்பு மக்களிடையே ஏற்பட்டிருக்கிறது என்று சொல்லிக்

சுதந்தர பூமி 89

கொண்டிருந்தார். அதைத் தொடர்ந்து இந்த அழைப்பு வந்திருக்கிறது..."

"எப்பொழுது போகவேண்டும்?"

"இன்னும் இரண்டு வாரங்களில். நீயும் என்னுடன் வருகிறாய்..."

"நானா? தமிழ் தெரிந்தவன் ஒருவனுடன் வருகிறீர்கள் என்றால் அவர்களுக்குச் சங்கடமாக இருக்கும்..."

"ஏன்?"

"தமிழ்நாட்டில் ஏற்பட்டுள்ள ஒரு புதிய விழிப்பின் காரண மாகத்தான், டில்லிக்கு வரும் கிராண்ட் ட்ரங்க் எக்ஸ்ப்ரஸ்ஸில் வேலை கிடைக்காத இளைஞர்களின் கூட்டம் ஏராளம்..."

"இது அகில இந்தியப் பிரச்னை. தமிழ்நாட்டுக்கு மட்டுமுள்ள பிரத்யேகமான பிரச்னையல்ல. இந்நாட்டில் வறுமை எங்குதான் இல்லை?"

"ஒரு வித்தியாசம் இருக்கிறது. ஒரு கல்யாணத்தின் போது தமிழ் நாட்டில் சாப்பிட்ட இலைகளை வெளியில் விட்டெறிந்தால் நூற்றுக்கணக்கான பிச்சைக்காரர்கள், நாய்களுடன் போட்டி போட்டுக்கொண்டு, எச்சில் இலைகளுக்காகக் கூடுவார்கள். இங்கு கல்யாணத்தில் தட்டுகள் பயன்படுத்தப்படுவதால், எச்சில் இலைகள் விழுவதில்லை. இந்த விதத்தில் நாங்கள் உங்களை விடக் கொடையாளிகள் ஏழைகளுக்கு எச்சில் இலைகளை விட்டெறிய வேண்டுமென்று எங்கள் நீதி சாஸ்திரங்கள் சொல்லுகின்றன.

"நீ ஒரு கம்யூனிஸ்டாக மாறிக்கொண்டிருக்கிறாயோ என்று பயப்படுகிறேன்..." என்றார் மிஸ்ரா.

"அமெரிக்கச் சூழ்நிலையில் ஒருவன் ஹிப்பியாக மாறுவதும், இந்நாட்டுச் சூழ்நிலையில் ஒருவன் நக்ஸலைட்டாக மாறுவதும் மிகவும் நேர்மையான காரியங்கள்..."

மிஸ்ரா சிறிதுநேரம் மவுனமாக இருந்தார். அவர் ஏதோ யோசிக்கிறாரென்று முகுந்தனுக்குப் பட்டது. தான் அதிகம் பேசிவிட்டோமோ என்று அவன் நினைத்தான்.

"யு ஆர் ரைட்... ரஷ்யாவில் கம்யூனிஸப் புரட்சி ஏற்படுவதற்கு முன்னால், 'நிஹிலிஸ்ட்' இயக்கம் தோன்றி, எஸ்டாபிலிஷ் மெண்டைப் பல முனைகளில் தாக்கியது. அதே நிலைமை இங்கு உருவாகிக்கொண்டிருக்கிறதோ, என்னவோ... இக்காலத்து இந்தியர்களின் சிந்தனையை உருவாக்கிய காந்தீய ஸ்தாபனத்தைத் தாக்குவதும்..."

"ஐ ஆம் ஸாரி. நான் இதை ஒப்புக்கொள்ளவில்லை..." என்று இடைமறித்தான் முகுந்தன்.

"எதை?"

"காந்தீயம் நம் சிந்தனையை எந்தவிதத்திலும் பாதிக்கவில்லை. அப்படிப் பாதித்ததாக நினைத்துக்கொண்டு காந்திதான் ஏமாந்தார். அவரே இதைக் கடைசிக் காலத்தில் ஒப்புக்கொண்டதாகச் சமீபத்தில் எங்கோ படித்தேன். எஸ். கிருபாளனி சொல்லி யிருக்கிறார். இன்னும் இருபத்திரெண்டு வருஷங்கள் அவர் இருந்திருந்தாரானால், அவருக்குத் தாம் ஏமாந்தது உண்மைதான் என்பது தெளிவாகப் புரிந்திருக்கும்..."

அப்பொழுது சரளா உள்ளே வந்தாள்.

"கெட் மீ காப்பி முகுந்த்" என்று சொல்லிக்கொண்டே சோபாவில் உட்கார்ந்தாள்.

முகுந்தன் காப்பியைக் கொண்டுவந்தபோது, மிஸ்ரா காலையில் நடந்தவற்றைப் பற்றி அவளிடம் கூறியவாறு இருந்தார்.

"நான் வெற்றிபெற முடியுமென்று நினைக்கிறீர்களா?" என்று கேட்டாள் சரளா.

"எனக்குச் சந்தேகமில்லை. பணம் கொண்டுவந்தாயா?"

அவள் தலையை ஆட்டினாள்.

"காப்பி ஈஸ் க்ரான்ட், முகுந்த்."

"தாங்க் யு..."

"பை தி வே, ப்ரொஃபஸர்... எதற்காக முகுந்த் இந்தச் சமையற் காரன் வேஷம் போடவேண்டும்? - அவனைக் காரியதரிசியாக வைத்துக்கொள்ளுங்களேன்."

சுதந்தர பூமி

"எனக்குக் காரியதரிசி இருக்கிறான்..."

"எனக்கு இல்லை... எனக்கு ஒருவன் தேவைப்படலாம்" என்றாள் சரளா அவனைப் பார்த்துக்கொண்டே.

"அவன் வந்தால் தாராளமாக அழைத்துக்கொண்டு போ..." என்றார் மிஸ்ரா, வசிஷ்டர் விசுவாமித்திரரிடம் சொன்னது போல்.

இந்தச் சந்தர்ப்பத்தில் மிஸ்ரா அவனிடம் எதிர்பார்த்த பதிலை, அவன் சொன்னான்.

"ஐ ஆம் ஸாரி... ப்ரொஃபஸரை விட்டு என்னால் வர முடியாது..."

"அப்படியானால் அவன் உங்களுடனே இருக்கட்டும். வேண்டிய போது நான் அவனைக் காரியதரிசியாகப் பயன்படுத்திக் கொள்ளலாம் அல்லவா?" என்று கேட்டாள் சரளா.

"காரியதரிசியாக..." என்றார் மிஸ்ரா.

"உங்களை நகைச்சுவையற்ற பிரும்மச்சாரி என்று யாராலும் குற்றஞ்சாட்ட முடியாது" என்று சொல்லிவிட்டுப் புன்னகை செய்தாள் சரளா.

முகுந்தனுக்கு இந்தப் பேச்சு பிடிக்கவில்லை... அவனை வைத்துக்கொண்டே அவர்கள் இப்படித் 'தாராளமாக' விவாதிக்கிறார்கள்!

"வேண்டுமென்றால் நீங்கள் மதானைப் பயன்படுத்திக் கொள்ளலாமே" என்றான் முகுந்தன் சரளாவிடம்.

"எதற்கு?" என்று கேட்டார் மிஸ்ரா.

"என்னை அவமானப்படுத்த வேண்டுமென்பதுதான் உங்கள் எண்ணமா?" என்று கேட்டாள் சரளா.

மதான் உள்ளே வந்தான்.

"முகுந்த், உங்களைத் தேடிக்கொண்டு யாரோ வந்திருக்கிறார்கள்..."

"என்னையா?" அவன் வெளியே சென்றான்.

ஆசிர்வாதம்! அவன் இங்கு எதற்காக வந்தான்?

''ஒரு முக்கியமான விஷயம்...''

''என்ன?''

''கொஞ்சம் வெளியே வருகிறாயா?'' இருவரும் பங்களாவைத் தாண்டி வெளியே ஒரு மரத்து நிழலில் நின்றுகொண்டனர்.

''நான் சாப்பிட்டுக்கிட்டிருக்கிற மெஸ்ஸிலே வேலை செய்யற பையன் ஒருத்தன், இந்தூர்க்காரன் கடைக்குப் போய் கொகோ-கோலா குடிச்சிருக்கான். காசு கொடுக்காமயே 'பத்து ரூபா கொடுத்தேனே, சில்லறை தா'ன்னு கேட்டிருக்கான், மாட்டிக் கிட்டான். அதுக்காக அவனைப் போட்டு அடி அடின்னு அடிச்சு, போலீஸ்காரங்க இரண்டு பேரை வேறே கூட்டிக்கிட்டு வந்திருக் காங்க. அவங்க ஓசியிலே ஆளுக்கு ஒரு 'கொகோ-கோலா' குடிச்சுட்டு, அந்தப் பையனை அடிச்சிருக்காங்க... 'ஏன்யா நான் குடிச்சது ஒரு கொகோ-கோலா. இவங்களுக்கு ஓசியிலே இரண்டு கொகோ-கோலா கொடுத்துட்டு என்னை அடிக்கிறியே எனக்குக் கொடுத்ததுதான் நஷ்டமாப் போச்சான்னு அந்தப் பையன் கேட்டிருக்கான்... அதுக்காகப் போலீஸ்காரங்க அவனைப் போலீஸ் ஸ்டேஷனுக்குக் கூட்டிக்கிட்டு போய் உதை உதைன்னு உதைச்சிருக்காங்க. என்னமோ தெரியலே பையன் போயிட்டான். ஹார்ட் அட்டாக், அது இதுன்னு போலீஸ்லே சொல்றாங்களாம். அங்கே மெஸ்லே ஒரே ரகளை . நீ உன் எம்.பி. கிட்டே சொல்லி கொஞ்சம் விசாரிக்கமுடியுமான்னு கேக்க வந்தேன்...''

''45 காசுக்காக ஒரு பையன் பலியா, மை காட்...''

''ஹ¬ம்... இதென்ன பிரமாதம். அப்பன் தன்னோட வாத்து முட்டையைச் சாப்பிட்டுட்டான்னு மகன் கொல்றான்... போலீஸ்காரங்க கொன்னுட்டாங்கங்கிறது ஒரு அதிசயமா?''

''பெட்டிஷன் எழுதி வைச்சிருக்கியா?''

''உன்னைக் கேட்டுக்கிட்டு எழுதலாம்னு பார்த்தேன்.''

''சரி. உள்ளே வந்து ரிஸப்ஷன்லே உட்கார்ந்துக்கோ. நான் போய் எம்.பி.கிட்டே சொல்றேன். அவசியமானா அப்புறம் உன்னைக் கூப்பிடறேன். உள்ளே வா...''

ஆசிர்வாதத்தையும் அழைத்துக்கொண்டு உள்ளே போனான் முகுந்தன்.

''ஸம் ஃப்ரெண்ட்?'' என்று கேட்டாள் சரளா.

மிஸ்ராவிடம் விஷயத்தைச் சுருக்கமாகச் சொன்னான் முகுந்தன்.

அவர் கண்களை மூடிக்கொண்டே இதைக் கேட்டார்.

''பையன் போய் எத்தனை நாளாகிறது?'' என்று கேட்டாள் சரளா.

''தெரியாது. இப்பொழுதுதானிருக்குமென்று நினைக்கிறேன்.''

''ஏழைகளிடத்து உனக்கு மிகுந்த அனுதாபம் இருக்கிறது என்று காட்ட இது நல்ல வாய்ப்பு. சோஷலிஸம் உன்னை 'வா வா' என்று அழைக்கிறது. நீயே விசாரியேன்...'' என்றார் மிஸ்ரா சரளாவிடம்.

''இது ஒரு மனித உயிரைப் பற்றிய விஷயம்... இரக்கமில்லாமல் பேசுகிறீர்களே!'' என்றான் முகுந்தன்.

''மை பாய்... அரசியல்வாதியாக ஆவதற்கான பக்குவம் உனக்கு இன்னும் வரவில்லை. வகுப்புக் கலவரங்களில் நூற்றுக் கணக்கான பேர்கள் சாகின்றார்களே, அப்பொழுது நமக்கு செத்துப்போனவர்களைப் பற்றியா கவலை? ராஜ்ஜிய சர்க் காரைக் கவிழ்க்க இது நல்ல வாய்ப்பு என்றுதானே கருது கிறோம்? - இதுதானே நம்முடைய இப்போதைய அரசியல் தருமம்? இக்காலக் கிருஷ்ணர்களின் பகவத் கீதை? கம் ஆன்... சரளா செயலில் இறங்கு. கடமையைச் செய். மந்திரி பதவியே உனக்குக் கிடைக்கும் பலன்...''

''யு ஹேவ் பிகம் ஸெனைல்...'' என்றாள் சரளா.

''தயவு செய்து என்னை ஸெனைல் என்று மட்டும் சொல்லாதே. நான் நம் கட்சியின் இளைஞர் முன்னணியில் இருக்கிறேன். இதுவே நம் எதிரிகள் நமக்கு எதிராக உபயோகப்படுத்தும் ஆயுதமாகப் போய்விடும். மேலும் நான் அப்படியொரு கிழவனல்ல என்று உனக்குத் தெரியும். அல்லது இப்பொழுது சற்று முன்னால் முகுந்த் காந்தியைப் பற்றிச் சொன்னதுபோல், என்னை நானே ஏமாற்றிக் கொண்டிருக்கிறேனோ, அதுவும் தெரியாது...''

''காந்தி தம்மை தாமே ஏமாற்றிக்கொண்டார் என்று நான் சொல்லவே இல்லை. பாரத மக்களைப் பொறுத்தவரையில் அவர் போட்ட கணக்கு தப்பு என்றுதான் சொன்னேன்...''

''அதற்கு நிரூபணமும் கொண்டுவந்து விட்டாய். கொகோ-கோலா சாப்பிட்டுவிட்டு ஒருவன் காசு கொடுக்காமல் ஏமாற்று கிறான். ஓசியில் கொகோ-கோலா சாப்பிட்டுவிட்டு சட்டம் அவனைச் செம்மையாக அடித்துக்கொல்கிறது...''

''இந்த விவகாரத்தை நான் கவனித்துக்கொள்ளுகிறேன். உன் நண்பன் எங்கே?'' என்றாள் சரளா.

முகுந்தன் ரிஸப்ஷனுக்குச் சென்று ஆசிர்வாதத்தை அழைத்துக் கொண்டு வந்தான்.

''என்ன விவகாரம்?'' என்று அவனை அவள் கேட்டாள்.

திடீரென்று ஒரு புதுச் சூழ்நிலையில், அதுவும் ஓர் அழகான பெண்மணியுடன் பேச சங்கோஜப்பட்ட ஆசிர்வாதம், மிகுந்த தயக்கத்துடன் அரைகுறை ஆங்கிலத்தில் விஷயத்தைச் சொன் னான்.

''இந்த மெஸ் எங்கே இருக்கிறது? கரோல் பாகிலா?'' ஆசிர்வாதம் முகவரியைச் சென்னான்.

''சரி. நான் மத்தியானம் முகுந்தை அழைத்துக்கொண்டு அங்கு வருகிறேன். அங்கிருந்து கூட்டமாகப் போலீஸ் ஸ்டேஷனுக்குப் போவோம். பொதுமக்கள் இதனால் கொதிப்படைந்துருது இருக்கி றார்கள் என்றால்தான் அரசாங்க இயந்திரம் விழித்துக்கொள்ளும். நீங்கள் உங்களுக்குத் தெரிந்தவர்களுக்கெல்லாம் சொல்லலாம், வான் வரப்போவதாக. ஒரு ஏழையை அடித்துக் கொல்வதா... அதுவும் ஒரு ஜனநாயக நாட்டில்? அக்கிரமம்...''

''சரி. மிகவும் நன்றி. நீங்கள் சொல்கிறபடியே செய்கிறேன்'' என்றான் ஆசிர்வாதம். நன்றிப் பெருக்கால் அவன் கண்களில் நீர் கசிந்தது.

''ஹோட்டல் ஊழியர் சங்கத்துக்கு இச்செய்தி தெரியுமா?'' என்று கேட்டார் மிஸ்ரா.

''எனக்குத் தெரியாது...''

"அந்த ஹோட்டலில் விசாரித்து, சங்கச் செயலாளரை மத்தியானம் நீ குறிப்பிடும் மெஸ்ஸுக்கு வரச் சொல். அரசாங்க இயந்திரம் மசியாவிட்டால், இருக்கவே இருக்கிறது வேலை நிறுத்தம். இன்னும் பல ஆயுதங்கள். இந்த அம்மாவை உனக்குத் தெரியுமா?

"தெரியாது..."

"டாக்டர் சரளா பார்க்கவா. பெரிய குடும்பத்தில் பிறந்திருந்தாலும், சோஷலிஸத்துக்காகவே தன் வாழ்க்கையை அர்ப்பணித்துக் கொண்டவர். இதைப் பற்றியும் எல்லாரிடத்திலும் சொல்."

"நல்லது. நிச்சயம் சொல்கிறேன்..."

ஆசிர்வாதத்தை வெளியே கொண்டுவிட்டான் முகுந்தன்.

"நல்ல ஆளுதான்யா உங்க எம்.பி. அது கிடக்கட்டும், அவர் வராமே அந்த அம்மாவை ஏன் அனுப்பறாரு?"

முகுந்தன் பதில் சொல்லவில்லை. "சரி எப்படிப் போவே இங்கிருந்து?"

"கனாட் ப்ளேஸ் மட்டும் நடந்துபோய், அங்கிருந்து பஸ்ஸிலே போயிடறேன். இன்னிக்கு ஆபிஸ் சுட்டி..."

"சரி மத்தியானம் பார்ப்போம்."

முகுந்தன் உள்ளே வந்தபோது, மிஸ்ரா சொல்லிக் கொண்டிருந்தார். "இந்த விவகாரத்தில் மத்திய அரசாங்கத்தைக் கொண்டு வராதே. உள்ளூர் ரீதியாகப் பதவியிலிருக்கும் மாற்றுக் கட்சியின் மீது பழியைப் போட்டு, மக்கள் கோபம் அவர்கள் மீது திரும்பும்படி செய். அரசாங்க இயந்திரம் என்ற காரணத்தால் அவர்கள் நிச்சயம் போலீஸைக் காட்டிக்கொடுக்க விரும்பமாட்டார்கள். அப்பொழுது மத்திய அரசாங்கம் நல்ல பிள்ளைத்தனமாக நடந்து கொண்டால், நிச்சயம் அடுத்த தேர்தலில் உள்ளூரில் ஆளுங் கட்சியாக இருக்கும் இம் மாற்றுக்கட்சிக்கு ஒரு லட்சம் வோட்டுக்கள் குறையும். உன்னுடைய இந்தச் சாதனையை மத்திய கட்சிக்கு விளங்க வைப்பது என் பொறுப்பு..."

"பல்கலைக்கழகத்தில் மட்டுமல்ல, அரசியலிலும் எனக்கு நீங்கள் பேராசிரியர் என்பதை ஒப்புக்கொள்கிறேன்..." என்றாள் சரளா.

"என்னிடத்திலுள்ள ஜுவாலை அணையவில்லை என்பதை ஏற்றுக்கொள்கிறாயா?"

"நிச்சயமாக..."

"ஒருவேளை அது கடைசி ஜுவாலையுடன் சேர்ந்து அணையும் போலிருக்கிறது..."

"ஏன் எப்பொழுதும் மரணத்தைப் பற்றியே நினைத்துக் கொண்டிருக்கிறீர்கள்?" என்றான் முகுந்தன்.

"ஆஸ்துமா தொல்லையை மறக்க அரசியலில் சேர்ந்தேன். இப் பொழுது அரசியலுக்கு ஆஸ்துமாவே தேவலை என்று தோன்று கிறது. இப்பொழுது மட்டும் மாக்கியவில்லி இருந்தானானால் பாதிரியாக மாறியிருப்பான்..."

முகுந்தன் திடீரென்று நினைவு வந்தவன் போல் குறுகிக் கிட்டான். "டாக்டர் சரளா அங்கு போகப்போவது பத்திரிகை களுக்குத் தெரியவேண்டாமா?"

"குட். நீயும் நல்லமுறையில் தயாராகிக்கொண்டு வருகிறாய். இக்கால அரசியல்வாதிகள் சந்ததியற்றுப் போகமாட்டார்கள். மதானைக் கூப்பிடு. அதற்கு ஏற்பாடு செய்வோம்..."

முகுந்தன் மதானை அழைத்துக்கொண்டு வந்தான்.

"டைம்ஸ் ஆஃப் இந்தியா, ஸ்டேட்ஸ்மென், ஹிந்துஸ்தான் டைம்ஸ் இன்னும் எல்லாப் பத்திரிகைகளையும் ஒவ்வொன் றாகக் கூப்பிடு.... ஐ ஹேவ் ஸம் மெஸேஜ்..."

எல்லாருக்கும் போன் செய்து முடிக்கப் பதினைந்து நிமிஷங் களாயிற்று.

"எல்லா ஏற்பாடுகளும் ஆகிவிட்டன. இனி இந்தச் சந்தர்ப் பத்தைச் சரிவரப் பயன்படுத்திக்கொள்வது உன் சாமர்த்தியம். முகுந்தையும் அழைத்துக்கொண்டுபோ. அவன் பதினாறு அடி பாய்வான்" என்றார் மிஸ்ரா.

"பிரிட்டிஷ் தேர்தலைப் பற்றிச் சொல்லிக்கொண்டிருந்தீர்களே. அப்படியானால் நிருபர்கள் என்னையும் அதைப்பற்றிக் கேட்பார்களோ?" என்றாள் சரளா.

''ஆமாம். ஒரு ஃபெல்லோ ட்ராவலர் தினசரியில் கேட்டார்கள். நான் சொன்ன பதிலையே சொல்லேன்... 'வலது சாரியின் வெற்றி' இடைக்காலத்துக்குத்தான் இருக்கமுடியும். உலகில் எதிர்காலம் ஜனநாயக சோஷலிஸ சமுதாயம் உருவாவதில் தான்...''

''எனக்கு ஒன்று தோன்றுகிறது'' என்றான் முகுந்தன்.

''என்ன?''

''கன்ஸர்வேடிவ் கட்சிக்கு மெஜாரிட்டி 23-தான். நம் கட்சித் தலைவர்களின் ஆலோசனை தொழிற்கட்சிக்குக் கிடைக்குமானால் இந்த 23 பேரைச் சுலபமாகக் கட்சி மாறச் செய்து...''

''ஷட்அப்... யு ஆர் எ நாட்டி பாய்'' அவள் கூறிக்கொண்டே அவன் காதை லேசாக இழுத்தாள் சரளா.

எட்டு

டாக்டர் சரளா பார்க்கவா கரோல் பாகுக்கு மத்தியானம் வருவதாக ஆசிர்வாதத்திடம் வாக்களித்திருந்தாலும் சமயம் நெருங்க நெருங்க அவளுக்குக் கொஞ்சம் பயம் ஏற்படத் தொடங்கியது. போலீஸ் தடியடிப் பிரயோகத்தில் இறங்கிவிட்டால்? தன்பேரில் இரண்டு அடிவிழுந்துவிட்டால் என்ன செய்வது?

தூய வெள்ளைக்கதர் புடைவையும் சட்டையும் அணிந்துகொண்டு அவள் புறப்படுவதற்குத் தயாரான போது, மிஸ்ராவிடம் தன் சந்தேகத்தைக் கேட்டாள்.

''அடி விழுவதும் நல்லதுதான். நீ தலைவி ஆவதற்கு இதைத் தவிர வேறு என்ன வாய்ப்பு?'' என்றார் மிஸ்ரா.

அப்பொழுது மதான் உள்ளே வந்தான். ''யாரோ இரண்டு, மூன்று பேர்கள் வந்திருக்கிறார்கள், உங்களைப் பார்க்க...'' என்றான் மிஸ்ராவிடம்.

''உள்ளே வரச் சொல்.''

மூன்று பேர் உள்ளே வந்தார்கள்.

''என்ன வேண்டும்?'' என்றார் மிஸ்ரா. மூன்று பேருக்கும் முப்பது வயதுக்குள்

தான் இருக்கும். கதர்ச்சட்டை. கண்கள் சிவப்பேறி இருந்தன. அவர்கள் தோற்றத்தைப் பார்த்தால், மூன்று பேரும் உடம்பை நம்பி பிழைக்கிறவர்கள் என்று தெரிந்தது.

"மத்தியானம் போலீஸ் ஸ்டேஷன் மறியல் டாக்டர் சரளா பார்க்கவா தலைமையில் நடக்கப்போவதாகக் கேள்விப் பட்டோம்."

"உங்களுக்கு ஆட்சேபணை இல்லையே?" என்றார் மிஸ்ரா கிண்டலுடன்.

"எங்களுக்கு ஆட்சேபணை இல்லை என்பது மட்டுமல்ல, எங்களால் உங்களுக்கு உதவி செய்யவும் முடியும்…"

"எப்படி?" என்று கேட்டாள் சரளா.

"என் பெயர் சுரேந்தர். இவர்கள் என் நண்பர்கள். டில்லியில் நடக்கும் ஆர்ப்பாட்டக் கூட்டங்கள் எல்லாம் நாங்கள் முன்னின்று நடத்தித் தருகிறோம். நான்கு நாள்களுக்கு முன்பு மதாம் பின் வருகையை எதிர்த்து வடக்கு வியட்நாம் கான்ஸலேட் எதிரே கூட்டம் நடந்ததே, நாங்கள் ஏற்பாடு செய்த கூட்டந்தான் அது. அதற்கு அடுத்த நாள் தெற்கு வியட்நாம் மதாம்பின்னைக் கைது செய்' என்று சொன்னதை ஆட்சேபித்து ஒரு மறியல் நடந்ததே, அதையும் நாங்கள்தான் நடத்திக் கொடுத்தோம். ஆர்ப்பாட்டமோ பாராட்டோ ஊர்வலமாக ஆள்களைக் கொண்டு வந்து நிறுத்துவது எங்கள் தொழில். இப்பொழுது நீங்கள் நடத்தப் போகும் மறியலுக்கு எவ்வளவு ஆள்கள் தேவை, சொல்லுங்கள். கோஷங்கள் என்னென்ன? அவற்றையும் எழுதிக் கொடுங்கள்."

"இன்னும் ஒரு மணிநேரத்தில் உங்களால் ஆள்களைக் கூட்டிவிட முடியுமா?"

"ஒரு மணி என்ன? அரை மணி போதும். ஒவ்வொருவருக்கும் இரண்டு கொகோ-கோலா, மூன்று ரூபா சம்பளம். ஒரு மணியில் கூட்டினால் போதுமல்லவா? நான் ஐம்பது பேரைக் கூட்டிக்கொண்டு வருகிறேன். மற்றபடி ஜனங்கள் கூட்டம் தானாகச் சேர்ந்துவிடும்."

"இதுதான் உங்களுடைய முழுநேர வேலையா?" என்று கேட்டான் முகுந்தன்.

''இல்லை. கல்யாணக் காலங்களில், பராத்தின்போது பான்ட்(band) வாசிக்கப் போகிறோம். வருஷம் முழுவதும் கல்யாணக் காலமில்லையே...''

''கல்யாணக் கூட்டமும், கண்டனக் கூட்டமும் உங்களைப் பொறுத்தவரையில் ஒன்றுதான்...'' என்றார் மிஸ்ரா. சுரேந்தர் பதில் சொல்லாமல் புன்னகை செய்தான்.

''கல்யாணத்தைக் காட்டிலும் உங்களுக்கு இந்தக் கூட்டங்களில் வரும்படி அதிகமல்லவா?'' என்று கேட்டார் மிஸ்ரா.

''நிச்சயமாய்... அன்று சாந்தினி சவுக்கில் பிரதம மந்திரி கூட்டம் நடந்தது. ட்ரக், ட்ரக்காய் ஆள்களைக் கொண்டுவர வேண்டியிருந் தது. சுற்றுப்புற கிராமங்களில் எவ்வளவு பேர் இதற்காகக் காத்துக் கொண்டிருக்கிறார்கள், தெரியுமா? அவர்கள் கொகோ கோலா குடிப்பதில்லை. லோட்டா நிறைய பால் கொடுக்க வேண்டும்.''

''பிரதம மந்திரி கூட்டத்துக்கு நீங்கள்தான் ஆள் சேர்த்தீர்களா!'' என்று கேட்டாள் சரளா.

''ஆமாம். அது மட்டுமல்ல... அந்தக் கூட்டத்தை எதிர்த்து கறுப்புக் கொடி காட்டி ஆர்ப்பாட்டம் நடத்தினார்களே, அந்த எதிர்க்கட்சிக்கும் நான்தான் ஆள்கள் சப்ளை செய்தேன்...''

''இந்தியாவில் இப்பொழுது வேறு என்ன சுலபமாகக் கிடைக் கிறது, ஆளைத் தவிர!...'' என்றார் மிஸ்ரா.

''உங்களுக்கு எவ்வளவு கொடுக்க வேண்டும்?'' என்றாள் சரளா.

''ஒரு மணி நேரமா!'' என்று கேட்டுவிட்டு ஏதோ கணக்குப் போட்டுவிட்டுச் சொன்னான் - ''எழுநூற்றைம்பது ரூபாய்...''

சரளா மிஸ்ராவைப் பார்த்தாள். மிஸ்ரா சொன்னார்: ''சரி, சரி. அவரிடம் கோஷங்களை எழுதிக் கொடு...''

''என்ன கோஷங்கள் எழுதுவது?'' என்று கேட்டான் முகுந்தன்.

மிஸ்ரா கண்களை மூடிக்கொண்டு யோசித்தார்.

''என்ன மறியல், நடந்த விஷயம் என்ன? எல்லாவற்றையும் சொல்லுங்கள்; நாங்கள் கோஷங்களை எழுதிக் கொள்கிறோம்'' என்று சொன்னான் சுரேந்தர்.

சரளா முகுந்தனைப் பார்த்தாள். முகுந்தன் கூறினான். ''எனக்கு ஹிந்தியில் தெளிவாகச் சொல்ல வராது... நீங்களே சொல்லுங்கள்.''

சரளா சொன்னதை மிகக் கவனமாகக் கேட்டான் சுரேந்தர். அவள் சொல்லி முடித்த பிறகு புன்னகையுடன் சொன்னான். ''இதில் ஒரு சவுகரியம் இருக்கிறது. எந்த கொகோ-கோலா கடைக்காரன் அந்தப் பையனை அடித்துக் கொன்றானோ, அந்தக் கடையிலிருந்தே நாங்கள் வேண்டிய அளவு கொகோ-கோலா எடுத்துக் கொள்ளலாம். செலவு இல்லை.''

''கடைக்காரனை நாம் ஒன்றும் செய்யக்கூடாது. போலீஸ் ஸ்டேஷனுக்குத்தான் போகவேண்டும்...'' என்றாள் சரளா.

''போலீஸ் ஸ்டேஷனில் கொகோ-கோலா கிடைக்காது. ஜனங்களை எப்படி உணர்ச்சி வயப்படச் செய்வதென்று எங்களுக்குத் தெரியும். எங்களிடம் பொறுப்பை விட்டுவிடுங்கள்...''

மிஸ்ரா கண்களைத் திறந்தார். ''ஆல்ரைட்... நீங்கள் போய் எல்லா ஏற்பாடும் செய்யுங்கள். டாக்டர் சரளா பார்க்கவா இன்னும் ஒரு மணியில் வருவாரென்று எல்லாரிடத்திலும் சொல்லுங்கள். 'போலீஸ் ஜுல்ம் ஹோய், ஹோய்... டாக்டர் சரளா பார்க்கவா ஜிந்தாபாத்...' புரிந்ததா!

சுரேந்தர் எழுந்திருந்து குரலில் எந்தவிதமான கூச்சமோ, தயக்கமோ இல்லாமல் 'முன் பணம்' என்று கேட்டான்.

சரளா உள்ளே சென்று இரண்டு நூறு ரூபாய் நோட்டுகளை எடுத்து வந்து, அவனிடம் கொடுத்தாள்.

''தாங்க் யு.''

பிற்பகல் சுமார் நாலு மணிக்கு சரளாவும் முகுந்தனும் ஆசிர்வாதம் வரச்சொன்ன இடத்துக்குச் சென்றபோது அங்கு நாற்பது, ஐம்பது பேர் கும்பலாகக் கூடியிருந்தார்கள்.

சரளா காரிலிருந்து இறங்கியதும், 'போலீஸ் ஜுலம் ஹோய், ஹோய்! டாக்டர் சரளா பார்க்கவா ஜிந்தாபாத்' என்ற கோஷங்கள் எழுந்தன. அக்கூட்டத்தில் நடுநாயகமாக சுரேந்தர் நின்று கொண்டிருந்தான்.

சரளா எல்லோருக்கும் கை கூப்பினாள்.

கட்டைக் குட்டையான ஓர் ஆசாமி காவிக் கலர்ச் சட்டை அணிந் திருந்தான் - சரளாவிடம் வந்து தன்னை ஹோட்டல் ஊழியர் சங்கச் செயலாளர் என்று அறிமுகப்படுத்திக்கொண்டான். சைகள்ல தொண்டை கட்டிப் பாடுவது போலிருந்தது அவன் குரல். உடம்பு முழுவதும் மயிர். கரடியைப் போலிருந்தான். பெயர் திவான் சந்த்.

"கூட்டத்துக்கு அனுமதி வாங்கிட்டேன்" என்றான் அவன்.

"குட்... இத்தகைய அக்கிரமங்கள் 1970-ல் நடக்குமென்று நான் எதிர்பார்க்கவில்லை. கையில் நாலு காசு படைத்தவர்கள், இந்த நாட்டை விட்டுப் பிரபுத்வ ஆட்சிமுறை இன்னும் போய் விட வில்லை என்று நினைத்துக்கொண்டிருப்பதுதான் ஆச்சரியம்... இதற்கு போலீஸ் உடந்தை வேறு..." என்று கோபமாகப் பொழிந்தாள் சரளா.

முகுந்தன் வியப்படைந்தான். சரளாவால் இப்படிப் பேச முடியுமென்று அவன் எதிர்பார்க்கவில்லை.

திவான் சந்த் அவளிடம் கறுப்பு பேட்ஜை நீட்டினான். அவள் முகுந்தனை அதைத் தன்னுடைய புடைவையில் குத்திவிடச் சொன்னாள்.

"யு ஆர் டூயிங் மார்வெலஸ்" என்றான் முகுந்தன் கீழ்க்குரலில், பேட்ஜை குத்திக்கொண்டே. "ஷட் அப்" என்று முணுமுணுத் தாள் சரளா.

"துகான்வாலே ஹோய் ஹோய்" என்று திடீரென்று ஆவேசம் வந்தவன்போல் கத்தினான் சுரேந்தர். கூட்டம் இதை எதிரொலித்தது.

கரோல் பாக் போலீஸ் ஸ்டேஷனை நோக்கி ஊர்வலம் நகர ஆரம்பித்தது.

"டாக்டர் சரளா பார்க்கவா ஜிந்தாபாத்..."

அப்பொழுது இரண்டு மூன்று மாலைகள் சரளாவின் மீது வந்து விழுந்தன.

சுதந்தர பூமி

சிறிது தூரம் சென்றதும், சுரேந்தர் சரளாவிடம் வந்து சொன்னான்: "அந்தப் பையன் செத்துப் போனதற்குக் காரணமான கடை வரப் போகிறது; கடையைத் தாக்குவது என்று தீர்மானமாகி யிருக்கிறது.''

"நோ... ப்ளீஸ்... கடை எதிரே நின்று சத்தம் போடுவோம். போய் விடுவோம்.'' என்றாள் சரளா. "நம்மால் போலீஸ் ஸ்டேஷனைத் தாக்க முடியாது. கடையைத்தான் தாக்கலாம். இன்னொரு காரணம் உண்டு. போலீஸ் ஸ்டேஷனில் கொகோ-கோலா கிடைக்காது...''

இவன் இவ்வாறு சொல்லிக் கொண்டிருப்பதற்குள் அந்தக் கடை வந்துவிட்டது. கூட்டத்தில் சிலர் கடையின்மீது கற்களைவிட் டெறிந்தனர். கடைக்காரன் கடையைப் பூட்டிக்கொண்டு எங் கேயோ போய்விட்டான். இவ்வாறு ஒரு கூட்டம் வரப்போகிறது என்று அவனுக்கு யாரோ சொல்லியிருக்க வேண்டும்.

கற்களை விட்டெறிந்ததோடு திருப்தி அடையாமல் ஏழெட்டு பேர் கடைக்குள் புகுந்து தாழ்ப்பாளை உடைத்து உள்ளே சென்றனர். அவ்வளவுதான், திமுதிமுவென்று மற்றவர்கள் அந்தக் கடைக்குள் புகுந்து விட்டனர். கடை, யானை புகுந்த கரும்புக் காடாயிற்று.

சுரேந்தர் இரண்டு கொகோ-கோலாவைக் கொண்டு வந்து முகுந்தனிடமும் சரளாவிடமும் நீட்டினான்.

"இது நியாயமில்லை...'' என்றாள் சரளா.

"வேண்டுமென்றால் நாற்பத்தைத்து பைசா கொடுங்கள், வாங்கிக் கொள்கிறேன்...'' என்று புன்னகை செய்தான் சுரேந்தர்.

இந்தக் தாக்குதலைக் கண்டதும், சுற்றிலும் இருந்த கடைக் காரர்கள், அவசர அவசரமாகத் தங்கள் தங்கள் கடைகளை அடைக்கத் தொடங்கிவிட்டனர்.

"பார்த்தீர்களா! நாளைக்கு போலீஸ் அக்கிரமத்தை எதிர்த்து கரோல் முழுவதும் கடை அடைப்பு என்ற செய்தி தினசரித் தாள்களில் வரும். டாக்டர் சரளா பார்க்கவாவின் முதல் போராட்டமே மகத்தான வெற்றி...'' என்றான் முகுந்தன்.

"இந்தக் கூட்டத்தைக் கண்டால் எனக்குப் பயமாக இருக்கிறது'' என்றாள் சரளா.

"அப்படியானால் அரசியல் ஆசை எதற்கு உங்களுக்கு? வாருங் கள் இப்படியே, இருவரும் கண் மறைவாகப் போய்விடுவோம். மிஸ்ரா எக்கேடு கெட்டும் போகட்டும்…'' என்றான் முகுந்தன்.

"நான் ராஜ்ஜிய சபா தேர்தலுக்குத்தானே நிற்கிறேன்… இந்த மாதிரிக் கூட்டங்களில் நான் ஏன் கலந்துகொள்ள வேண்டும்?'' என்று கேட்டாள் சரளா.

"ராஜ்ஜிய சபா தேர்தலோ இல்லையோ… உங்களுக்கு அரசிய லில் மதிப்பு ஏற்பட வேண்டுமானால், ஜனநாயகம் விதிக்கும் இக்கால தர்மத்தில், உங்களுக்குப் பின்னால் எவ்வளவு பைத்தியக்காரர்கள் இருக்கிறார்கள் என்பதுதான் முக்கியம்…''

"இரைந்து பேசவேண்டாம், இன்னும் கொஞ்சம் மெதுவாகப் பேசு'' என்றாள் சரளா.

கரோல் பாக் போலீஸ் ஸ்டேஷன் வந்துவிட்டது. லாரி லாரியாகப் போலீஸ்காரர்கள் வந்து இறங்கி ஸ்டேஷனைச் சுற்றி நின்றுகொண்டிருந்தார்கள்.

சரளா 'கேட்' அருகே நின்றுகொண்டிருந்த இன்ஸ்பெக்டரிடம் சொன்னாள்… "என் பெயர் டாக்டர் சரளா பார்க்கவா. போலீஸ் சூப்பரின்டென்ட்டை ஜனங்கள் சார்பாகப் பார்க்க விரும்பு கிறேன்…''

"அவர் அலுவலகத்தில் இல்லை'' என்று பதில் வந்தது.

"அவருக்கு அடுத்தபடியாகப் பொறுப்பானவர் யார் இருக் கிறார்? அவரிடம் பேசவேண்டும்…''

"யாருமில்லை. நான்தான் இருக்கிறேன். நான் உங்களுடன் பேச விரும்பவில்லை…''

"இந்த மாதிரி பதிலுக்கு நீங்கள் பிறகு வருந்த நேரிடலாம்…'' என்றாள் சரளா.

"நீங்கள் ஏதாவது சொல்ல விரும்பினால், ஒரு மனுவாக எழுதிக் கொடுங்கள். அவ்வாறு வாங்கும்படியாகத்தான் எனக்குக் கட்டளை…''

"நான் மிஸ்ரா எம்.பி. வீட்டிலிருந்து வருகிறேன். அவர் இந்த விவகாரத்தில் ஈடுபட்டிருக்கிறார். உள்துறை மந்திரியை அவர்

சுதந்தர பூமி 105

எப்பொழுது வேண்டுமானாலும் பார்க்கமுடியுமென்று உங்களுக்குத் தெரியுமா?''

''சரி. நீங்கள் மட்டும் உள்ளே வாருங்கள். சூப்பரின்டென்டிடம் பேசிக்கொள்ளுங்கள்'' முகுந்தனும் சரளாவுடன் சென்றதை அவர் தடுக்க வில்லை.

சூப்பரின்டென்ட் ஓர் இளைஞன்தான். முப்பது வயதுக்குள் தானிருக்கும். இன்ஸ்பெக்டர் அவனிடம் சென்று காதில் ஏதோ கிசுகிசுத்தான். சூப்பரின்டென்ட் எழுந்து கைகளைக் கூப்பினான்.

''உட்காருங்கள். என் பேர் ப்ரான் அக்னி ஹோத்ரி. நீங்கள் ஒரு பெரிய கூட்டத்தைத் தலைமை தாங்கிக்கொண்டு வந்திருப்பதாக அறிகிறேன்...''

சரளா உட்கார்ந்தாள். முகுந்தனையும் பக்கத்து நாற்காலியில் உட்காரும்படியாகச் சைகை செய்தாள்.

''நீங்கள் ஒரு பையனைக் கைது செய்து கொண்டு வந்ததாகவும், அவன் இறந்துவிட்டதாகவும் தெரிகிறது. ஜனங்கள் கொதிப்படைந்திருக்கிறார்கள்.''

ப்ரான் தொண்டையைச் சிறிது கனைத்துக்கொண்டான். ''இதோ பாருங்கள்... அந்த இரண்டு போலீஸ்காரர்கள் செய்தது தவறு தான், ஒப்புக்கொள்கிறேன். அவர்களை சஸ்பென்ட் செய்திருக்கிறேன். ஆனால், அந்தப் பையன் துரதிர்ஷ்டவசமாக ஹார்ட் அட்டாக்காகிப் போய்விட்டான். இதற்குப் பயம் காரணமாக இருக்கலாம். மெடிகல் ரிப்போர்ட் இருக்கிறது. ஆஸ்பத்திரியில் போஸ்ட்-மார்டம் செய்யாமலில்லை. ஜனங்கள் அரசாங்கத்தின் மீது வேறு காரணங்களுக்காகக் கோபம் கொண்டிருந்தால் இதற்கு எங்களை பலிபீட ஆடுகளாக்குவது நியாயமில்லை... நீங்கள் படித்தவர்கள். ஜனங்களை நேர்வழியில் அழைத்துச் செல்வது உங்கள் பொறுப்பு.''

''மெடிகல் ரிப்போர்ட் எங்கே?'' என்றாள் சரளா.

ப்ரான் மேஜை இழுப்பறையைத் திறந்து ஒரு ஃபைலை எடுத்துக் கொடுத்தான்.

''இது அரசாங்க டாக்டர் ரிப்போர்ட்தானே?'' என்று கேட்டாள் சரளா.

"நாங்கள் ப்ரைவேட் டாக்டரிடம் சென்று 'ரிப்போர்ட் தாருங்கள்' என்று கேட்கமுடியுமா? அப்படிக் கேட்பதும் நியாயமா?" என்று சிரித்துக்கொண்டே வினவினான் ப்ரான்.

"இதற்கு நடுநிலையாளர் விசாரணை ஒன்று தேவையென்று உங்களுக்குத் தோன்றவில்லையா?" என்று கேட்டாள் சரளா.

"தாராளமாக விசாரிக்கலாம். உங்களுக்கோ அரசியல் செல்வாக்கு இருக்கிறது. ஏன் மிஸ்ராவே இதைப்பற்றி விசாரிக்கட்டுமே, எங்களுக்கு ஆட்சேபணை இல்லை... அந்தப் பையன் போலீஸ்காரர்கள் அடித்துச் சாகவில்லை என்று என் மன சாட்சிக்கு உறுதியாகத் தெரியும்..."

"சஸ்பென்ட் செய்த போலீஸ்காரர்களை என்ன செய்தீர்கள்?"

"கைது செய்திருக்கிறோம்... வேறென்ன செய்ய வேண்டுமென்கிறீர்கள்? லஞ்சமாக இரண்டு கொகோ-கோலா சாப்பிட்டதற்கு அவர்களைத் தூக்கிலே போட வேண்டுமா?"

"அந்தப் பையன் பயத்திலே இறந்ததாக வைத்துக்கொண்டாலும், இதற்கும் போலீஸ்தானே காரணம்?" என்று கேட்டான் முகுந்தன்.

ப்ரான் அவன் பக்கம் திரும்பி, அவனைச் சிறிது நேரம் உற்று நோக்கினான். இவன் யார், இவனுக்குப் பதில் சொல்ல வேண்டுமா? என்று கேட்பது போலிருந்தது அவன் பார்வை.

"நீ சொல்வதும் வாஸ்தவந்தான். இதற்கு என்ன சொல்கிறீர்கள், மிஸ்டர் ப்ரான்?"

"இதே நியாயத்தை இன்னும் விஸ்தரித்துக் கொண்டு போனால், அந்தப் பையனின் பலஹீனமான இருதயத்துக்கும் போலீஸ்தான் காரணம் என்று சொல்ல நேரிடும்..."

"காசு கொடுக்காமல் கொகோ-கோலா குடித்தான் என்பதற்காக அவனை லாக்-அப்பில் வைக்கவேண்டியது அவசியந்தானா?" என்று சற்றுக் கண்டிப்பான குரலில் வினவினான் முகுந்தன்.

"யார் இவர்? இவருக்கு நான் ஏன் பதில் சொல்ல வேண்டும்?" என்றான் ப்ரான் சரளாவைப் பார்த்து.

சுதந்தர பூமி

''பார்க்கப்போனால் நீங்கள் யாருக்கும் பதில் சொல்லவேண்டிய அவசியமில்லை. உங்கள் கடமையைச் செய்ததாகச் சொல்லி உங்கள் மந்திரியாகிய அரசியல்வாதியை, மறியல் செய்யும் அரசியல்வாதிகளோடு பேச்சுவார்த்தை நடத்தவோ மோதவோ விடலாம். ஆனால் மிஸ்ராவின் பெயரைக் கேட்டதும் எங்களை நீங்கள் உள்ளே கூப்பிட்டதே கண்மூடித்தனமான கொள்கை வழி நிற்காமல், யதார்த்தத்தோடு சமரஸம் செய்துகொள்ள முயலும் உங்கள் விவேகத்தைக் காட்டுகிறது. ஆகவே திடீர் திடீர் என்று உங்கள் தோளில் குத்தியிருக்கும் அந்தஸ்துப்பட்டை ஞாபகம் வராமல், கேட்கும் கேள்விகளுக்குப் பதில் சொல்லுங்கள். அதுதான் புத்திசாலித்தனம்...'' என்றான் முகுந்தன்.

ப்ரானுக்கு வியர்த்தது. 'நீங்கள் என்னைப் பயமுறுத்துகிறீர்களா?' என்று கேட்டான் மெதுவாக.

சரளா முகுந்தனின் பேச்சைக்கேட்டு வியப்படைந்தாள். உற்சாகத்தோடு பாராட்டுணர்வு தோன்ற அவனைப் பார்த்தாள்.

'நாங்கள் பயமுறுத்தவில்லை. ஒரு சின்னப் பையன் கொகோ-கோலா குடிக்கும் ஆசையால், தவறு செய்து விட்டான், வாஸ்தவம்தான். அவனுக்கு இருதயம் பலஹீனமோ, இல்லையோ எங்களுக்குத் தெரியாது. அதிகாரம், இந்த ஆசையைக் கொன்றதோடு மட்டுமல்லாமல், அவனையும் கொன்றுவிட்டது. அவனே இறந்திருக்கலாம், இல்லை என்று சொல்லவில்லை. ஆனால் அவன் லாக் அப்பில் இறந்திருக்கிறான் என்பதுதான் முக்கியம்... வாசலில் நிற்கும் கூட்டத்தைப் பாருங்கள். வசதி இல்லை என்ற காரணத்தினால், முடியுமானால் கொடுக்காமலே தாங்களும் கொகோ-கோலா குடிக்க வேண்டுமென்ற ஆசையுடையவர்கள். அந்தப் பையன் இறந்துபோனதுகூட அவர்களுக்கு அவ்வளவு முக்கியமல்ல, ஒப்புக்கொள்கிறேன். ஆனால், அவர்கள் இந்நிலையில் இருப்பதால் ஏற்படும் கோபத்தையும், எரிச்சலையும் யார் மீதாவது காட்டவேண்டும். இந்தப் பையன் இறந்துபோனது அவர்கள் ஆத்திரத்தைக் காட்ட ஒரு வாய்ப்பு... புரிகிறதா இப்பொழுது உங்களுக்கு?'

முகுந்தன் இதைச் சொல்லிவிட்டு அவன் முகத்தைத் துடைத்துக் கொண்டான். பிரவாகமாகப் பெருகிய அவன் பேச்சு அவனுக்கே ஆச்சரியத்தைத் தந்தது. தன் சொல்லாற்றல் கண்டு சரளா பிரமிப்பினால் வாயடைத்திருக்கிறாள் என்று அவனுக்குப் புரிந்தது.

பிரானும் அவனை இப்பொழுது மரியாதையுடன் நோக்குவதாக அவனுக்குப் பட்டது.

'ஐ ஆம் கிளாட் யு ஆர் ஃப்ராங்... டீ சாப்பிடுகிறீர்களா?' என்று கேட்டான்.

''டீயும் வேண்டாம், கொகோ - கோலாவும் வேண்டாம். வாசலில் ஒரு பெரிய எதிர்ப்பு முன்னணி நிற்கும்போது, அதன் தலைவர்கள் உள்ளே சிரமபரிகாரம் செய்துகொள்வது, அரசியல் ரீதியாக நல்லதல்ல.'' என்றான் முகுந்தன்.

'இப்பொழுது என்னை என்ன செய்யச் சொல்கிறீர்கள்?' என்றான் ப்ரான்.

'வெளியே வந்து கூட்டத்திடம் சம்பந்தப்பட்ட போலீஸ்காரர்களை சஸ்பென்ட் செய்திருப்பதைக் கூறுங்கள். அந்தப் பையன் இறந்து போன விஷயமாக ஒரு பகிரங்க விசாரணைக்கு நீங்கள் தயாராக இருப்பதாகச் சொல்லுங்கள். அப்படி போலீஸ் அடித்து அந்தப் பையன் இறந்தான் என்று நிரூபிக்கப்பட்டால், நீங்கள் அதற்கு நேரிடையான காரணமாக இல்லாவிட்டாலும், பொறுப்பு ஏற்கும் முறையில், உங்கள் வேலையை ராஜிநாமா செய்வதாக வாக்குறுதி அளியுங்கள். இந்த சாகஸம் அவர்களைத் திருப்தி செய்யும். விசாரணை நடத்தும் ரிப்போர்ட் வருவதற்கு நம் சர்க்காருக்கு இருக்கும் சுறுசுறுப்பில் நிச்சயமாக ஓராண்டுக் காலம் ஆகும். அதற்குள் ஜனங்கள் இந்நிகழ்ச்சியை மறந்து விடுவார்கள்...'

முகுந்தன் இவ்வாறு சொல்லி முடிப்பதற்குள் ஒரு போலீஸ்காரன் சல்யூட் அடித்துவிட்டு விறைப்பாக நின்றான்.

'எஸ்?' என்றான் பிரான் அவனைப் பார்த்து.

'பத்திரிகைக்காரர்கள் வந்திருக்கிறார்கள்...'

'மை காட்... யார் கூப்பிட்டார்கள் அவர்களை?'

'இந்த நிகழ்ச்சியில், செய்தி முக்கியத்துவம் இருக்கிறதே, அதற்காக வந்திருப்பார்கள்...' என்றான் முகுந்தன்.

'நான் பத்திரிகைக்காரர்களோடு பேசப் போவதில்லை. நீங்கள் பேசிக் கொள்ளுங்கள்... ஏதாவது சொல்லிவிட்டு, பிறகு அதை 'நாங்கள் சொல்லவேயில்லை' என்று மறுக்கக் கூடிய உரிமை

அரசியல்வாதிகளுக்குண்டு. எங்களுக்கில்லை. வாருங்கள் கூட்டத்தைப் பார்ப்போம்...'

'அரசியல்வாதிகளைப் பற்றி நீங்கள் இப்படிப் பேசுவது...' என்று கோபத்துடன் ஆரம்பித்தாள் சரளா.

முகுந்தன் அவளைக் கையமர்த்தினான்.

'செய்ய விரும்பாததை ஒருவர் செய்யும்படியான நிர்ப்பந்தம் ஏற்பட்டால் அதற்குக் காரணமானவர்களின் மீது எரிச்சலைக் காட்டாமலிருக்க முடியாது. இந்தச் சலுகையாவது நாம் அவருக்குத் தருவோம்...'

பிரான் முகுந்தனை உற்றுப் பார்த்துவிட்டுப் புன்னகை செய்தான். 'நீங்கள் யாரென்று எனக்குத் தெரியாது, பட் ஐ லைக் யு வெரி மச்...'

'இது பரஸ்பரமானது என்று நான் உறுதி கூறுகிறேன்' என்றான் முகுந்தன்.

சரளா, முகுந்தன், ப்ரான் மூவரையும் கண்ட கூட்டம் கூச்சலிட ஆரம்பித்தது.

'டாக்டர் சரளா பார்க்கவா ஜிந்தாபாத்...'

'போலீஸ்ஜுலும் ஹோய், ஹோய்...'

சரளா பேச ஆரம்பித்தாள். 'நம் கோரிக்கையை சூப்பிரன்டென்டென்ட் பிரான் ஏற்றுக் கொண்டுவிட்டார். உங்கள் ஒற்றுமையும் போராட்டத் துணிவுமே இதற்குக் காரணம். பிரான் உங்களோடு பேசுவார்...'

முகுந்தன் சொல்லிக் கொடுத்ததைப் பிரான் அப்படியே ஹிந்தி யில் சொல்லிவிட்டுக் கைகளைக் கூப்பினான்.

கூட்டத்தில் ஒரே ஆரவாரம்... உற்சாகப் பேரிரைச்சல். சிலர் 'பங்கடா' ஆடினர்.

சுரேந்திரா ஹிந்தியில் ஏதோ மடமடவென்று சொன்னான். ஹோட்டல் ஊழியர் சங்கச் செயலாளர் திவான் சந்த் சிறிது நேரம் பேசினான்.

எல்லாம் முடிந்தபிறகு, 'டாக்டர் சரளா பார்க்கவா எங்கள் தலைவர்' என்ற கோஷம் வானைப் பிளந்தது.

ஒன்பது

'அரசியல் வானில் தோன்றியிருக்கும் புதிய தாரகை' என்று சரளாவைப் பற்றி எழுதினார், ஒரு பிரபலப் பத்திரிகையின் ஆசிரியர். மிஸ்ரா வீட்டில் ஒரு விருந்து நடந்தது. இரவு பன்னிரண்டு மணிக்கு மேல்தான் சரளா ஒரு தாரகை என்ற கற்பனை, அவ்விருந்தில் கலந்து கொண்டபோது உதயமாயிற்று. 'எளிய சுபாவமும், ஆழ்ந்த படிப்புமுள்ள டாக்டர் சரளா பார்க்கவா இந்தியாவின் எதிர்காலம், சோஷலிஸத் திட்டங்களில் தாம் இருக்கிறது என்று தீவிரமாக நம்பு கிறார். ரஸாபாசமாகப் போயிருக்கக் கூடிய ஒரு கிளர்ச்சியை ('கொகோ - கோலா போராட்டம்') சாமர்த்தியமாகச் சமாளித்த அவர் ஆற்றலே இதற்குச் சான்று பகரும்...'

ராஜ்ஜிய சபா தேர்தலில் சரளா வெற்றி யடைந்ததற்கு அவளைப் பற்றிய இக் கட்டுரையும் ஒருவிதத்தில் காரணமாகு மென்று சரளாவே இதை எழுதிய அப் பத்திரிகை ஆசிரியரிடம் ஒப்புக்கொண் டாள்.

''நன்றியை இப்படி வாயால் கூறினால் மட்டும் போதாது'' என்றார், அந்தப் பத்திரிகை ஆசிரியர்.

''என்ன செய்யவேண்டும்?'' என்றாள் சரளா.

''எவ்வளவு பத்திரிகை ஆசிரியர்கள் தூதர்களாகப் போகிறார்கள்!'' என்று கூறினார் அவ்வாசிரியர்.

சரளா புன்னகை செய்தாள். ''எனக்கு அவ்வளவு தூரம் செல்வாக்கு உண்டா என்று தெரியவில்லை. இதற்கு மிஸ்ராவின் ஆசிர்வாதமும் இருந்தால், என் முயற்சிக்குப் பலன் ஏற்படலாம்'' என்றாள் மெதுவாக.

''எந்தெந்த நாட்டில் தூதுவரில்லை என்று ஒரு லிஸ்ட் தயாரித்துக்கொண்டு வாருங்கள், பார்க்கலாம்'' என்றார் மிஸ்ரா.

பத்திரிகையாசிரியர் சந்தோஷத்துடனும், மனநிறைவோடும் திரும்பிச் சென்றார்.

சரளா ராஜ்ஜிய சபாவில் செய்த 'கன்னிச் சொற்பொழிவும்' ஒரு பரபரப்பான செய்தியாகிவிட்டது. ஆளுங்கட்சியைத் தீவிரமாக ஆதரித்து, நாட்டைச் சுரண்டும் முதலாளிக் கும்பல்களை உணர்ச்சிவயப்பட்ட நிலையில் தாக்கினாள். பிரசங்கம் முடிந்தவுடன் பிரதம மந்திரி அவளை அழைத்துப் பாராட்டிக் கூறிய சொற்கள் சரளாவை நிலைகொள்ளாமல் செய்தன. ''யு வில் கோ ஃபார்..'' இதனால் பிரதம மந்திரி எதைக் குறிப்பிடுகின்றாரென்று சரளா மிஸ்ராவைக் கேட்டபோது, அவர் சொன்னார்: இப்படியே தொடர்ந்து பேசிக்கொண்டே இரு. எப்பொழுதாவது மந்திரியாக மாட்டோமா என்ற நப்பாசை இருந்துகொண்டே இருக்கும் என்று அர்த்தம்...''

''உங்களுக்கு அந்த ஆசை இருந்ததில்லையா?''

''எனக்கா? நான் கிழவன்...''

''என்னிடம் அந்த வார்த்தையைச் சொல்லாதீர்கள்'' என்றாள் சரளா.

முகுந்தன் புன்னகை செய்தான்.

''நீ என்ன நினைக்கிறாய். பிரதம மந்திரி எதற்காக என்னை இப்படிப் பாராட்டினார்?''

'''இதற்கு என்ன பொருள்?' என்று நீங்கள் யோசித்துக் களைக்க வேண்டுமென்பதற்காக இருக்கலாம். ப்ரொஃபஸர் சொல்வது

போல், இவ்வாறு தொடர்ந்து நீங்கள் பேசிக்கொண்டேயிருந் தால், ஒரு காலத்தில் பலனைத் தரலாம். இது லாட்டரிச் சீட்டுகள் தொடர்ந்து வாங்குவதுபோல. ஒரு சமயத்தில் பரிசு விழாமலா போகும்?''

அப்பொழுது டெலிபோன் ஒலித்தது. முகுந்தன், டெலிபோனை எடுத்துப் பேசியவன், சரளாவைக் கூப்பிட்டான். பம்பாயில் இருந்து ட்ரங்கால்.

''ஐ ஸி, ஐ ஸி...'' என்று சொல்லிக்கொண்டே இருந்தாள் சரளா டெலிபோனில். மிஸ்ரா அவளையே பார்த்துக்கொண்டிருந்தார். சரளா யாரோடு இவ்வளவு அடக்கமாகப் பேசிக் கொண்டிருக் கிறாளென்று முகுந்தனுக்குப் புரியவில்லை.

பத்து நிமிஷங்கள் கழித்து சரளா யோசனையிலாழ்ந்தவாறு மிஸ்ரா பக்கத்தில் வந்து உட்கார்ந்தாள்.

''பத்து நிமிஷம் பம்பாயோடு பேசினாய் என்றால் முக்கியமான சமாசாரமாக இருக்கவேண்டும்'' என்றார் மிஸ்ரா.

சரளா தலையை ஆட்டினாள். கைப்பையைத் திறந்து கைக் குட்டையை எடுத்து நெற்றியில் பிரகாசித்த முத்துக்களைத் துடைத்தாள்.

''உங்களுக்கு வியர்ப்பது அழகாக இருக்கிறது'' என்றான் முகுந்தன் மெதுவாக.

மிஸ்ரா அவனை ஏறிட்டு நோக்கினார்: ''போய் காப்பி கொண்டு வா.''

முகுந்தனுக்கு அவர் இப்படிச் சொன்னது பிடிக்கவில்லை. தான் சரளாவிடம் இப்படிப் பேசியதுமே அவர் பொறாமை உணர்ச்சியைத் தூண்டியதோ என்னவோ! அவனை அவனிடத் தில் வைப்பதுபோல், காப்பி கொண்டு வா என்று கூறிவிட்டார்.

''ஒரு காலத்தில் கவிஞர்களும் காதலர்களும், 'குழந்தை உறக்கம்' காதலிகளின் கண்ணிமைகளில் தாலாட்டப்படுவதைப் பற்றிக் கவிதைகள் புனைந்தார்கள். இக்காலத்தில், நீ கவிஞனோ காதலனோ தெரியாது. வியர்வையின் அழகைப் பற்றிப் பேசுகிறாய்...'' என்றாள் சரளா.

"இது சோஷலிஸ யுகம். வியர்வைதான் இக்கால உருவகம்..." என்றார் மிஸ்ரா. "அது கிடக்கட்டும்... பம்பாயிலிருந்து யார் பேசினார்கள்?" என்றார் தொடர்ந்து.

முகுந்தன் காப்பி போடுவதற்காக உள்ளே சென்றான்.

அவன் காப்பியை எடுத்துக்கொண்டு வரும்போது சரளா கூறிக் கொண்டிருந்தாள்... "முகுந்தன்கூட இருந்தால், எனக்குத் தன் னம்பிக்கை அதிகரிக்கின்றது. தயவுசெய்து அவனை என்கூட வரும்படி அனுமதியுங்கள்."

மிஸ்ரா காப்பியை வாங்கிக் கொண்டார்.

"என்னைக் காணாதபோது நீங்கள் என்ன விஷமம் செய் கிறீர்கள்?" என்றார் மிஸ்ரா.

"இது நாம் மூவரும் தனித்தனியாகக் கேட்கவேண்டிய கேள்வி." என்றாள் சரளா.

"ஷட் அப்..." என்று சீறினார் மிஸ்ரா.

முகுந்தன் கேட்டான்: "என்னை எங்கே கூப்பிடுகிறீர்கள்?"

"போன் வந்தது, தெரியுமல்லவா?"

"ஆமாம்... பம்பாயிலிருந்துதானே?"

"எஸ்..." அவள் அவனுக்குச் செய்தியை விவரமாகச் சொன் னாள்.

சரளாவுக்குத் 'தெரிந்த' தொழில் நிறுவனத்தின் கிளையொன்று விவசாயத்துக்குத் தேவையான உபகரணங்களையும், எருக்களை யும் தயாரிக்கிறது. ஒரு குறிப்பிட்ட ராஜ்ஜியத்தில் அப்பொருள் களுக்கு நல்ல செலவாணி. ஆனால், திடீரென்று அந்த ராஜ்ஜியத்திலேயே இப்பொருள்களைத் தயாரிப்பதென்று அந்த ராஜ்ஜியத்தைச் சேர்ந்த ஒருவர் – சில எம்.எல்.ஏ.க்கள், குட்டி மந்திரிகளின் ஆதரவோடு – கிளம்பினார்... இன்னொரு ராஜ்ஜி யத்திலிருந்து, அதாவது பம்பாயிலிருந்து, இப்பொருள்களை வாங்குவதா என்ற பிரச்னை கிளம்பி இந்த ராஜ்ஜியத்தை நம்பி ஏராளமான தொழில் கருவிகளைத் தயாரித்த அந்தத் தொழில் நிறுவனத்துக்கு இப்பொருள்கள் சந்தை இல்லாமல் முடங்கி விடுமோ என்ற நிலைமை உருவாகியிருக்கிறது. இது விஷயமாக

சரளா அக்குறிப்பிட்ட ராஜ்ஜியத்தின் தலைநகருக்குச் சென்று, மந்திரிகளையும் எம்.எல்.ஏ.க்களையும் பார்த்து...

"நீயும் என்னுடன் வந்தால் உதவியாக இருக்கும்." என்றாள் சரளா முகுந்தனிடம்.

"தமிழ்நாட்டில் சுற்றுப் பயணம் செய்யக் கூப்பிட்டிருக்கிறார்கள். முகுந்தனையும் அழைத்துக்கொண்டு போகலாமென்றிருக்கிறேன்." என்றார் மிஸ்ரா.

"நான் திரும்பி வந்தவுடன் போகக்கூடாதா? - குறிப்பிட்ட நிகழ்ச்சி ஒன்றுமில்லையே?"

"அக்கட்சியின் ஆட்சியில், தமிழ்நாடு எவ்வளவு முன்னேறியிருக்கிறது என்று இதரக் கட்சி எம்.பி.க்களுக்குக் காட்டவேண்டுமென்ற ஆசை அங்குள்ள ஆளுங்கட்சிக்கு. அவர்கள் திட்டமிட்ட சுற்றுப்பயணத்தை மேற்கொள்வதைக் காட்டிலும், முகுந்தனுடன் நான் தனியாக என் விருப்பப்படி சுற்றலாமென்றிருக்கிறேன். அப்பொழுதுதான் உண்மையான நிலை தெரியும்."

"நீங்கள் தமிழ்நாட்டுக்குப் போகப்போவதைச் சொல்வதைப் பார்த்தால் ஏதோ அயல்நாட்டுக்கு விஜயம் செய்யப் போவதைப் போல் இருக்கிறது..." என்றாள் சரளா.

"அயல்நாடுதான், சந்தேகமென்ன? - இந்தியா முழுவதும் ஒரு தேசமென்றிருந்தால், ஒரு ராஜ்ஜியத்திலிருந்து இன்னொரு ராஜ்ஜியத்துக்கு இப்பொருள் வரலாமா என்ற பிரச்னை எழுவானேன்? - ஏன் ஒரே பொருளை உற்பத்தி செய்வதில் இப்படி டூப்ளிகேஷன் ஏற்பட வேண்டும்? ராஜ்ஜியத்துக்கு ராஜ்ஜியம், மாவட்டத்துக்கு மாவட்டம், ஊருக்கு ஊர், வீட்டுக்கு வீடு என்று தனிக்கொடி கொடுக்க ஆரம்பித்துவிட்டால், பாரதத்தில் ஐம்பத்தாறு கோடி நாடுகள் இருக்கும். வீட்டுக்கு வீடு தூதர்களைப் பரிமாறிக் கொள்ளவேண்டிய நிலைமை ஏற்படலாம். உன் நண்பன் இருக்கிறானே அந்தப் பத்திரிகை ஆசிரியர் அவனிடம் சொல். நிச்சயமாக அவன் தூதனாவதற்கான வாய்ப்பு இருக்கிறதென்று."

மிஸ்ரா மிகவும் வேகமாகப் பேசிக்கொண்டிருக்கிறார் என்பதை உணர்ந்த முகுந்தன், உள்ளே போய் மாத்திரைப் புட்டியை எடுத்துக்கொண்டு வந்து அவரிடம் கொடுத்தான்.

சுதந்தர பூமி 115

"தாங்க் யு. யு வாண்ட் டு சைலென்ஸ் மி" என்று புன்னகை செய்தார் மிஸ்ரா.

மிஸ்ரா மாத்திரைப் புட்டியைத் திறந்து ஒரு மாத்திரையை அரையாக ஒடித்து, வாயில் போட்டுக்கொண்டார்.

"முகுந்தனை நான் அழைத்துப் போகலாமா?" என்று கேட்டாள் சரளா.

மிஸ்ரா பதில் சொல்லவில்லை. கண்களை மூடிக்கொண்டு சோபாவில் பின்புறமாகச் சாய்ந்துகொண்டார். அவருடைய ஆட்சேபணை வலுவாக இல்லை என்று இதற்கு அர்த்தம். அவரிடம் இன்னொரு தடவை பேசினால், அவர் இணங்கி விடுவாரென்ற தீர்மானத்துக்கு வந்த சரளா முகுந்தனைப் பார்த்துப் புன்னகை செய்தாள்.

சரளாவை வரவேற்க அத்தொழில் நிறுவனப் பிரதிநிதி பவார் விமான நிலையத்துக்கு வந்திருந்தான். சரளா முகுந்தனைத் தன் னுடைய அந்தரங்கக் காரியதரிசி என்று அவனுக்கு அறிமுகப் படுத்தினாள்.

பவார் ஆறடி உயரமும் அதற்கேற்ற உடற்கட்டுமுடைய இளைஞன். பார்ப்பதற்கு ஒரு குஸ்திப் பந்தய வீரனைப் போலிருந்தான். சரளா முகுந்தனை அறிமுகப்படுத்தியபோது, அந்த ஒரு கணத்தில் முகுந்தனைத் தவிர வேறு யாருமே உலகில் அவனுக்கு முக்கியமில்லை என்பதுபோல அவனைப் பார்த்துப் புன்னகை செய்துவிட்டு, அடுத்த கணத்தில் அவனை அடியோடு மறந்து, அவ்வூரில் அவள் தங்குவதற்கு ஏற்பாடு செய்திருந்த ஹோட்டலைப் பற்றிச் சொன்னான்.

"மிகவும் வசதியானது என்று சொல்ல முடியாது. ஆனால் இருப் பதற்குள் சிறந்தது. பை தி வே... இவரும் உங்களுடன் தங்குகிறாரா அல்லது."

"எஸ். அவரும் என்னுடன் தங்குகிறார்."

"குட். ஹோட்டலுக்குப் போனபிறகு மற்றவற்றைப் பற்றிப் பேசிக்கொள்ளலாம்."

ஹோட்டலில் அவள் நீராடிச் சாப்பிட்டு இளைப்பாறிய பிறகு பவார் அவளைப் பார்க்க வந்தான். வரும்போது கையில் ப்ரீஃப்கேஸுடன் வந்தான்.

"ஆர் யு ரெடி ஃபார் எ டிஸ்கஷன்?" என்றான் இளநகையுடன். அவன் பற்கள் மிக வெண்மையாகத் தெரிந்தன.

"ஓ எஸ்." என்று கூறிக்கொண்டே அவன் எதிரே வந்து உட்கார்ந்தாள் சரளா.

பவார் பேசத் தொடங்கினான்: "இங்கே பல கட்சிக் கூட்டாட்சி நடக்கிறது. ஜனங்களுக்கு நல்லது செய்யவேண்டுமென்ற ஆசையினால் இக்கூட்டணிகள் ஏற்படவில்லை என்று உங்களுக்குத் தெரியும். மன்னிக்கவும்; நான் அரசியலைப் பற்றிப் பேசும் போது, தப்பித் தவறி உங்கள் மனம் புண்படும்படியாக ஏதாவது சொல்ல நேர்ந்தால்."

"பரவாயில்லை, சொல்லுங்கள். நானே அரசியலுக்கு நேற்று தான் வந்திருக்கிறேன்."

"மந்திரிசபை கூட்டாகச் செயலாற்ற முயன்றாலும், அந்தக் கட்சிகள் அவர்களுடைய பிரதிநிதிகளாகிய மந்திரிகளை அப்படிச் செயலாற்ற விடுவதில்லை. மந்திரி சபையில் இருந்து கொண்டே பதவியிலிருக்கும் இன்னொரு கட்சியின் செல்வாக்கை எப்படி உடைக்கவேண்டுமென்று ஒவ்வொரு குறிப்பிட்ட கட்சியைச் சார்ந்த மந்திரியும் திட்டமிட வேண்டுமென்பதுதான் இக்கூட்டாட்சி முறையின் தத்துவம்."

"நீங்கள் ஆசிரியர் உத்தியோகத்திலிருந்து இவ்வேலைக்கு வந்தீர்களா?" என்று கேட்டாள் சரளா.

பவார் சிரித்தான்.

"நீங்கள் ஆசிரியராக இருந்திருக்கிறீர்கள் என்று எனக்குத் தெரியும். ஆசிரியர் தொழிலிலிருந்தோ அல்லது வக்கீல் தொழிலிலிருந்தோ அரசியல்வாதியாக ஆவது ஒரு இயல்பான பரிமாற்றம் என்பதை ஒப்புக்கொள்கிறேன். என் தந்தை ஒரு கல்லூரித் தலைவராக இருந்தவர். இந்தப் பாரம்பரிய பாதிப்பை விலக்குவது என்பது ஒரு சுலபமான காரியமல்ல. மற்றும், இந்த விவகாரத்தை நீங்கள் புரிந்துகொள்ள வேண்டுமென்றால், இந்த விவரங்கள் அவசியம். அதற்காகத்தான்..."

"ஆல்ரைட். கோ அஹெட்."

"இருபது அங்கத்தினர்களைக் கொண்ட ஒரு கட்சி கூட்டணியில் சேருகிறது என்றால், அக்கட்சியிலிருக்கும் இருபது பேரையும்

சுதந்தர பூமி

மந்திரிகளாக்க முடியாது. மூன்று பேரை மந்திரிகளாக்கினால், மற்றைய பதினேழு பேருக்கும் அதற்குச் சமமாக லாபம் வரும்படியாக ஏதாவது செய்தாக வேண்டும். ஒரு குறிப்பிட்ட எம்.எல்.ஏ.யின் அரசியல் பலத்தோடு ஒருவர் – அவர் இந்த எம்.எல்.ஏ.வுக்கு உறவாக இருக்கலாம், எனக்குத் தெரியாது – இப்பொழுது இந்தத் தொழிலை ஆரம்பித்திருக்கிறார். உற்பத்தியை ஆரம்பிப்பதற்கு முன்னால் அரசாங்கத்தின் தேவைகளைப் பூர்த்தி செய்வதற்காக ஆர்டர் புக் செய்து கொண்டிருப்பதாகத் தெரிகிறது. மற்றைய தனிப்பட்ட சிறு மிராசுதார்களும், இந்தக் கம்பெனி தயாரிக்கும் விவசாயக் கருவிகளை வாங்கினால்தான், இக்கருவிகளை வாங்கக் கடனுதவி தரப்படும் என்று அரசாங்கம் உத்தரவு பிறப்பிக்க வேண்டுமென்று இந்த எம்.எல்.ஏ. முயற்சி செய்து வருவதாகவும் தெரிகிறது. ராஜ்ஜிய முதல் மந்திரி வேறு கட்சியைச் சார்ந்தவர், நீங்கள் அவரைப் பார்த்து ஏதாவது அரசியல் பேரம் செய்துகொள்ளலாம். மன்னிக்கவும், நான் இதை ஒரு யோசனையாகக் கூறவில்லை – பம்பாயிலிருந்து எனக்கு இப்படிக் கடிதம் வந்தது. அதைத்தான் சொல்கிறேன். உங்களுக்கு ஆலோசனை கூற எனக்குத் தகுதியுமில்லை.''

''யு ஆர் எவர் அப்பாலஜெடிக்...'' என்றாள் சரளா சிரித்துக் கொண்டே.

''முதல் மந்திரியின் காரியதரிசியை எனக்கு நன்றாகத் தெரியும். அப்பாயின்ட்மெண்ட் நாளைக்கு வைத்துக்கொள்ளலாமா?''

''ஆல்ரைட். ஏற்பாடு செய்துவிட்டு வந்து சொல்லுங்கள்.''

முதல் மந்திரி அசகாயசூரர். அவரைப் பார்க்கப் போகும்போது கொஞ்சம் தயக்கத்துடன்தான் சரளா சென்றாள். அரசியல் உலகில் அவர் சாதித்த அற்புதமான சர்க்கஸ் வித்தைகள் நாடு முழுவதும் பிரசித்தம். இவரை எப்படிச் சமாளிப்பது? – இதுபற்றி அவளும் முகுந்தனும் நீண்ட நேரம் விவாதித்த பிறகுதான், முதல் மந்திரியைச் சந்திக்கப் புறப்பட்டார்கள்.

முதல் மந்திரியை அவர் வீட்டில் சந்தித்தார்கள். அவருக்கு அறுபது வயதிருக்கலாம். ஆனால் பார்ப்பதற்கு நாற்பத்தைந்துக்கு மேல் சொல்ல முடியாது.

''ஆயியே, ஆயியே.'' என்று சரளாவை இன்முகத்துடன் வரவேற்றார். அந்த இனிமை வரவழைத்துக்கொண்ட பாவனையாக

முகுந்தனுக்குத் தோன்றியது. சரளாவின் 'கவர்ச்சி'யால் அவர் பாதிக்கப்படமாட்டாரென்று அவனுக்குப் பட்டது.

''டில்லி முழுவதும் உங்களைப் பற்றியே பேசுகிறார்களாமே, உங்கள் அரசியல் பிரவேசம், ஒரு வரவேற்கத்தக்க செய்தி என்கிறார்கள். சில எம்.பி.க்களைப் பார்த்தேன். உங்கள் ராஜ்ய சபா பேச்சை மிகவும் பாராட்டிச் சொன்னார்கள்'' என்றார் முதல் மந்திரி.

''நன்றி. இவர் என்னுடைய அந்தரங்கக் காரியதரிசி, முகுந்தன்..''

''அப்படியா, நமஸ்தே.''

ஒரு பணியாள் தேனீர், பிஸ்கெட் ஆகியவற்றைக் கொண்டு வந்தான்.

''உங்களுக்கு ஓர் அகில இந்தியத் தலைவராக வேண்டிய தகுதிகள் இருக்கும்போது, சிக்கல்கள் நிறைந்த ஒரு ராஜ்ஜியத்தின் தலைவலியை ஏற்றுக்கொண்டிருப்பது பெரிய தியாகம்தான்.'' என்றாள் சரளா.

''சர்க்கரை ஒரு ஸ்பூனா, இரண்டா?'' என்று கேட்டார் முதல் மந்திரி. அவரே தேநீரைக் கலந்து சரளாவிடம் நீட்டினார்.

''தாங்க் யு. நானே போட்டுக்கொள்கிறேன்.'' என்றாள் சரளா. முதல் மந்திரி அளித்த இன்னொரு கோப்பையை முகுந்தன் வாங்கிக்கொண்டான்.

''அடுத்த மந்திரிசபை மாற்றத்தில் உங்களுக்கு நிச்சயம் இடம் இருக்கலாமல்லவா?'' என்று கேட்டார் முதல் மந்திரி.

''மந்திரிசபை மாதா மாதம் மாறிக்கொண்டே இருக்குமா?''

''கட்சிப் பிரசார இயக்கத்துக்குத் தேவையானால், இதுதானே ஜனநாயகம் வரையறுத்திருக்கும் நிர்ப்பந்தம்? – செய்தித்தாள்களின் முக்கியத்துவம் எதனால் ஏற்படுகிறது?''

''நீங்கள் ஒரு கூட்டணி ஆட்சியைச் சமாளித்துக்கொண்டிருப்பது வியக்கத்தக்க செய்திதான்.''

''அக்காலத்தில் நம் முன்னோர்கள் பல தாரங்களை மணந்து குடும்பத்தைச் சமாளிக்கவில்லையா?''

சுதந்தர பூமி 119

"இருக்கலாம். ஆனால், அக்காலத்தில் ஒவ்வொரு மனைவியும் மற்றவளை வெறுத்து அவளைக் கவிழ்க்க முயல்வாளேயன்றி குடும்பத் தலைவனையே கவிழ்க்க முயற்சி செய்வதில்லை."

முதல் மந்திரி முகுந்தனைப் பார்த்தார்.

"அவனைப் பற்றிக் கவலைப்படாதீர்கள். நீங்கள் சொல்ல வேண்டியதைச் சொல்லலாம். அவன் என் நம்பிக்கைக்குப் பாத்திரமானவன்."

"நான் ஒன்றும் சொல்ல விரும்பவில்லை. அக்கால அந்தப்புர ரகஸ்யங்களைப் பற்றிப் பேசுவதற்காக நீங்கள் வந்திருக்கிறீர்கள் என்று நான் நினைக்கவில்லை."

சரளா சிரித்தாள். "இந்த உவமானத்தைச் சொன்னதே நீங்கள்தாம். அதைச் சற்று விரிவாக்கிப் பார்க்க முயன்றேன், அவ்வளவு தான்."

முதல் மந்திரி புன்னகை செய்தார். "நீங்கள் அரசியலில் பிரவே சிக்க ப்ரொஃபஸர் மிஸ்ராதாம் காரணம் என்கிறார்கள். அப்படியா?"

"ஆமாம்."

"நன்றாகப் படித்த மனிதர். படிப்பு அவர் அரசியலில் சாமர்த்தி யத்தைக் கெடுத்துவிடவில்லை. அதையும் சொல்லவேண்டும்."

"அவர் கையில் ஐம்பது அறுபது ஓட்டுகள் இருக்கின்றன என்று உறுதியாகச் சொல்லலாம்." என்றாள் சரளா.

"அப்படியா?" முதல் மந்திரியின் குரலில் ஆர்வம் தொனிப்பது போல் முகுந்தனுக்குப் பட்டது.

"அதனால்தான் அவரைப் பிரதம மந்திரிக்கு மிகவும் வேண்டிய வர் என்று கருதுகிறார்கள்."

"ஐ ஸி. ஆளுங்கட்சி அவர் யோசனைகளை அலட்சியம் செய்ய முடியாது."

"நிச்சயமாக..."

"உங்களுக்கு இன்னும் கொஞ்சம் தேனீர்?"

"தாங்க் யு."

சிறிது நேரம் மவுனம் நிலவியது. முதல் மந்திரி தேனீர் கோப்பையைக் கீழே வைத்துவிட்டு தொண்டையைச் சிறிது கனைத்துக் கொண்டார். மேஜையிலிருந்த சிகரெட் பெட்டியி னின்றும் ஒன்றை எடுத்து பற்றவைத்துக் கொண்டார்.

"உங்கள் கட்சிக்காரர்கள் இங்கு மந்திரி சபையிலிருந்தும் தொந்தரவு கொடுத்துக் கொண்டிருக்கிறார்களே, மிஸ்ராவை இதுபற்றிப் பிரதம மந்திரியிடம் பேசச் சொல்லுங்களேன்" என்றார் முதல் மந்திரி.

"என்ன தொந்தரவு கொடுக்கிறார்கள்?"

"உங்கள் கட்சிக்காரர்களுக்கே இந்த மனசாட்சி வியாதி அடிக்கடி வருகிறது. ஆபரேஷன் செய்து மனசாட்சியை எடுத்துவிடச் சொல்லுங்கள். உங்களுக்கும் நிம்மதி, மனசாட்சிக்கும் நிம்மதி.."

சரளா சிரித்தாள்.

"ஏன் இப்படிக் கூறுகிறீர்கள்?"

"பொருளாதார ஸ்திரத்தன்மைக்காகச் சில திட்டங்களை மேற்கொண்டால், சோஷலிஸ உரைக் கல்லால், அவற்றைத் தேய்த்துப் பார்த்து, 'அது கூடாது, இது கூடாது' என்று ஒரு பக்கம் ஆர்ப்பரிக்கிறார்கள். இன்னொரு பக்கம், 'இவருக்கு இந்தத் தொழில் ஆரம்பிக்க அனுமதி கொடு, அவருக்கு அந்தத் தொழில் தொடங்க அனுமதி கொடு...' என்று சோஷலிஸ உரைக் கல்லை மனசாட்சியில் ஒளித்து வைத்துவிட்டு நச்சரிக்கிறார்கள்."

சரளா ஒருகணம் திகைத்தாள். இவர் எதற்காக இதைச் சொல் கிறார்? - எதைப்பற்றிக் குறிப்பிட்டுப் பேசவேண்டுமென்று கூறாமல், அவள் வந்திருக்கும்போது முதல் மந்திரி பேசுவதைப் பார்த்தால் அவருக்கு அவள் எதற்காகத் தம்மைச் சந்திக்க வந்திருக்கிறாளென்று தெரியும் போலிருக்கிறது. ஆகவே அந்த விவகாரத்தைப் பற்றி பேசக்கூடாது என்பதற்காக இப்படிப் பேசுகிறாரா?-

"மிஸ்ராவுக்கு, நீங்கள் சொல்லும் யோசனையை பக்குவமாகப் பிரதம மந்திரியிடம் கூறக்கூடிய ஆற்றல் உண்டு." என்றான் முகுந்தன்.

இந்தக் குறிப்பிட்ட கருத்தை வற்புறுத்தினால்தான் பேச்சைத் தொடங்க முடியுமென்று அவன் உணர்ந்தான். சரளாவின்

சுதந்தர பூமி 121

சிந்தனை வேறு திசையில் சென்றிருக்கிறதென்பதை அவனால் அறிந்துகொள்ள முடிந்தது. முதல் மந்திரிக்கு சரளா எதற்காக வந்திருக்கிறாளென்று தெரிந்திருக்கிறது. ஆகவே, அவளுடன் அவர், பவார் கூறியதுபோல, ஒரு பேரம் பேச முற்பட்டிருக்கிறார். அவர் இங்கு தொல்லைகள் இல்லாமல் செயலாற்ற வேண்டுமென்றால், மத்தியக் கட்சி இங்குள்ள பிரதம மந்திரியின் கட்சிக்காரர்களைச் சங்கிலி போட்டுக் கட்டுதல் வேண்டும். அப்படி இங்குள்ள அக்கட்சித் தலைவர்கள் ஓரிருவருக்கு மத்திய மந்திரி சபையில் இடமளிக்கலாம்.

முதல் மந்திரி முகுந்தனைப் பார்த்தார். ''ஐ ஸி. ஆர் யு ஆல்ஸோ எபட்டிங் பாலிடீஷியன்?'' என்று புன்னகையுடன் கேட்டார்.

''ஹீ ஈஸ் ஒன் அல்ரெடி...'' என்றாள் சரளா. அதைத் தொடர்ந்து, முகுந்தன் கூறிய யோசனையை ஏற்றுக்கொண்டு, ''நீங்கள் கவலைப்பட வேண்டாம். நான் மிஸ்ராவிடமும், பிரதம மந்திரியிடமும் பேசுகிறேன்'' என்றாள் சரளா முதல் மந்திரியிடம்.

''இது எனக்காகச் செய்வதல்ல; உங்களுக்காகத்தான். என்னைப் பாதுகாத்துக்கொள்ள எனக்குத் தெரியும்.'' என்றார் முதல் மந்திரி.

தாம் அவர்களிடம் தயை வேண்டுவதுபோல் இருக்கக் கூடாது என்பதற்காக இதைச் சொல்லி தம் அந்தஸ்தையும் சுயமதிப்பையும் அவர் நிலைநாட்டிக்கொள்ள விரும்புகின்றாரென்று முகுந்தன் உணர்ந்தான்.

''எனக்கு ஒரு பிரச்னை இருக்கிறது.'' என்றாள் சரளா.

''எஸ்!''

சரளா விஷயத்தை நேரடியாகவே முதல் மந்திரியிடம் விளக்கிச் சொன்னாள்.

''இந்தத் தொழில் நிறுவனத்தின்மீது உங்களுக்கு ஏன் தனி அக்கறை?''

''அவர் என்னுடைய நண்பர் அவ்வளவுதான். நீண்ட நாள்களாக இத்துறையில் இருந்து வருகிறார்கள். மகாராஷ்டிரம் இன்னொரு தேசமல்ல. உங்கள் ராஜ்ஜியத்தில் ஆரம்பிப்பதற்கு வேறு தொழிலா இல்லை? – எவ்வளவோ இருக்கின்றன – விவசாயத் தொழிலிலேயே, அந்தத் தொழில் நிறுவனத்தார் உற்பத்தி

செய்யாத பொருள்களை இங்குள்ளவர்கள் செய்யலாம். தொழில் ஆலோசனை தருவதற்கு அவர்கள் தயார்."

"விவசாயம் என்னுடைய இலாக்காவல்ல. உங்கள் கட்சிக்காரர் தான். போய்ப் பாருங்களேன்."

"எந்த எம்.எல்.ஏ. இதில் முனைந்திருக்கிறாரோ அவரும் எங்கள் கட்சிக்காரர்தாம். இல்லையென்று சொல்லவில்லை. ஆனால் சொந்த நலன் என்று வரும்போது கட்சியைப் பற்றி யார் கவலைப்படுவார்கள்?"

"நான் என்ன செய்யவேண்டும் என்கிறீர்கள்?"

"ஒரு குறிப்பிட்ட தொழில் நிறுவனம் - அதாவது இந்த ராஜ்ஜியத்திலிருக்கும் தொழில் நிறுவனம் - உற்பத்தி செய்யும் விவசாயக் கருவிகளை வாங்கினால்தான் அரசாங்கக் கடனுதவி உண்டு என்று உத்தரவிடக் கூடாது."

"யார் உத்தரவிட்டிருக்கிறார்கள்?"

"அப்படி உத்தரவு வரப்போவதாகக் கேள்வி."

முதல் மந்திரி சிறிது நேரம் பேசாமலிருந்தார். பிறகு சொன்னார். "இதை நான் தடுத்தால், சொந்த ராஜ்ஜியத்தில் உற்பத்தியானதை விட்டு வேறு ராஜ்ஜியத்திலிருந்து வரும் பொருளை ஆதரிக்கின்றேன் என்று என்னைத் தூற்றுவார்கள். அரசியலில் இது என்னை எவ்வளவு தூரம் பாதிக்குமென்று யோசித்துப் பார்த்தீர்களா?"

"தரம் நிர்ணயம் செய்யும் ஒரு குழுவை அமைத்து இரண்டையும் மதிப்பிடச் செய்தால் போதுமே இங்கு உற்பத்தியாகும் பொருள் நிச்சயமாகப் பம்பாயிலிருந்து வரும் பொருளுக்கு ஈடாகாது. விளைச்சலில் ஈடுபட்டவர்களுக்கு பலன் முக்கியமா, ராஜ்ஜியப் பற்று முக்கியமா?" – என்றான் முகுந்தன்.

"இந்த ராஜ்ஜியத்தில் உற்பத்தியாகும் பொருள் தரம் குறைந்ததாக இருக்குமென்று உன்னால் எப்படி நிச்சயமாகச் சொல்ல முடியும்?" என்று கேட்டாள் சரளா.

"இது நாம் அமைக்கும் குழுவைப் பொறுத்தது" என்றார் முதல் மந்திரி.

பத்து

சரளாவும் முகுந்தனும் முதல் மந்திரி யோடு பேசிவிட்டுத் திரும்பியபோது பவார் அவர்களுக்காக ஹோட்டலில் காத்துக் கொண்டிருந்தான்.

சரளா அவனைப் பார்த்துப் புன்னகை செய்தாள்.

''கங்கிராட்ஸ்'' என்றான் பவார்.

''கங்கிராட்ஸா, எதற்கு?''

''உங்கள் புன்னகை நீங்கள் அடைந் திருக்கும் வெற்றியை மாத்திரம் தெரி விக்கவில்லை.''

''யு மீன்?''

''அடையப் போகும் வெற்றியைக் கூடத் தெரிவிக்கிறது.''

''சரி, மேலே வாருங்கள் போகலாம்'' என்றாள் சரளா. பவார் வரவேற்பறை யில் நின்றுகொண்டிருந்தான்.

அதுவரை முகுந்தன் பக்கம் ஏறிட்டுப் பார்க்காமல் நின்றுகொண்டிருந்த பவார் அவனிடம் சொன்னான்: ''எங்கள் ஊர் உங்களுக்குப் பிடித்திருக்குமென்று நம்பு கிறேன்.''

"உங்கள் ஊர் மட்டுமல்ல, உங்கள் முதல் மந்திரியையும் மிகவும் பிடித்திருக்கிறது. ஆனால் பேசும்போது ஜாக்கிரதையாக இருக்க வேண்டும். கண்ணாடிக் கற்கள் தூவப்பெற்ற சுவரைத் தாண்டிக் குதிப்பதுபோல..."

பவார் சிரித்தான். "ஜாட் மக்கள் சாதாரணமாக வீரத்துக்கும், கோபத்துக்கும் பேர் போனவர்கள். ஆனால், எங்கள் முதல் மந்திரி ஜாட்டாக இருந்தபோதிலும், அவர் வீரத்தைப் பற்றியும், கோபத்தைப் பற்றியும் எனக்குத் தெரியாது. கெட்டிக்காரத்தனத் துக்குப் பேர் போனவர்."

மூவரும் அறையை அடைந்தார்கள். சரளா பூட்டைத் திறந்து கொண்டே சொன்னாள்.

"ஜாட் மக்களைப் பற்றி ஒரு கதை உண்டு."

"என்ன?" என்று கேட்டான் முகுந்தன்.

"ஒரு ஆராய்ச்சிக் கூடத்தில் ஒரு ஜாட் விஞ்ஞானி ஒரு அருமை யான கொள்கையைக் கண்டுபிடித்ததாக நினைத்து டைரக்டரிடம் ஓர் ஆராய்ச்சிக் கட்டுரையைச் சமர்ப்பித்தானாம். டைரக்டர் அதைப்பற்றிப் பல நாள் பேசவேயில்லை.. ஒரு நாள் அந்த ஜாட் விஞ்ஞானி அவரைக் கேட்டானாம். 'என்னை இங்கு எல்லோரும் மேதை என்றே விளையாட்டுக்காக அழைக்கிறார்கள். அந்த ஆராய்ச்சிக் கட்டுரையைப் பற்றி என்ன நினைக்கிறீர்கள்?' - டைரக்டர் சொன்னாராம். 'வாஸ்தவந்தான். ஜாட் மக்களிடையே நீ மேதை, மேதைகளிடையே ஜாட்...'

பவார் வாய்விட்டுப் பலமாகச் சிரித்தான். ஆனால், அவன் சிரித்ததைப் பார்த்தால் அவன் செயற்கையாகச் சிரிப்பது போலிருந்தது. சரளா சொன்ன ஹாஸ்யத்தை அவன் ஏற்கெனவே கேட்டிருக்கலாமென்று முகுந்தனுக்குத் தோன்றியது.

பவார் நாற்காலியில் உட்கார்ந்ததும் ஒரு சிகரெட்டை பற்றவைத்துக் கொண்டான்.

"என்ன நடந்தது என்று சொல்ல முடியுமா? நீங்கள் எப்படி இக்காரியத்தைச் சாதித்தீர்கள் என்று நான் கேட்கவில்லை. நான் ரிப்போர்ட் அனுப்புவதற்குத் தேவையான விவரங்கள் மட்டும் சொல்லுங்கள் போதும்."

''இப்பொழுது ஆபத்து ஒன்றுமில்லை என்று ரிப்போர்ட் அனுப்புங்கள் போதும்... இன்னும் இதைப்பற்றி தில்லியில் சில காரியங்கள் செய்யவேண்டியிருக்கிறது'' என்றான் முகுந்தன்.

''டு யு ஸ்மோக்?''

''தாங்க் யு.'' முகுந்தன் பவார் கொடுத்த நெருப்புப் பெட்டியைத் திருப்பித் திருப்பிப் பார்த்தான். இரண்டு ஜப்பான் அழகிகள் நிர்வாணமாக நின்றுகொண்டு அவனைப் பார்த்துச் சிரித்தனர்.

''என்ன அது?'' என்று கேட்டுக்கொண்டே முகுந்தனிடம் கையை நீட்டினாள் சரளா.

''ஐ ஆம் ஸாரி...'' என்று சொல்லியவாறு முகுந்தன் கையில் இருந்த நெருப்புப் பெட்டியை வேகமாகப் பற்றிக்கொண்டான் பவார். முகுந்தன் பவாரைப் பார்த்துப் புன்னகை செய்தான். ''என்ன அது? நெருப்புப் பெட்டியில் என்ன படம்?'' என்று கேட்டாள் சரளா.

''சென்ஸார் செய்யப்படாத நெருப்புப் பெட்டி...'' என்றான் முகுந்தன்.

''ஐ ஸி. பவார், உங்களுக்கு எவ்வளவு வயதாகிறது?'' என்று கேட்டாள் சரளா.

''ஏன்? இருபத்தெட்டு...'' பவாரின் முகத்தில் செம்மை படர்ந்தது.

''இந்த மாதிரி நெருப்புப் பெட்டியை நீங்கள் வைத்திருப்பது ஆச்சரியமில்லை. ஆனால், இதற்காக நீங்கள் வெட்கப்படுவது/ தான் ஆச்சரியமாக இருக்கிறது.''

''தட் ஈஸ் ஆல்ரைட். நான் போய்வரட்டுமா?'' என்று எழுந்தான் பவார்.

''வாட் டு யூ மீன்? நம்முடைய வெற்றியைக் கொண்டாட வேண்டாமா?'' என்று கேட்டாள் சரளா.

''ஹௌ?''

''ஹேவ் ஸம் காக்டெய்ல்ஸ்...'' சரளா டெலிபோனிடம் சென்று நம்பர்களைச் சுழற்றினாள்.

''மன்னிக்க வேண்டும். இது நான் கொடுப்பதாக இருக்க வேண்டும்.''

''ஓ.கே.. பட் ஐ வான்ட் ஒன் டு மெனி. அவ்வளவு களைப்பாக இருக்கிறது'' சரளா கட்டிலில் போய் சாய்ந்துகொண்டாள். முகுந்தன் அவள் கால்மாட்டில் உட்கார்ந்தான்.

சிறிது நேரத்தில் கண்ணாடித் தம்ளர்களையும், இரண்டு மூன்று பாட்டில்களையும் கொண்டுவந்தான் ஹோட்டல் சிப்பந்தி.

''காக்டெய்ல் மிக்ஸ் செய்யத் தெரியுமா உனக்கு?'' என்று முகுந்தனைக் கேட்டாள் சரளா. முகுந்தன் தெரியாதென்று தலையை அசைத்தான்.

''ஐ வில் டூ இட். இந்தக் கம்பெனியில் வேலைக்குச் சேர்ந்ததும் எனக்குக் கிடைத்த முதல் பயிற்சி இதுதான்'' என்றான் பவார் சிரித்துக்கொண்டே.

ஷாம்பெயினையும் ஜின்னையும் அளவோடு சேர்த்து அவன் தயாரித்த காக்டெயிலைக் குடித்த சரளா சொன்னாள்: ''இட் ஈஸ் நைஸ். யு ரியலி எர்ன் யுவர் சாலரி.''

பவார் தலையை லேசாகக் கீழே சாய்த்து அவள் பாராட்டை ஏற்றுக்கொண்டான்.

''நான் இரண்டு வருஷங்களாக இங்கு இருந்து வருகிறேன். பம்பாய்க்குப் போனால் தேவலை என்றுதான் தோன்றுகிறது. ஒரே மூச்சில் குடித்துவிட்டீர்களே, இன்னும் கொஞ்சம்?''

''கம் ஆன். ஃபில் இட் அப். நீங்கள் பம்பாய் போக வேண்டுமா? நான் சொல்லுகிறேன்.''

''தாங்க் யு..''

''பை தி வே, உங்களுக்குக் கல்யாணம் ஆகிவிட்டதா?''

''இல்லை.''

முகுந்தனுக்கு சரளா ஏன் இப்படிக் குடிக்கிறாளென்று புரிய வில்லை. இன்னும் ஒரு மணி நேரத்தில் உலகம் முடிந்துவிடு மென்று யாரோ அவளிடம் சொன்னதுபோல் அவள் குடித்துக் கொண்டிருந்தாள். பவாரும் அவளுக்குச் சளைக்கவில்லை.

முகுந்தன் இரண்டு பெக்குக்கு மேல் குடிக்கவில்லை. சரளா எவ் வளவோ வற்புறுத்தியும் அவன் ஒரேயடியாக மறுத்துவிட்டான்.

பவார் ஹோட்டலைவிட்டு நீங்கும்போது மணி இரண்டாகி விட்டது.

சரளாவின் கண்கள் இரத்தமாகச் சிவந்து ஜொலித்துக் கொண்டிருந்தன.

''முகுந்த், ஐ ஃபீல் வெரி ஹை.''

''தெரிகிறது. எனக்கு நீங்கள் ஏன் இன்று இப்படிக் குடித்திருக்க வேண்டுமென்று புரியவில்லை. ஏதோ காரணம் இருக்க வேண்டு மென்று படுகிறது.''

சரளா பதில் கூறவில்லை. கண்களின் கீழே அவளுடைய கன்னத்தின் சதைப்பகுதி மிகவும் சிவந்து பளபளப்பாக இருந்தது. அவள் கண்களை மூடிக்கொண்டிருந்தாள்.

''விளக்கை அணைத்து விடட்டுமா?''

''எஸ். ஐ வில் டெல் யு ஸம்திங்...'' முகுந்தன் படுத்துக்கொண் டான். சரளாவின் மூச்சு அவனருகே காக்டெயில் நெடியுடன் சேர்ந்து, சற்று வேகமாக வருவதுபோல் அவனுக்குத் தோன்றி யது. அவள் ஏதோ சொல்லப்போவதாகக் கூறிவிட்டு, அப்படியே தூங்கிவிட்டாள் என்று நினைத்தான் முகுந்தன்.

சரளா மகிழ்ச்சியுடன் இருப்பதுபோலக் காட்டிக்கொண்டாலும், அவள் மனத்தில் ஏதோ ஏக்கமோ, வேதனையோ இருக்கிறது என்று முகுந்தனுக்குப் பட்டது. நன்றாகப் படித்துப் பட்டம் பெற்ற இவள் ஒரு பல்கலைக்கழகத்தில் பேராசிரியையாக இருந்து திருப்தி அடைவதோடல்லாமல், ஏன் அரசியலில் பிரவேசித்து, இத்தகைய அல்லல்களுக்கு உட்பட வேண்டும்? அழகும் இருக்கிறது, படிப்பும் இருக்கிறது. கண்ணுக்கு நிறைந்த செல்வாக்கான ஒரு கணவனை அவள் எளிதாகப் பெற்றிருக்கக் கூடும்! – ஆனால் அவளோ மற்றவர்களோ அவளுடைய கண/ வனைப் பற்றி ஒன்றும் பேசுவதில்லை. அவர் எங்கோ இருக்கிறா ரென்று மட்டும் தெரிகிறது.

ஆழ்ந்த படிப்பும், அதற்கேற்ற புத்திசாலித்தனமும் கூடி விட்டால், அந்தப் பெண் ஒரு நல்ல மனைவியாக இருக்க

முடியாதோ? – இவ்வாறு ஆண்களைப் பற்றியும் சொல்லலாம். இப்படிப்பட்டவர்கள் நல்ல கணவர்களாக இருக்க முடியாது. ஒருவேளை இவர்கள் நல்ல சிநேகிதர்களாகவோ, சிநேகிதிகளாகவோதான் இருக்கமுடியும் போலிருக்கிறது. சமூக தர்மத்தில் இந்த சிநேகித முறைக்கும் இடம் வகுத்து இத்தகைய ஆண்-பெண் உறவுமுறையும் ஒப்புக்கொள்ளப்பட்ட நடைமுறையாகக் கொண்டால் என்ன? - இதனால் பலவிதமான ஏமாற்றங்களையும், உணர்ச்சி சமனின்மையையும் தவிர்க்கலாம்.

சரளாவை அவன் ஒரு தடவை அவளுடைய கணவனைப் பற்றி விசாரித்தபோது அவள் தன்னுடைய திருமண வாழ்க்கையைப் பற்றிப் பேசுவது கிடையாது என்று உறுதியாகச் சொன்னாள். இதைச் சொல்லும்போது அவள் புன்னகை செய்தாள் என்ற போதிலும், அவள் குரலில் நிழலிட்ட ஏமாற்றத்தை அவன் கவனிக்கத் தவறவில்லை.

பெண்களைப் பற்றியோ, பாலுணர்வு பற்றியோ அவனுடைய அறிவும் அனுபவமும் ஏட்டளவில்தான் இருந்து வந்தது தில்லி வரும்வரையில். அவனுடைய பதினேழாம் வயதில் அவனுடைய ஒன்றுவிட்ட அண்ணனின் மனைவி, ஒருநாள் அவன் அவள் வீட்டுக்குப் போயிருந்தபோது, திடீரென்று அவனை இறுகக் கட்டிக்கொண்டுவிட்டாள். அண்ணன் வீட்டிலில்லை. அவளுக்கு முப்பத்தைந்து வயதிருக்கும். அது வெறும் சகோதரப் பாசமாக மட்டும் அவனுக்குப் படவில்லை. அவன் உடம்பில் மின்சாரம் பாய்வது போலிருந்தது. அவன் அவள் அணைப்பினின்றும் விடுவித்துக்கொள்ள முயற்சி செய்யவில்லை.

"ஏண்டா முகுந்தா, ஆடியிலே ஒரு நா, ஆனியிலே ஒருநா, இப்படியாடா வருவே'' என்றாள் அவள். சிறிதுநேரம் கழித்து அவள் குரலில் வாத்ஸல்யம் பொங்கி வழிந்தது.

தான் நினைத்தது தப்போ என்று அவன் நினைத்தான். அதற்குப் பிறகு அவன் பல தடவை அவள் வீட்டுக்குச் சென்றிருக்கிறான். அண்ணியாகத்தான் இருந்தாள்.

சரளா மூலமாகத்தான் அவனுக்கு முதல் அனுபவம் ஏற்பட்டது. ஆனால் வயசு வித்தியாசம் அவனுக்கு பெரிதாகப் படவில்லை. அவளும் முகுந்தனுக்காகத்தான் அதுவரை காத்துக்கொண்டிருந்தவள்போல நடந்துகொண்டாள். இருவருக்கும் மிஸ்ரா

வுடன் தவிர்க்க முடியாத ஒப்பந்தம். பார்க்கப் போனால், ஒரு விசித்திரமான முக்கோணம்.

"முகுந்த், கொஞ்சம் தண்ணீர் வேண்டும்" சரளா எழுந்து விட்டாள்.

முகுந்தன் எழுந்து ஒரு கண்ணாடித் தம்ளரில் தண்ணீர் கொண்டு வந்தான்.

"விளக்கு போடட்டுமா?"

"வேண்டாம்."

அவள் எழுந்து உட்கார்ந்தாள். தண்ணீரைக் குடித்துவிட்டு, தம்ளரை கட்டிலுக்குக் கீழே வைத்தாள்.

"இப்பொழுது எப்படி இருக்கிறது? ஸ்டில் ஹை?" என்றான் முகுந்தன்.

"நோ. எ லிட்டில் பெட்டர்" முகுந்தன் கட்டிலில் உட்கார்ந்தான்.

"இவ்வளவு குடித்திருக்க வேண்டாமென்று தோன்றுகிறது" என்றான் முகுந்தன்.

"எனக்கு மிகவும் சந்தோஷமாக இருந்தது. கல்யாணத்துக்கு முன்பு எப்படியிருந்தேனோ அதே மனநிலை."

"கல்யாணத்துக்கு முன்பு சந்தோஷமாக இருந்தீர்களா?"

"ஐ வாஸ்.. உற்சாகத்தின் உச்சாணிக் கொம்பிலிருந்தேன். ஆனால் படிப்பில்லை."

"யு மீன்!"

"என் அப்பா பெரிய பணக்காரர். அவருக்குப் பல மனைவிகள். நான் முதல் மனைவியின் பெண். அவருக்கு என்னைப்பற்றி எந்த அக்கறையுமில்லை. படிப்பு எனக்கு வராது என்று சொல்லி, என் படிப்பை நிறுத்திவிட்டாள் என் சித்தி. என் அம்மா இறக்கும் போது எனக்கு வயது ஐந்து. மெட்ரிக் தேறிய பிறகு, கல்யாணம். என் கணவருக்கு தாம் உலகிலேயே ஒரு மேதையென்று அபிப்பிராயம். என் தந்தையின் பணம் அவருக்குத் தேவையாக இருந்தது. கல்யாணம் நடந்து, கணவருடன் இருந்த இரண்டு

மூன்று வருஷங்களும் நரகந்தான். அவரை விட்டு வந்து விட்டேன். பிறகு படித்துப் பட்டம் பெற்று. இன்று காக்டெயில் குடித்தேன்.'' அவள் பலமாகச் சிரிக்கத் தொடங்கினாள்.

''ஐ ஆம் ஹேப்பி, ஐ ஆம் ஹேப்பி.''

முகுந்தனுக்குக் கொஞ்சம் பயமாகப் போயிற்று. பக்கத்து அறைகளில் இருக்கின்றவர்கள் எழுந்து வந்துவிட்டால்?-

''கொஞ்சம் சிரிப்பதை நிறுத்துகிறீர்களா? இது ஹோட்டல்.''

''ஐ ஆம் ஸாரி'' - அவள் மறுபடியும் படுக்கையில் சாய்ந்தாள்.

''என் கணவர் - அந்த மேதை - ஒருநாள் என் காலில் வந்து விழப் போகிறார். 'மன்னித்துவிடு. உன்னை என்னால் அப்பொழுது சரிவரத் தெரிந்துகொள்ள முடியவில்லை' என்று மன்றாடப் போகிறார். எப்பொழுது தெரியுமா?''

''எப்பொழுது?''

''நான் பிரதம மந்திரியாக வரும்போது. இனிமேல் இந்த நாட்டில் பெண்கள்தான் பிரதம மந்திரிகள். அதுவும் என்னைப் போலப் பெண்கள். உன்னை என்னுடைய அந்தரங்கக் காரியதரிசியாக வைத்துக்கொள்ளப் போகிறேன். தயாராயிரு, அந்தக் கிழவரை விட்டு வா.''

''கொஞ்சம் மெதுவாகப் பேசுங்கள்.''

''டாமிட். பிரதம மந்திரியைக் கட்டுப்படுத்த நீ யார்? - நாடு முழுவதும் ஜனநாயக ஆட்சி முறையை ஒழித்து, நான் சொல்வது தான் சட்டம் என்று ஆக்கப் போகிறேன். இந்நாட்டிலுள்ள எல்லாக் கணவர்களையும் தூக்கிலிடுவேன்.'' முகுந்தன் கட்டிலை விட்டு இறங்கி ஜன்னலருகே போய் நின்று கொண்டான்.

பதினொன்று

சரளாவும், முகுந்தனும் தில்லி வந் தடைந்தபோது மிஸ்ரா போனில் பேசிக் கொண்டிருந்தார்.

இருவரையும் பார்த்துப் புன்னகை செய்த வாறே ஃபோனில் சொன்னார்: ''சரி. அப்புறம் பேசிக்கலாம். என் நண்பர்கள் இருவர் வந்திருக்கிறார்கள். அவர் களுக்கு என் அனுதாபத்தைச் சொல்ல வேண்டும்.''

''அனுதாபமா?'' என்று கேட்டாள் சரளா. மிஸ்ரா ஃபோனை வைத்தார். ''ஆமாம்'' என்றார் நிதானமாக.

''எதற்கு அனுதாபம்?''

''நீ அந்த ராஜ்ஜியத்துக்குப் போய்விட்டு வந்தது வியர்த்தம். அந்த மந்திரிசபை கவிழப் போகிறது.''

சரளா முகுந்தனைப் பார்த்தாள். ''யார் சொன்னார்கள்?''

''கவிழ்க்கப் போகிறவர், பிரதமர் ஆசி யோடு அங்கே போய்க் கொண்டிருக் கிறார். போவதற்கு முன் நல்ல செய் தியைச் சொல்லிவிட்டுப் போனார்.''

"நோ, ப்ளீஸ். அங்கே முதல் மந்திரிக்குச் சில வாக்குறுதிகள் தந்துவிட்டு நான் வந்திருக்கிறேன். எல்லாம் உங்களை நம்பி. தயவுசெய்து..."

"உன் வாக்குறுதிகளைப் பற்றி யாருக்குக் கவலை.. தீவிர ஜனநாயக - சோஷலிஸ்ட் யுகப் புரட்சியில்?"

"டாமிட். நான் சொல்வதைக் கேளுங்கள். அவரை ஃபோனில் கூப்பிடுங்கள். நான் பேச வேண்டும்."

"நோ. இப்பொழுது ஒன்றும் செய்ய முடியாது. அந்த முதல் மந்திரியை பிரதமருக்குப் பிடிக்கவில்லை. இதற்கு மேல் அந்த ஆட்சி கவிழ்வதற்கு வேறொரு காரணமும் தேவையில்லை. அரசியலில் முன்னேற வேண்டுமானால் பேசாமலிரு. வாக்குறுதி களைப் பற்றிக் கவலைப்படுவது போன்ற சோஷலிஸ்ட் தர்மத் துக்கு முரண்பட்ட பத்தாம்பசலித்தனமெல்லாம் வேண்டாம்."

"அடுத்த மந்திரிசபையை யார் அமைக்கப்போகிறார்கள்? நம் கட்சிக்காரர்கள்தானே? பார்த்துக்கொள்ளலாம்" என்றான் முகுந்தன்.

"அதை சரளா பார்த்துக்கொள்வாள். நாளை இரவு சென்னைக்கு நாம் புறப்படவேண்டும். அதற்குத் தயாராக இரு" என்றார் மிஸ்ரா.

"சென்னைக்கா?" என்று கேட்டான் முகுந்தன்.

"உடனே புறப்பட வேண்டுமா" என்ற ஆச்சரியமும், மிஸ்ரா 'சென்னை' என்று குறிப்பிட்டதினால் ஏற்பட்ட ஆச்சரியமும் கலந்திருந்தன அவன் குரலில்.

"எஸ். 'சென்னை'.. சரிதானே? அங்கே நல்ல பெயர் எடுக்க வேண்டுமென்ற ஆசை எனக்கு இருக்கிறது. அதற்குத் தயார் செய்துகொள்கிறேன்" என்றார் மிஸ்ரா.

"நாளைக்கே புறப்பட வேண்டுமா?"

"ஆமாம். ரிசர்வேஷனுக்குச் சொல்லிவிட்டேன். அங்கே உங்கள் ராஜ்ஜிய சர்க்காருக்கும் தகவல் தெரிவித்தாகிவிட்டது."

முகுந்தன் புன்னகை செய்தான்.

சுதந்தர பூமி

"எதற்குச் சிரிக்கிறாய்?" என்றார் மிஸ்ரா.

"உங்கள் ராஜ்ஜிய சர்க்கார் என்று நீங்கள் சொல்வது வேடிக்கையாக இருக்கிறது. நீங்கள் வேறு தேசத்தைச் சேர்ந்தவரில்லை என்று நம்புகிறேன்."

மிஸ்ரா பதில் சொல்லவில்லை. பக்கத்தில் கிடந்த செய்தித் தாளை எடுத்து முகுந்தனிடம் கொடுத்தார். அவனுக்கு ஒன்றும் புரியவில்லை.

"எதற்காக இதை எடுத்துக் கொடுக்கிறீர்கள்!" என்று கேட்டான்.

"உன் கேள்விக்குப் பதில். நர்மதா நதியில் வெள்ளம் வந்து பத்து மைல் தூரத்துக்குத் தண்டவாளங்களை உடைத்துக்கொண்டு அது ஓடுகிறது. அதை அணையிட்டுத் தடுக்க வேண்டியது ஓர் அவசரமான பிரச்னை. ஆனால், அணைக்கட்டு யாருக்குச் சொந்தம்? மத்திய பிரதேசத்துக்கா அல்லது மகாராஷ்டிரத்துக்கா என்பதுதான் அரசியல்வாதிகளின் அக்கறை. இந்த உரிமைப் போராட்டம் தீர்வதற்குள் ஆயிரக்கணக்கான பேர்கள் செத்திருப்பார்கள். இந்தியா ஒரு நாடா அல்லது பல நாடுகளா? நீயே சொல்."

"எந்தெந்த சமயத்தில் எந்தெந்த ராஜ்ஜிய சர்க்கார் தன்னை ஆதரிக்கிறதோ அதற்கேற்ப கட்டப்படாத இந்த அணைக்கட்டை ஏலம் விட்டுக் கொண்டிருக்கிறாரே உங்களுடைய பிரதம மந்திரி?" என்றாள் சரளா.

"ஏன் என்னுடைய பிரதம மந்திரி என்கிறாய். நம்முடைய பிரதம மந்திரி! நிஜமாகவே என்னுடைய மனசாட்சி வலுவடைந்து விடுகிறதோ என்ற சந்தேகம் எனக்கு வந்துவிட்டது.."

"நம் நாட்டில் சாதாரணமாக மனசாட்சி வலுவடையும் வயது என்னவென்று தெரியுமா?" என்று கேட்டாள் சரளா.

மிஸ்ரா பதில் கூறவில்லை. சிந்தித்துக்கொண்டே வெளியே பார்த்துக்கொண்டிருந்தார்.

சரளா தொடர்ந்தாள் - "இனிமேல் தமக்கு எந்தவிதப் பதவியும் நிச்சயமாக இல்லையென்று எப்பொழுது ஒரு அரசியல்வாதி உணர்கின்றாரோ அப்பொழுதே அவருக்கு மனசாட்சியும் பிறந்துவிட்டதாக அர்த்தம். அப்படி உங்களால் சொல்ல முடியுமா?"

''ஷட் அப்'' என்று சீறினார் மிஸ்ரா.

சரளா புன்னகை செய்துகொண்டே உள்ளே எழுந்து போனாள்.

மிஸ்ராவும் முகுந்தனும் சென்னையில் மீனம்பாக்கத்தில் இறங்கியபோது மிஸ்ராவை வரவேற்க ஒரு சிறிய குழு கூடி யிருந்தது. ஒரு மந்திரி, இரண்டு எம்.பி.க்கள், நாலைந்து கட்சித் தலைவர்கள், ஓரிரண்டு அரசாங்க அதிகாரிகள்.

மிஸ்ராவுக்கு இவ்வளவு முக்கியத்துவம் அவர்கள் ஏன் கொடுக்கி றார்கள் என்று யோசித்தான் முகுந்தன். மத்திய சர்க்காரில் ஆளும் கட்சியைச் சார்ந்தவர், பிரதம மந்திரிக்கு வேண்டியவரென்ற பரவலான நம்பிக்கை. சற்றுப் பலமாகத் தூறல் போட்டால் வெள்ள நிவாரணத்துக்கென்று கோடிக்கணக்கான பணம் மத்திய அரசாங்கத்தினின்றும் கறக்கலாம். அதற்கு இவர் உதவி செய்யக் கூடும்.

வேறுநாட்டைச் சேர்ந்தவரைப்போல் அவர்கள் தம்மை வரவேற்றது மிஸ்ராவுக்கு ஆச்சரியமாக இருந்தது. உருளைக் கிழங்குக்குக் காலும் கையும் முளைத்தாற் போலிருந்த அந்த மந்திரி, ''நீங்கள் எங்கள் சென்னைக்கு வருகை தந்தது பற்றி மிகவும் மகிழ்ச்சியடைகிறோம். இத்தகைய பரிமாற்றங்கள்தாம் ஒரு ராஜ்ஜியத்தைப் பற்றி இன்னொரு ராஜ்ஜியம் புரிந்துகொள் வதற்கு வகை செய்யும்'' என்று சொன்னபோது, இங்கு வருவதற்கு விஸாவும் பாஸ்போர்ட்டும் தேவையோ என்ற சந்தேகம் அவருக்கு ஏற்பட்டது.

அவர் முகுந்தனை அவர்களுக்கு அறிமுகம் செய்வித்தார். ''இவர் உங்கள் ஊர்க்காரர்தாம். என் காரியதரிசி, மிஸ்டர் முகுந்தன்.''

அவர் தனக்குப் பதவி உயர்வு தந்தது பற்றி முகுந்தன் மனதுக்குள் சிரித்துக்கொண்டான். ஆனால், தான் மிஸ்ராவுடன் வந்தது, அவரை வரவேற்றவர்களுக்குப் பிடிக்கவில்லையென்று அவர்கள் முகத்தில் வெளிப்படையாகத் தெரிந்தது. ஒரு விநாடிப் பார்வைக்குப் பிறகு அவர்கள் அவனை அடியோடு மறந்து விட்டதுபோல் இருந்தனர்.

''இந்திய மொழிகளிலேயே தமிழ் மிகவும் பழைமையானது என்று எனக்குத் தெரியும். கற்றுக்கொள்ளலாமென்றால் இந்த வயதில் இனிமேல் இது முடியாது என்று இவர் சொல்லி

விட்டார்'' என்று முகுந்தனைச் சுட்டிக் காட்டினார் மிஸ்ரா. காரில் உட்காரும்போது, முகுந்தனுக்கு அவர் இப்படிச் சொன்னது சற்று அதிர்ச்சியாக இருந்தது. தமிழ் கற்றுக் கொள்வதைப் பற்றி மிஸ்ரா அவனுடன் விவாதித்ததே கிடையாது. அவரை வரவேற்றவர்களைத் திருப்திப்படுத்துவதற்காக அவர் இவ்வாறு கூறுகிறாரென்று அவன் புரிந்துகொண்டான்.

''அப்படியா? தமிழர்களில் பலருக்கே தமிழைக் கற்றுக் கொடுக்க வேண்டிய நிலைமை எங்கள் நாட்டில்... எல்லோருக்குமே தமிழ்ப் பற்று இருக்கிறது என்று சொல்ல முடியாது'' என்றார் மந்திரி.

'''எங்கள் நாட்டில்' என்றால் என்ன அர்த்தம்?'' என்று வினவினான் முகுந்தன்.

மிஸ்ரா லேசாகப் புன்னகை செய்தார்.

மந்திரிக்குச் சங்கடமாகப் போயிற்று. அவர் முகஞ்சிவந்தது. ஒரு வடநாட்டான் எதிரே தமிழ்நாட்டைச் சேர்ந்தவன் ஒருவனே இப்படிக் கேட்டு தம்மை அவஸ்தைக்குள்ளாக்கிவிட்டானே என்ற ஆத்திரம் வேறு.

''டில்லியிலேயே பல தமிழர்கள் - அல்லது தமிழரென்று தம்மைச் சொல்லிக் கொள்கிறவர்கள் - தமிழ்நாட்டைப் பற்றியும், தமிழைப் பற்றியும் சரித்திரப் பூர்வமான பல காரணங்களால் அவதூறு பேசி வருகிறார்கள். தமிழ்நாட்டைப் பற்றித் தெரிந்து கொள்ள வேண்டுமென்றால் உண்மையான தமிழர்களை நீங்கள் சந்திக்க வேண்டும்'' என்றார் மந்திரி.

'''உண்மைத் தமிழன்' என்பது எதனால் நிர்ணயம் ஆகிறது?'' என்று கேட்டார் மிஸ்ரா.

''நான் பதில் சொல்லட்டுமா?'' என்றான் முகுந்தன்.

மிஸ்ரா அவனைத் திரும்பிப் பார்த்தார். அவன் ஏதோ குறும்பாகச் சொல்லப் போகிறானென்று அவருக்குப் பட்டது. ''எஸ்!'' என்று அவனுக்கு உற்சாகம் அளிப்பதுபோல் தலையை ஆட்டினார்.

அவன் பேச ஆரம்பிப்பதற்கு முன் மந்திரி குறுக்கிட்டார்.

'''யாதும் ஊரே, யாவரும் கேளிர்' என்பது எங்கள் பண்பு. 'மாற்றான் தோட்டத்து மல்லிகையும் மணக்கும்' என்று எங்கள்

அரும்பெரும் தலைவர் மறைந்த மாமேதை அறிஞர் அண்ணா அடிக்கடிக் கூறுவது வழக்கம்.''

சட்டம் குறுக்கிடாவிட்டால் இது ஒரு நல்ல கொள்கைதான் என்று பட்டது மிஸ்ராவுக்கு. அவர் முகத்தில் குறுநகை அரும்பியது. அவர் முகுந்தனைப் பார்த்துக் கேட்டார்: ''நீ ஏதாவது சொல்லவேண்டுமென்று நினைத்தாயா?''

''ஒன்றுமில்லை. நான் சொல்ல நினைத்ததை மந்திரி கூறிவிட்டார். உண்மைத் தமிழன் யார் என்பது வேறு பிரச்னை. ஆனால், தற்காலத்தில் கனம் மந்திரியின் இலக்கணத்தின்படி இருப்பவனையே உண்மைத் தமிழனாக ஒப்புக்கொள்கிறார்கள்.''

'''உண்மைத் தமிழன்' யார் என்று நீங்கள் சொல்கிறீர்கள்?'' என்று வினவினார் ஒரு எம்.பி. கோபத்துடன்.

''பிரபஞ்சம் குறுகி, மனிதனின் ஆற்றல் பிரபஞ்சமாகப் பெருகி வரும் காலத்தில் 'உண்மைத் தமிழன்' யாரென்று ஆராய்ந்து கொண்டிருப்பது எனக்கு அசட்டுத்தனமாகப் படுகிறது'' என்றான் முகுந்தன்.

''தமிழர்களே தமிழர்களுக்கு எதிரிகள் என்று நான் அப்பொழுது சொன்னது உங்களுக்கு இப்பொழுது புரிந்திருக்குமென்று நான் நம்புகிறேன்'' என்றார் மந்திரி.

''ஏன் அப்படி நினைக்கிறீர்கள்?'' என்று சிரித்துக்கொண்டே கேட்டார் மிஸ்ரா.

''ஒரு நல்ல தமிழனாக இருக்கக் கற்றுக்கொண்டால்தான் ஒரு நல்ல உலகப் பிரஜையாக இருக்க முடியும்'' என்று கூறிக் கொண்டே தம்முடைய அரும்பு மீசையைப் பரிவுடன் தடவினார் ஒரு எம்.பி.

''தமிழன் என்றோ, பஞ்சாபி என்றோ ஒருவன் தன்னை நினைத்துக்கொண்டிருக்கும்வரை, குறைந்தபட்சம், ஒரு நல்ல இந்தியப் பிரஜையாகக் கூட இருக்கமுடியாது..'' என்றான் முகுந்தன்.

''சந்திரனில் காலடி வைத்தது முதன்முதலில் ஒரு தமிழனாக இருந்திருந்தால் அதைப்பற்றி நீங்கள் சந்தோஷப்பட்டிருக்க மாட்டீர்களா?'' என்று கேட்டார் மந்திரி.

முகுந்தன் பதில் கூறவில்லை.

"தெருவெங்கும் என்ன ஒரே சுவரொட்டிகள்? யாருடைய படம் அது?" என்றார் மிஸ்ரா.

கார் மெதுவாகப் போய்க்கொண்டிருந்தது. தெருவுக்குத் தெரு பல்வேறு நிறங்களுடன் கூடிய கொடிகளும் 'அசட்டுத்தனமான திருப்தி' எழுதி ஒட்டப்பட்ட ஓர் அரசியல் தலைவரின் புகைப்படத்தின் கீழே 'வருக, வருக' என்ற வசனங்களுடன் கூடிய சுவரொட்டிகளும் காணப்பட்டன.

"மலேஷியாவுக்குப் போய்விட்டு வந்திருக்கும் ஒரு மந்திரியை 'அயல் நாடு சென்று வெற்றி சூடிவரும் தமிழரே வருக, வருக' என்று வரவேற்கும் வாசகங்கள் அவை" என்றான் முகுந்தன்.

"வெற்றி சூடிவரும் என்றால் என்ன அர்த்தம்? மலேஷியாவுக்கும் தமிழ்நாட்டுக்கும் ஏதாவது சண்டையா?" என்று கேட்டார் மிஸ்ரா.

"அயல்நாடு சென்று வருபவர்களை இப்படி வரவேற்பதுதான் எங்கள் மரபு. போர் நடந்தால்தான் வெற்றி என்பதல்ல. அயல்நாடுகளில் தமிழ்நாட்டைப் பற்றி ஒரு நல்லெண்ணம் ஏற்படும்படியாகச் செய்துவிட்டு வந்தாலே அது வெற்றிதான். உங்கள் காரியதரிசிக்கு இது தெரியாமலில்லை. வேண்டுமென்றே கிண்டல் செய்கிறார்." என்றார் ஒரு எம்.பி.

"இந்தியர் என்ற முறையில் நீங்கள் அயல்நாடுகள் செல்கிறீர்களா அல்லது தமிழர் என்ற முறையிலா?" என்று வினவினார் மிஸ்ரா.

இதற்குள் மிஸ்ரா தங்குவதற்காக அவர்கள் ஏற்பாடு செய்திருந்த இடம் வந்துவிட்டது. மவுண்ட்ரோட் எம்.எல்.ஏ. ஹாஸ்டல். அங்கு போக்குவரத்து நெரிசல் அதிகமாக இருந்தது.

பிரும்மாண்டமான திரைப்பட போஸ்டர்களைத் தாண்டிக் கொண்டு கார் அவ்விடுதி இருந்த மைதானத்துக்குள் நுழைந்தது.

பல மாடிக் கட்டடம். மிஸ்ராவுக்குக் கீழேயே ஏற்பாடு செய்திருந்தார்கள்.

"இந்த இடந்தான் நகரத்தின் மையம். இங்கிருந்து பல இடங்களுக்குச் சென்றுவர சவுகரியம்." என்றார் ஒரு எம்.பி.

வசதிகளுடன் கூடிய நல்ல அறை. குளிர்சாதனங்கள் பொருத்தப் பட்டிருந்தன. எதிர்த்தாற்போல் அழகான புல்வெளி.

"உங்கள் சவுகரியத்துக்கென்று இவர் இருக்கிறார். எப்பொழுது வேண்டுமானாலும் இவரைக் கூப்பிடுங்கள்" என்று நடுத்தர வயதுள்ள ஒருவரைச் சுட்டிக் காண்பித்துச் சொன்னார் அரசாங்க அதிகாரி ஒருவர்.

"மிகவும் நன்றி" என்றார் மிஸ்ரா.

"இவருக்கு" என்று முகுந்தனைப் பார்த்து ஒருவர் தயங்கியபோது, மிஸ்ரா சொன்னார்: "டோன்ட் வொர்ரி. இவரும் இங்கேயே தங்குவார். இன்னொரு கட்டில் கொடுங்கள் போதும்..."

"உங்களுடைய ஊருலாத் திட்டம் பற்றி உங்களுடன் விவாதிக்கச் சிறிது நேரம் கழித்து ஒரு அதிகாரி வருவார். உங்களுடைய சவுகரியப்படி..."

"வேண்டாம். என் காரியதரிசிக்கு இந்த ஊர்தானே. ஆகவே..."

அவர்கள் முகுந்தனை நம்பவில்லை என்று வெளிப்படையாகத் தெரிந்தது. மந்திரி குறுக்கிட்டார். "அது சரியல்ல. நீங்கள் எங்களுடைய விருந்தினர். உங்களுக்கு உலா ஏற்பாடுகளைச் செய்வது எங்கள் பொறுப்பு. எங்கள் கட்சியின் சாதனைகளை நீங்கள் அறிய வேண்டுமென்றால்."

"ஏன் நானே எந்தவிதமான அரசாங்க உதவியுமில்லாமல் சுற்றிப் பார்ப்பதில் உங்களுக்கு என்ன ஆட்சேபணை?-" என்று வினவினார் மிஸ்ரா.

"நீங்கள் உங்கள் இஷ்டப்படி சுற்றிப் பார்ப்பதில் ஆட்சேபணை இல்லை. ஆனால், உங்களுக்கு உதவி செய்ய ஒருவரை நாங்கள் அனுப்பி வைக்கிறோம். விளக்கமாகச் சொல்லப்போனால், உங்கள் காரியதரிசியின் நடுநிலை நோக்கில் எங்களுக்கு நம்பிக்கையில்லை.."

மிஸ்ரா பதில் கூறாமல் தோள்களைக் குறுக்கிக் கொண்டார். "ஆல் ரைட், உங்கள் இஷ்டம்."

அவர்கள் போனபிறகு முகுந்தன் சொன்னான். "என்னைத் தமிழ்நாட்டின் எதிரி என்று அவர்கள் நினைக்கிறார்கள் போலிருக்கிறது."

சுதந்தர பூமி

"ஏன் இப்படி?"

"இக்கட்சி ஆளத்தொடங்கிய பிறகுதான் தமிழ்நாட்டுக்கே விடுதலை வந்தது போல ஒரு வகையான பிரசாரம் செய்து வருகிறார்கள். சுதந்தரத்துக்காக ஒருவர் செக்கிழுத்ததையோ இன்னொருவர் தூக்கில் தொங்கியதையோ மறந்துவிட்ட ஒரு நன்றிகெட்ட சமுதாயம். ஒரு அர்த்தமற்ற போராட்டத்தில் பத்து பதினைந்து நாள்களைச் சவுகரியங்களுடன் சிறையில் சுகம் அனுபவித்தவர்களை ஞாபகம் வைத்துக்கொண்டதுதான் இவர்கள் அதிர்ஷ்டம்."

"'ரொம்பக் கோபப்படாதே' உட்கார்.. பிறந்த வீட்டின் மீது உனக்கு இவ்வளவு கோபம் கூடாது" என்றார் மிஸ்ரா.

முகுந்தன் நாற்காலியில் உட்கார்ந்தான். "நான் கோபப்பட வில்லை. மக்கள் எளிதில் உணர்ச்சிவயப்படுவதற்குக் காரண மான மொழிப் பிரச்னை, எனக்குப் பிறப்பிடமாகவுள்ள இந்த ராஜ்ஜியத்துக்கு எவ்வளவு நஷ்டத்தை உண்டு பண்ணியிருக் கிறது என்று நினைக்கும்போது எவ்வளவு வேதனையாக இருக் கிறது தெரியுமா?"

மிஸ்ரா கட்டிலில் சாய்ந்துகொண்டார். "அரசியல்வாதிக்குச் சோறு போட ஒவ்வொரு சமயத்தில் ஒரு பிரச்னை தேவையாக இருக்கிறது. இந்தப் பிரச்னையைத் தேர்ந்தெடுக்கும்போது அந்தந்த ராஜ்ஜிய மக்களுடைய சிந்தனைப் பாரம்பரியத்தையும் மனத்தில் கொள்ளவேண்டும் என்பதை உணர்வதுதான் உண்மையான அரசியல் சாமர்த்தியம்."

"வாஸ்தவம்தான். கேரளாவில் மொழிப் பிரச்னை செல்லாது. பட்டினி கிடந்து, 'தமிழ் வாழ்க' என்று கத்தும் தமிழர்களைப் போல் அவர்கள் முட்டாள்களில்லை. ஆகவே அங்கு பொருளா தாரந்தான் முக்கியப் பிரச்னை. வடநாட்டில்." என்று தயங்கி னான் முகுந்தன்.

"நீங்கள் தமிழைப் போற்றுவதுபோல் அங்கு பசுவைப் போற்று கிறார்கள்." என்று சொல்லிவிட்டுச் சிரித்தார் மிஸ்ரா.

பன்னிரண்டு

சிறிது நேரத்துக்குப் பிறகு மந்திரி சொல்லியபடி மிஸ்ராவின் ஊருலாத் திட்டத்தை வரையறுப்பதற்காக ஓர் அதிகாரி வந்தார். அவர் கொடுத்த தாளை மிஸ்ரா பார்த்துவிட்டு அதை அவரிடமே திருப்பித் தந்தார். ''இதில் இருக்கிறபடி தான் நான் சுற்றிப்பார்க்க வேண்டுமென்பது கட்டாயமா?'' என்று அவர் கேட்டார்.

''கட்டாயமொன்றுமில்லை... உங்களுடைய சவுகரியத்துக்காக, தமிழ்நாட்டில் பார்க்கவேண்டிய பகுதிகளையும், எங்கள் சாதனைகளை நீங்கள் புரிந்து கொள்ளவேண்டிய காரணத்துக்காக ஒன் றிணைத்துக் கோவையாகத் தயாரித்து வைத்துள்ள நிகழ்ச்சி நிரல் இது. நீங்கள் வேறு ஏதாவது யோசனை கூறுவதாயிருந்தாலும் அதை நான் ஏற்றுக்கொள்கிறேன்'' என்று சொல்லிவிட்டு பையிலிருந்த பேனாவை எடுத்து வைத்துக்கொண்டார் அவ்வதிகாரி.

மிஸ்ரா சிறிது நேரம் பேசவில்லை. அவர் மறுபடியும் அதிகாரி கையிலிருந்த தாளை வாங்கிப் பார்த்தார்.

'அண்ணாவின் சமாதிக்குப் பூ அஞ்சலி' என்று ஆரம்பித்திருந்தது அந்த நிகழ்ச்சி நிரல்.

''இந்தக் காகிதம் என்னிடம் இருக்கட்டும். நான் இந்த நிகழ்ச்சி நிரலை ஒட்டியே கூடியவரை சுற்றிப் பார்க்கிறேன்'' என்றார் மிஸ்ரா.

அதிகாரி சற்றுத் தயங்கினார். ''நீங்கள் அப்படிச் சுற்றிப் பார்ப் பதில் எனக்குத் தடையில்லை. ஆனால் எல்லாவற்றையும் விவரமாக உங்களுக்கு விளக்கிக் கூறுவதற்காகவும், குறிப்பாக, இக்கட்சி பதவிக்கு வந்த பிறகு தமிழகத்தில் ஏற்பட்டுள்ள புதிய விழிப்பையும்...''

மிஸ்ரா குறுக்கிட்டார்: ''நீங்கள் அரசாங்கத்தைச் சேர்ந்தவரா, இக்கட்சியைச் சேர்ந்தவரா?''

முகுந்தன் வாய்விட்டுப் பலமாகச் சிரித்தான். அதிகாரி சற்றுக் கலவரமடைந்த பாவனையுடன், ''மன்னிக்கவும்... எந்தக் கட்சி அதிகாரத்திலிருந்தாலும் அதன் சாதனைகளை விளக்கிக் கூறுவது என் கடமை. ஆகவே...''

''சர்க்கார் அதிகாரிகளுக்கும் மைக்ரஃபோனுக்கும் வித்தியாச மில்லை. எந்தக் கட்சித் தலைவர் பேசினாலும் அப்பேச்சை நடுநிலைமை நோக்குடன், கூட்டவோ குறைக்கவோ செய்யா மல் அது அப்படியே வெளியிடுகிறது அல்லவா?'' என்றான் முகுந்தன்.

''அப்படியானால் ஆல் இந்தியா ரேடியோவை ஏன் எதிர்க் கட்சிக்காரர்கள் குறை சொல்கிறார்கள்? கண்ணுக்குத் தூலமாகத் தெரியும் அதிகாரிகள் ஆளுங்கட்சியை வானளாவப் புகழும் போது, அந்தர்யாமியாக இருக்கும் சர்க்கார் உத்தியோகஸ்தர் களின் கூட்டு வெளியீடாக இருக்கும் ஆல் இந்தியா ரேடியோ, பிரதமரின் பிரசாரக் கருவியாக இருப்பதில் தவறென்ன?'' என்றார் மிஸ்ரா.

அதிகாரி ஒன்றும் பேசாமலிருந்தார். அவருக்கு மிஸ்ரா எந்த அணியைச் சார்ந்தவர் என்று நிச்சயமாகத் தெரியவில்லை. மிஸ்ரா பிரதமரின் பக்கம் இருக்கிறாரென்று அவர் கேள்விப் பட்டிருந்தார். ஆனால், அவர் ஆல் இந்தியா ரேடியோவைக் குறிப்பிட்டு ஏளனமாகச் சொல்வது போலும் பட்டது. ஒவ் வொரு நாளும் கட்சி விட்டுக் கட்சி மாறும் அரசியல் தர்மம் நிலைபெற்று வரும்போது, மிஸ்ரா இப்பொழுது எந்தக் கட்சியிலிருக்கிறார் என்று உறுதியாகக் கூற முடியாதென்பது

அவர் உணர்ந்த விஷயந்தான். ஆகவே மிஸ்ரா சொல்லு வதைக் கேட்டுவிட்டு அவர் பொதுவாக ஒரு புன்னகை செய்து வைத்தார்.

"தாங்க் யு மிஸ்டர். நான் இக்கட்சியின் சாதனைகளை மனத்தில் வைத்துக்கொண்டே எல்லா இடங்களையும் சுற்றிப் பார்க்கி றேன். உங்கள் முதல் மந்திரியிடம் நீங்கள் சொல்லுங்கள். நீங்கள் எனக்கு மிகவும் உபயோகமாக இருந்தீர்களென்பதை அவரிடம் சொல்ல நான் தயங்கமாட்டேன்" என்று கூறிவிட்டுக் கையை நீட்டினார் மிஸ்ரா.

கையைக் குலுக்கிவிட்டு எழுந்திருப்பதைத்தவிர வேறு வழி இருப்பதாக அவ்வதிகாரிக்குப் படவில்லை.

"தாங்க் யு. உங்களுக்கு ஏதாவது வேண்டுமென்றால்..."

"கவலைவேண்டாம். உங்கள் டெலிபோன் நம்பர்தான் இருக் கிறதே, தொடர்பு கொள்கிறோம்" என்றார் மிஸ்ரா.

அரசாங்கம் அவருக்காக ஏற்பாடு செய்திருந்த காரை மறுத்து விட்டு டாக்ஸியில் ஏறினார் மிஸ்ரா.

வண்டியில் ஏறி உட்கார்ந்ததும் முகுந்தன் சொன்னான்: "நீங்கள் இப்படி நடந்து கொள்வதற்கெல்லாம் நான்தான் காரணம் என்று நினைத்துக்கொள்ளப் போகிறார்கள். அவர்கள் பரிவோடு செய்யும் உபசாரத்தையெல்லாம் மறுத்துவிட்டு..."

"ஜனநாயக நாட்டில்தான் இருக்கிறோமா என்ற சந்தேகம் எனக்கு அடிக்கடி வந்துவிடுகிறது. சுப்ரீம் கோர்ட்தான் சிற்சில சமயங் களில் சந்தேகத்தைத் தெளிவிக்கிறது."

"உங்களைப் போல் எனக்கும் ஒரு சந்தேகம்..." என்று கூறிக் கொண்டே, அண்ணா சமாதியின் மீது சூட்டுவதற்காக வாங்கி வைத்திருந்த பூமாலையைச் சற்று ஓரமாக நகர்த்தி வைத்தான் முகுந்தன்.

"என்ன சந்தேகம்?"

"உங்களைப் போல்தான் ஆளுங்கட்சியிலுள்ள சிந்திப்பவர்கள் அனைவரும் நினைப்பார்கள் என்று எனக்குப் படுகிறது ஆனால்..."

சுதந்தர பூமி 143

"எஸ். யு ஆர் ரைட். எல்லோருக்கும் ஒரே பிரச்னை. தி ஸ்பிரிட் ஈஸ் வில்லிங், பட் தி ஃப்ளெஷ் ஈஸ் வீக்.''

"எல்லோருக்கும் ஒரேவிதமான பிரச்னையாக இருக்கவேண்டு மென்ற அவசியமில்லை. சிலருக்கு வருமானவரிப் பிரச்னையாக இருக்கலாம்; சிலருக்கு..."

"என்ன பிரச்னையாக இருந்தாலும், எல்லாவற்றுக்கும் அடிப் படைக் காரணம் 'ஃப்ளெஷ் ஈஸ் வீக்' என்பதுதான். காந்திஜி வருமான வரியைப் பற்றி எப்பொழுதாவது கவலைப்பட்ட துண்டா?" என்றார் மிஸ்ரா.

அப்பொழுது ஜில்லென்று மென்காற்று வீசியது. கடற்கரை வந்துவிட்டது. மிஸ்ரா கண்கொட்டாமல் கடற்கரைப் பக்கமாகப் பார்த்துக் கொண்டிருந்தார்.

"மதராஸிகள் சென்னையை விட்டு எப்படித்தான் வேறு இடங்களுக்குச் செல்கிறார்களோ எனக்குத் தெரியவில்லை! என்ன அற்புதமான காட்சி!'' என்றார் மிஸ்ரா.

"கண் மட்டும் இருந்துவிட்டால் தேவலையே. வயிறும் இருக் கிறதென்பதுதான் பெரிய தொந்தரவு'' என்றான் முகுந்தன்.

"என்னை ஏதோ வேற்று நாட்டிலிருந்து வந்தவன் போல் நடத்துகிறார்களே, இந்தக் காட்சி எனக்குச் சொந்தமில்லையா! நான் மனப்பூர்வமாகச் சொல்லுகிறேன்... நான் ஒரு இந்தியன் என்பதைப் பற்றி இத்தகைய அற்புதமான காட்சிகளை நம் நாட்டில் காணும்போதெல்லாம் எண்ணிப் பெருமைப்படுவ துண்டு.''

அவர் சற்று உணர்ச்சி வயப்பட்டு இதைச் சொல்லுகிறாரென் பதை முகுந்தனால் புரிந்துகொள்ள முடிந்தது.

"எதற்காக இந்த அற்புதமான காட்சிக்குக் குந்தகம் விளை விப்பதுபோல், இவ்வளவு சிலைகள் வைத்திருக்கிறார்கள்?" என்று கேட்டார் மிஸ்ரா.

"இயற்கைக்கும் மனிதனுக்குமிடையே நிகழும் போராட்டம். இயற்கையை அசிங்கப்படுத்த வேண்டுமென்ற மனிதனின் கங்கணம்'' என்றான் முகுந்தன்.

"கடற்கரையிலா காலஞ்சென்ற முதல்வரின் சமாதி இருக்கிறது?" என்று வினவினார் மிஸ்ரா.

"ஆமாம். இதோ வந்துவிட்டது..."

டாக்ஸி டிரைவர் பணத்தைப் பெற்றுக்கொள்ளும்போது புன்னகை செய்தான். முகுந்தனைத் தமிழன் என்று அடையாளம் கண்டுகொண்ட அவன் சொன்னான்: "பாருங்க ஊதுவத்தி மணம் ஜமாய்க்குது. இன்னைக்கு அண்ணா போன நாள் இல்லே? பூசை போட்டுக் கும்பிடறாங்க..."

முகுந்தன் தான் இதைப்பற்றி அபிப்பிராயம் கூறுவது விவேகமில்லையென்று மவுனமாக நின்றான்.

பதிமூன்று

மிஸ்ரா கேட்டார், ''டிரைவர் என்ன சொல்லுகிறான்?''

முகுந்தன் சொன்னான்: ''இன்று அண்ணா இறந்த நாள். மக்கள் பிரார்த்தனை செய்ய வந்திருக்கிறார்கள்.''

''மை காட்! அண்ணா ஒரு பகுத்தறிவு வாதி என்றல்லவா நினைத்துக் கொண்டிருந்தேன்.

''அண்ணாவும் தம்மை அப்படித்தான் நினைத்துக்கொண்டிருந்தார், மரணம் நெருங்கும்வரை. கடைசிக் காலத்தில், தெய்வம் என்று ஒன்றிருந்தால் என்ன செய்வது என்ற பயம் அவருக்கும் வந்துவிட்டது.''

''மனவலிமை இல்லாதவர்களெல்லாம் நாஸ்திகராய் இருப்பதற்குத் தகுதியுடையவர்களல்லர். மேல் நாட்டில் கொள்கை ரீதியாக நாஸ்திகர்களாக இருந்தவர்கள் அசாத்திய மனோ தைரியம் உடைய அறிவாளிகள். ஷா, பெட்ரான்ட் ரஸ்ஸலைப் போல... ஏன் நம் நாட்டிலும் சார்வாக மதம் ஒரு புத்தி பூர்வமான மதந்தான்... ஆனால், நம் நாட்டு இக்கால நாஸ்திகர்கள், கோமாளி

கள். விஞ்ஞானத்தையும், தர்க்கத்தையும் அரைகுறையாகப் புரிந்து கொண்ட முட்டாள்கள்'' என்றார் மிஸ்ரா.

''கோமாளிகள் என்பது வாஸ்தவந்தான். இங்குப் பெரியார் ராமசாமி என்று ஒருவர் இருக்கிறார். அவர்...''

''ஐ நோ... ஐ நோ... *அவர் தமிழ்நாட்டின் டான் க்விக்ஸாட்* என்று எனக்குத் தெரியும். அவர்தான் உங்கள் பெரியார் என்றால் நீங்கள் வெட்கப்பட வேண்டும்.''

அப்பொழுது கறுப்புத் துண்டு மேலே போர்த்திய ஒருவர் அவர்களை நோக்கி வந்தார். அவர்கூட இன்னும் இருவர் இருந்தார்கள்.

''*மிஸ்டர் மிஸ்ரா?*''

''எஸ்.''

''நான்தான் காரிக்கண்ணன். கழகத்தின் உட்குழுவின் உறுப்பினன். நீங்கள் இங்கு வருவதாக முதல் அமைச்சரின் செயலர் தொலைபேசியில் தகவல் சொன்னார். உங்களை இங்கு வரவேற்று...''

மிஸ்ரா முகுந்தனைப் பரிதாபமாகப் பார்த்தார். 'உட்குழுவின் உறுப்பினர்' தமிழில் நிறுத்தாமல் பேசிக்கொண்டே போனது அவருக்கு ஒன்றும் விளங்கவில்லை.

முகுந்தன் காரிக்கண்ணன் சொன்னதை ஆங்கிலத்தில் மொழி பெயர்த்துக் கூறினான்.

''*நானே எல்லாவற்றையும் பார்க்கும்படியாக விடமாட்டார்கள் போலிருக்கிறதே!*''

''என் பேரில் அவர்களுக்கு அவ்வளவு நம்பிக்கை. நான் தமிழ்ப் பண்பாட்டுக்கு விரோதி என்று அவர்கள் அபிப்பிராயம்'' என்றான் முகுந்தன்.

''எனக்கு ஓரளவு ஆங்கிலத்தைப் புரிந்துகொள்ள முடியும். நீங்கள் வடநாட்டார் ஒருவரிடம் இப்படிப் பேசுவது முறையன்று. என்னிடம் தொலைபேசியில் பேசும்போதே உங்களைப் பற்றி எச்சரிக்கை செய்தார்கள்'' என்றார் காரிக்கண்ணன் சற்றுக் கோபத்துடன்.

முகுந்தன் பதில் கூறாமல் புன்னகை செய்தான்.

''நீங்கள் அவரிடம் நான் சொல்லுவதை அப்படியே கூறுகிறீர்களா அல்லது திரித்துச் சொல்லுகிறீர்களா என்று புரியுமளவுக்கு எனக்கு ஆங்கிலம் தெரியும். இன்னும் கூறப்போனால் என் மனைவி ஒரு பட்டதாரி, நினைவு இருக்கட்டும்.'' என்றார் காரிக்கண்ணன்.

அவர் என்ன சொல்லுகிறாரென்று அறிய மிஸ்ரா முகுந்தனைப் பார்த்தார். முகுந்தன் சொன்னான் - ''வாருங்கள். உள்ளே போகலாம்.''

காரிக்கண்ணன் இருவரையும் அழைத்துக்கொண்டு போனபோது பேசிக்கொண்டே சென்றார். ''அண்ணாவைப் போன்றவர்கள், ஆயிரம் ஆயிரம் ஆண்டுகளுக்கு ஒருமுறைதான் தோன்றக்கூடியவர்கள். வள்ளுவத்தின் இலக்கணமாக தமிழ்ப் பண்பாட்டின் உருவமாகப் பிறந்த அண்ணா, வரலாறே கண்டறியாத அளவுக்கு எவ்வளவு தூரம் தமிழர் எழுச்சிக்குக் காரணமாக இருந்தார் என்பதை நாடறியும், நல்லோர் அறிவர்.''

முகுந்தன் அதை மொழிபெயர்த்துச் சொன்னபோது மிஸ்ரா சிரித்துக்கொண்டே கூறினார்: ''அண்ணாவை எனக்கு நன்றாகத் தெரியும். ரம்மி விளையாடுவதில் நல்ல கெட்டிக்காரர். அவர் ராஜ்ய சபா அங்கத்தினராக இருந்தபோது ஓர் இரவு முழுவதும் விளையாடியிருக்கிறோம்.''

மிஸ்ரா கூறியதை ஓரளவு புரிந்துகொண்ட காரிக்கண்ணன் கீழ்க்குரலில் கூறினார். ''ஆமாம், அண்ணா சிற்சில சமயங்களில் 'ரம்மி' ஆடுவதுண்டு.''

காரிக்கண்ணனுடன் வந்த இன்னொருவர் அப்பொழுது சொன்னார். ''என் பெயர் இருங்கோவேள். அண்ணாவுக்கு 'ரம்மி' விளையாடுவதென்பது ஒரு குறை என்றிருந்தால் அக்குறைகூட இல்லாதவர் எங்கள் கலைஞர். தமிழ்ப் பண்பாட்டின் சிகரமாக விளங்குகிறார். அண்ணா தமிழ்நாட்டுக்கு வைத்துவிட்டு போயிருக்கும் தனிப்பெரும் சொத்து.''

இருங்கோவேள் இவ்வாறு சொன்னதும், திடீரென்று நினைவு வந்தவர்போல், காரிக்கண்ணன் அவரை இடைமறித்தார். ''ஆமாம். ஆமாம். தம்பி சொல்வது உண்மைதான். ஆயிரம் ஆயிரம் ஆண்டுகளுக்கு ஒருமுறைதான் தோன்றுவார்கள் என்று

நினைக்கக்கூடிய பெரியவர்கள் இருவர் தமிழ்நாட்டில் இப்பொழுது தோன்றியிருக்கிறார்கள் என்றால், அது தமிழகம் செய்திருக்கக் கூடிய தனிப் பெரும் பேறு.''

முகுந்தன், இருங்கோவேள் சொன்னதையோ அல்லது காரிக்கண்ணன் கூறியதையோ மொழிபெயர்த்து மிஸ்ராவிடம் கூறவில்லை.

''நாங்கள் சொன்னதை அவரிடம் கூறுங்கள்.'' என்றார் காரிக் கண்ணன்.

''அவருக்கு இது தெரிந்த விஷயந்தான்'' என்றான் முகுந்தன்.

''எது தெரிந்த விஷயம்?''

''அண்ணா, கலைஞர் இருவரையும் மிஸ்ராவுக்கு நன்றாகத் தெரியும்.'' என்றான் முகுந்தன்.

''அவருக்குத் தெரிந்திருக்கலாம். ஆனால் இன்று இரவு அவர் கலைஞரைச் சந்திக்க இருக்கிறார். கலைஞரைப் பற்றிய கருத்தையும் சொல்லவேண்டாமா?''

முகுந்தன் மிஸ்ராவிடம் சொன்னான்: ''இவர் பெயர் இருங் கோவேள். காரிக்கண்ணன், இருங்கோவேள் ஆகிய இருவரும், கலைஞர் கருணாநிதி, தமிழ்நாடு செய்த பெருந்தவத்தின் காரணமாகப் பிறந்தவர் என்று நினைக்கிறார்கள். இதை அவர் கள், நீங்கள் இன்றிரவு முதல் அமைச்சரைச் சந்திக்கும்போது கூற வேண்டுமென்று விரும்புகிறார்கள்.''

மிஸ்ரா புன்னகை செய்தார். அதைத் தொடர்ந்து அவர் கேட்டார். ''இன்று நான் முதலமைச்சரைச் சந்திக்கப் போகிறேனா?''

''அப்படித்தான் தோன்றுகிறது. நானும் நிகழ்ச்சி நிரலைச் சரியாகப் பார்க்கவில்லை.''

மிஸ்ரா தம் பையிலிருந்த அந்தக் காகிதத்தை எடுத்துப் பார்த்தார். ''அவர்கள் சொல்வது சரிதான். ஆனால் இவர்களுடைய பெயர் என் ஞாபகத்துக்கு வராதே! எழுதிக் கொடுக்கச் சொல்.''

முகுந்தன் அவர்களிடம் சொன்னான்: ''மிஸ்ரா, நீங்கள் இப்பொழுது கூறியவற்றை முதலமைச்சரிடம் சொல்வதாகக் கூறுகிறார். உங்கள் பெயரை எழுதிக் கொடுக்கச் சொல்கிறார்.''

இருவருடைய முகங்களும் மலர்ந்தன. "அதற்கென்ன இதோ எழுதித் தருகிறோம்" என்றார் காரிக்கண்ணன்.

மிஸ்ரா அவர்கள் எழுதிக்கொடுத்த துண்டுக் காகிதங்களை பையில் போட்டுக்கொண்ட பிறகு முகுந்தனிடம் சொன்னார். "சரி. அவர்களைப் போகச் சொல். அண்ணாவைப் பற்றியோ அல்லது இப்பொழுதுள்ள முதலமைச்சரைப் பற்றியோ அவர்களுடைய அபிப்பிராயம் இனித் தேவையில்லை என்று சொல்."

முகுந்தன் மிஸ்ரா கூறியதை அப்படியே அவர்களிடம் சொன்னபோது காரிக்கண்ணன் சிறிது கோபமடைந்தது போல் காணப்பட்டார். "இதோ பாருங்க, இவர் போய் கலைஞர்கிட்டே சொல்லப் போறார்னு நான் இப்படிப் பேசினேன்னு நினைச்சுக்காதீங்க. கலைஞரைப்பத்தி நான் சொல்லுவானேன்? உலகமே சொல்லுது. அமெரிக்காலேந்து..."

"இம்மாந் தூரம் வந்து 'உலக மகாகவி'ன்னு பட்டம் கொடுத் திருக்காங்கன்னா, சும்மாவா? நம்மவங்களே அசூயைப் பிடிச்சப் பயங்க. வட நாட்டானைப் பத்திக் கேப்பானேன்?" என்று காரிக்கண்ணனை இடைமறித்துப் பேசினார் இருங்கோவேள்.

அவர்களுடைய கோபத்தின் முதல் பலி இலக்கணத் தமிழ். அவர்கள் முதல் முறையாக இயல்பாகப் பேசியது முகுந்தனுக்கு ஓரளவு திருப்தி அளித்தது.

அண்ணாவின் சமாதியைப் பார்க்க வந்தவர்கள் மிஸ்ராவையும் முகுந்தனையும் ஏற இறங்கப் பார்க்கத் தொடங்கினார்கள். மிஸ்ரா மலர்வளையம் சூட்டியபோது, அவர்களுக்கு இன்னும் ஆச்சரியமாக இருந்தது.

ஒருவர் காரிக்கண்ணனை நோக்கிக் கீழ்க்குரலில் கேட்டார்: "யார் இவங்க?"

"அவரா? மிஸ்சுரான்னு பேரு. எம்.பி. தமிழ்நாட்டைச் சுத்திப் பாக்க வந்திருக்காரு. பக்கத்திலே இருப்பவரு அவரோட செயலாளர். நம்மூர்க்காரர்..."

இருவரும் மிக மெதுவாக, இப்படிப் பேசிக் கொண்டிருப்பதைப் பார்த்ததும், மற்றவர்கள் மிஸ்ராவை மத்திய மந்திரி என்று நினைத்துக்கொண்டு விட்டார்கள்.

இதற்குள் ஒரு பெண், பதினைந்து வயதிருக்கலாம். கீழே கிடந்த ஒரு கிழிந்த வெற்றுக் காகிதத்தைக் கொண்டுவந்து மிஸ்ராவிடம் நீட்டினாள்.

மிஸ்ரா திகைத்தார்.

''ஆட்டோகிராப், ப்ளீஸ்...'' என்றாள் அந்தப் பெண்.

''இவரைக் கேள்...'' என்று முகுந்தனைச் சுட்டிக் காண் பித்துவிட்டு மிஸ்ரா மேலே நடந்தார்.

முகுந்தன் அந்தப் பெண்ணிடம் சிரித்துக்கொண்டே சொன்னான்: ''அவர் மந்திரிப் பதவியிலில்லே. ஒரு சாதாரண எம்.பி. நான் அவரோட காரியதரிசி. மிஸ்டர் காரிக்கண்ணன்; மன்னிக்கணும். செயலாளர்...''

''என்னைக் கிண்டல் பண்றீங்களா?'' என்று சீறினார் காரிக் கண்ணன்.

''இல்லே, உண்மையாகவே சொல்றேன். 'செயலாளர்'னு சொல்லணும்னு நினைச்சேன். 'காரியதரிசி'ன்னு வந்துடுத்து. உண்மைத் தமிழனா இருந்தா இந்த நாக்கைத் துண்டிச்சு எறிந் திருக்கணும். ஆனா நான் உண்மைத் தமிழனில்லே. வணக்கம். போயிட்டு வரட்டுங்களா?''

முகுந்தன் இவ்வாறு சொல்லிக்கொண்டே, வெளியே போய்க் கொண்டிருந்த மிஸ்ராவின் பால் விரைந்தான்.

''கையெழுத்துப் போட்டுத் தந்தாயா?'' என்று புன்னகை செய்துகொண்டே கேட்டார் மிஸ்ரா.

''இல்லை. எனக்கும் காரிக்கண்ணனுக்கும் ஒரு சிறிய தகராறு.''

''தகராறா?''

அப்பொழுது அங்கு ஒரு டாக்ஸி போயிற்று. முகுந்தன் அதைக் கைதட்டி நிறுத்தினான்.

காரிக்கண்ணனும், இருங்கோவேளும் வேகமாக அங்கு வந்தார்கள்.

''என்ன புறப்பட்டுட்டீங்களா?''

''ஏன் பாத்தாச்சு, போக வேண்டியதுதானே?''

''டாக்ஸி எதற்கு? நம்ம வண்டி இருக்குதுங்களே. போக லாமே?''

''ஆமாம். இவரோட சொந்த வண்டி. போன மாசம் அமிஞ்சிக் கரை ஜனங்க இவருக்குப் பிரியமா வாங்கிக்கொடுத்தாங்க. எனக்கு அடுத்தமாசம் வரப்போறது. எம்.பி. கிட்டே என்ன கார் இருக்குதுங்க? ஃபியட்டா, அம்பாஸ்டரா? ஏங்க, இரண்டிலே எது தேவலிங்க?'' என்று ஒரு குழந்தையின் ஆர்வத்துடன் பேசிக்கொண்டே போனார் இருங்கோவேள்.

காரிக்கண்ணன் சினத்துடன் அவரைப் பார்த்துக் கொண்டிருந் ததைப் பற்றி இருங்கோவேள் கவலைப்படவேயில்லை. காரிக்கண்ணனின் நாசூக்கு அவருக்கில்லை என்பதினாலேயே முகுந்தனுக்கு அவர் பால் ஒரு பிடிப்பு ஏற்பட்டது.

''உங்களுக்குப் பெரிய குடும்பங்களா? அப்படின்னா அம் பாஸ்டரே வாங்கிக்குங்க...'' என்றான் முகுந்தன்.

''ஆமாங்க. இரண்டு தாரம், எட்டு குழந்தைங்க, அதான் பாக்கறேன். நாட்டுக்கு உளைக்கிறோம், ஜனங்க ஒரு பிரியத் தோட வாங்கித் தராங்க. இல்லிங்களா?''

டாக்ஸியில் உட்கார்ந்துவிட்டார் மிஸ்ரா.

''அவரு கலைஞர்கிட்டே எங்களைப் பத்திச் சொல்ல மறந்துடப் போறாரு, நினைவுபடுத்துங்க'' என்றார் காரிக்கண்ணன் முகுந்தனிடம்.

''ஓ எஸ்... மன்னிக்கணும்... உறுதியா, நினைவுபடுத்தறேன்...''

டாக்ஸிக்காரனிடம் எம்.எல்.ஏ. ஹாஸ்டலுக்குப் போகும்படி யாகச் சொன்னான் முகுந்தன்.

''அவர்கள் என்ன பேசிக்கொண்டே இருந்தார்கள்?'' என்று கேட்டார் மிஸ்ரா.

முகுந்தன் சொன்னான்.

மிஸ்ரா கண்களை மூடிக் கொண்டிருந்தார்.

''நம் நாட்டில் ஒரு தனி மனிதனுடைய தன்மானம் இவ்வளவு தரைமட்டமாக இப்பொழுது போயிருப்பதற்கு என்ன காரணம்?'' என்று தமக்குத் தாமே கேட்டுக்கொள்வது போல் முணுமுணுத்தார் மிஸ்ரா சிறிது நேரம் கழித்து.

''சரித்திரப் பூர்வமாகப் பார்த்தால், நம் நாட்டில் தனி மனிதன் என்று எப்பொழுதுமே இருந்தது கிடையாது என்றுதான் நினைக்கிறேன். அவன் சமூகத்திலும், சமயத்திலும் புகுந்து கொண்டபிறகு...''

''நம் நாட்டிலென்ன, மேல் நாடுகளிலும் இருந்ததில்லை மறுமலர்ச்சியும், தொழிற் புரட்சியும் தோன்றிய பிறகுதான், மேல் நாடுகளில் தனி மனிதனின் தன்மானம் என்ற அஸ்தி வாரத்தின் மீது கட்டப்பட்ட ஜனநாயகம் என்ற கருத்து அங்கே வேரூன்றத் தொடங்கிற்று. இதற்குப் பகுத்தறிவு இயக்கமும் காரணம் என்பதை மறுக்க முடியாது. ஆனால் நம் நாட்டில், குறிப்பாகத் தமிழ்நாட்டில், பகுத்தறிவு இயக்கமும் ஒரு மதமாகி விட்டது. பகுத்தறிவு இயக்கம் தனி மனிதனின் தன் மரியாதையை அவனுக்கு உணர்த்துவதற்குப் பதிலாக, மக்களை ஆட்டு மந்தைகளாக்கிவிட்டது.''

''நீங்கள் சொல்வது வாஸ்தவம்தான். டான் க்விக்ஸாட், விண்ட் மில்களோடு சண்டையிட்டது போல, ஒரு மானஸிகத்தோடு போராடும் கோமாளியைக் கடவுளாக்கி, இந்தப் புது மூடத்தனமே பகுத்தறிவு என்று மகிழ்கிறார்கள்.''

''அண்ணாவுடன் நான் பழகிய வரையில், அவர் மிகவும் கண்ணியமானவராகவே எனக்குத் தோன்றினார்.''

''அண்ணா மிகவும் கண்ணியமானவர்தாம்... அரசியலுக்குத் தேவையான ஒரு அடிப்படையான குரூரத்தன்மை அவருக்குக் கிடையாது. தன் உரிமைகளைப் பற்றி தனக்கே பிரக்ஞை இல்லாத ஒரு சமுதாயம் எழுச்சி உறுவதற்கு அவர் காரணமாக இருந்தார் என்பதும் சரித்திர உண்மை. ஆனால் நம்நாட்டில், ஒரு சாதாரண மனிதனையும், அவனுக்குப் புகழ் வந்துவிட்டால், அவனைத் தெய்வமாக்கி விடுவதுதான் மக்களுக்குப் பிடித்தமான பொழுதுபோக்கு. ஒரு சராசரி மனிதனுக்குரிய குறைபாடுகளுட னும், பலஹீனங்களுடனும் இருந்தவாறே, அண்ணா, தமிழ்ச் சமுதாயத்தில் ஒரு புதிய விழிப்புணர்ச்சி ஏற்படுத்தினார்

என்பதுதான் அவருக்குப் பெருமை. அவருடைய குறைகளையும் பலஹீனங்களையும் சுட்டிக்காட்டி தமிழ்ச் சமூகத்துக்கு அவர் ஆற்றிய தொண்டை குறைத்து பேசுவது எவ்வளவு கேவலமோ, அவ்வளவு கேவலம், அவரை புத்தராகவோ, ஏசுவாகவோ அல்லது காந்தியாகவோ காட்டுவது.''

மிஸ்ரா சிரித்தார்.

''எதற்குச் சிரிக்கிறீர்கள்?''

''ஓர் அரசியல்வாதிக்குரிய தன்மையெல்லாம் உனக்கும் வந்து விட்டது... உலகமே தன் பேச்சுக்காகக் காத்து கொண்டிருப்பது போல், நிறுத்தாமல் பேசிக்கொண்டே போகிறாய்.''

''ஐ ஆம் ஸாரி'' என்றான் முகுந்தன்.

''நோ... நோ... உன்னைக் குறை சொல்லவில்லை - யு கோ அஹெட்.''

''இப்பொழுது தமிழ்நாட்டில் பள்ளிக்கூடப் பாடப்புத்தகங்கள் எல்லாமே ஆளுங்கட்சியைப் பற்றியும், கட்சித் தலைவர்களுடைய வாழ்க்கை வரலாற்றைப் பற்றியுந்தான் என்று சொல்லப்படுகிறது.''

''சமீபத்தில் நான் ஒரு புத்தகம் படித்தேன். அதில் ஒரு விஷயம். ஸ்டாலின் கையில் எப்பொழுதும் ஒரு புத்தகம் இருக்குமாம். புத்தகம் படிப்பதில் அவருக்கு அவ்வளவு ஆர்வம். ஆனால் அந்தப் புத்தகம், அவருடைய வாழ்க்கை வரலாற்றைப் பற்றிச் சொல்லும் புத்தகமாக இருக்க வேண்டும். அவர் இதைத் தவிர வேறு நூல்களைப் படிக்கும் வழக்கமில்லையாம்.''

அப்பொழுது டாக்ஸி மவுண்ட்ரோட் வந்துவிட்டது. மிஸ்ரா அண்ணா சிலையைப் பார்த்துக்கொண்டே சொன்னார்: ''அவர் கையில் இருப்பது அவர் வாழ்க்கை வரலாறாக இருக்காது என்று நம்புகிறேன்.''

''நிச்சயமாக இருக்காது. அளவுக்கு மீறிப் புகழ்ந்தால் அதைக் கண்டு கூச்சப்படுமளவுக்கு, அவருக்கு அடிப்படையான நுண்ணுணர்வில் விளைந்த கண்ணியம் இருந்தது.''

அவர்கள் ஹாஸ்டலைச் சென்றடைந்ததும், மிஸ்ராவுக்காக ஓர் அதிகாரி காத்துக் கொண்டிருந்தார்.

‘‘அண்ணாவின் சமாதியைப் பார்த்தீர்களா? இந்த நூற்றாண்டில்...’’

‘‘உங்கள் பேரென்ன?’’ என்று கேட்டார் மிஸ்ரா.

அவ்வதிகாரி தம் பெயரைச் சொன்னார்.

மிஸ்ரா, காரிக்கண்ணன் கொடுத்த துண்டுத்தாளில் அவர் பெயரையும் எழுதிக்கொண்டார்.

‘‘என்ன எழுதிக் கொள்கிறீர்கள்?’’

‘‘இன்றிரவு உங்கள் முதலமைச்சரைச் சந்திக்க இருக்கிறேன். உங்கள் பேரையும் சொல்லவேண்டாமா?’’

‘‘எதற்கு?’’

‘‘அண்ணாவைப் பற்றியும் கலைஞரைப் பற்றியும் நீங்கள் நல்ல அபிப்பிராயம் கொண்டிருக்கிறீர்கள் என்று. ஏற்கெனவே இரண்டு பேர்கள் இருக்கின்றன. இந்தப் பெயர்களை என்னால் உச்சரிக்க முடியவில்லை. கா... கா... ரி... நல்லவேளை நீங்கள் செய்த அதிர்ஷ்டம், உங்கள் பெயர் உச்சரிக்கும்படியாக இருக்கிறது.’’

அவ்வதிகாரி முகுந்தனைப் பரிதாபமாகப் பார்த்தார். முகுந்தன் அவரை அழைத்துக்கொண்டு வெளியே போனான்.

‘‘அவர் களைப்பா இருக்கார்னு நினைக்கிறேன். அதான் இப்படிப் பேசினார். டோன்ட் வொர்ரி. கொஞ்சம் ரெஸ்ட் எடுத்துண்டார்னா சரியாப் போயிடும். இன்னும் கொஞ்சம் நேரம் கழிச்சு வாங்களேன்.’’

‘‘நீங்க அவர் பி.ஏ. தானே?’’

‘‘ஆமாம்...’’

‘‘இப்ப செகரட்ரியேட்லேந்து ஏதாவது ஃபோன் வந்தா, நான் வந்துட்டுப் போனதாக சொல்றீங்களா?’’

‘‘ஓ எஸ்...’’

‘‘தாங்க் யு...’’

முகுந்தன் அவரை அனுப்பிவிட்டு உள்ளே வந்தபோது மிஸ்ரா ஏதோ மூலையைப் பார்த்தவாறே சிந்தித்து கொண்டிருந்தார்.

சுதந்தர பூமி 155

முகுந்தன் உள்ளே வந்ததை அவர் கவனித்ததாகத் தெரியவில்லை அல்லது தெரிந்ததாகக் காட்டிக் கொள்ளவில்லை.

முகுந்தன் நாற்காலியில் உட்கார்ந்திருந்தான்.

''ஐ திங்க்...'' என்றான் முகுந்தன்.

''எஸ்!''

''தமிழ்நாட்டு அனுபவம் உங்களுக்கு...''

மிஸ்ரா இடைமறித்தார். ''தமிழ்நாட்டு அனுபவம் கிடக்கட்டும். நாம் இப்பொழுது எங்கே போய்க்கொண்டிருக்கிறோம்?''

''சாப்பிட்ட பிறகு, கிண்டி இண்டெஸ்டிரியல் எஸ்டேட், அப்புறம்...''

''டாமிட் நம்மைச் சொல்லவில்லை. நாட்டைச் சொல்லுகிறேன். நாடு இப்பொழுது எங்கே போய்க் கொண்டிருக்கிறது? சுதந்தர பூமி, மைஃபுட், சுதந்தர பூமி.''

முகுந்தன் அவர் கைப்பெட்டியைத் திறந்து மருந்து பாட்டில்களை எடுத்தான்.

''என்ன செய்கிறாய்?''

''ஐ ஆம் அஃப்ரெய்ட், யு மே கெட் தி அட்டாக்.''

மிஸ்ரா பதில் கூறவில்லை. அவர் முகத்தில் செம்மை படரத் தொடங்கியது.

முகுந்தன் கொடுத்த நியோ எபினைன் மாத்திரையை அவர் வாயில் அடக்கிக்கொண்டார். அவர் மார்பு படபடக்கத் தொடங்கியது.

''வடநாட்டில் சண்டையும் சச்சரவுகளும் மிகுந்த அக்காலத்தில் இந்தியாவின் பண்பாட்டை தமிழகந்தான் காப்பாற்றித் தந்திருக் கிறது என்று சரித்திரம் சொல்லுகிறது. ஆனால் இன்றைய தமிழகத்தைப் பார்க்கும்போது...'' இதைச் சொல்லும்போது மிஸ்ராவுக்கு மூச்சு வாங்கியது.

''தமிழ்நாட்டைப் பற்றியோ இந்தியாவைப் பற்றியோ கொஞ்ச நேரம் கவலைப்படாமல், ஓய்வு எடுத்துக்கொள்ளுங்கள்...''

என்றான் முகுந்தன். அவர் படுக்கையில் அப்படியே சாய்ந்து கொண்டார்.

''கடற்கரையில் சிலை எடுக்கிறோம் என்று ஆபாசம். பூதம் பூதமாக சினிமா போஸ்டர்கள். பரத நாட்டியம், சிற்பங்கள் ஆகிய ஒவ்வொரு துறையிலும் இரண்டாம் தரத்தை ஒப்புக்கொள்ள மறுக்கிற ஒரு ரசனை மிகுந்த நாட்டில் இப்பொழுது இவ்வளவு இத்தகைய அசிங்கங்கள் நடக்கக் காரணம் என்ன?''

''அந்தக் காலத்தில் தொழில் வரையறை என்பது பாரம்பரியமாக தொடர்ந்ததினால் அந்தந்தத் துறையில் இரண்டாம் தரத்தை ஒப்புக்கொள்ள மறுக்கிற ஒரு நிர்த்தாட்சண்யம் இருந்தது. ஆனால் ஜனநாயக யுகத்தில் தொழில் வரையறை என்பது பிரபுத்வ மனப்பான்மை என்று ஏற்பட்டுவிட்டது. ஜனநாயகத்துக்கு நாம் கொடுக்கும் விலை, ரசனை, தரம் முதலியன. நீங்கள் இன்னும் தமிழ்த்திரைப் படங்களையோ பிரபல பத்திரிகைகளையோ பார்க்கவில்லை. பார்த்தால்... நீங்கள் பார்க்க வேண்டாம். உங்கள் ஆஸ்துமா அதிகமாகி விடும்.''

அப்பொழுது டெலிபோன் ஒலித்தது. முகுந்தன் ஃபோனை எடுத்தான்.

''டிரங்க்கால்?'' என்று அவன் கேட்டபோது மிஸ்ரா திரும்பிப் பார்த்தார்.

''டில்லியா? ப்ரொஃபஸருக்கு உடம்பு சரியில்லை. ஐ வில் டேக் தி கால்.''

டில்லியிலிருந்து வந்த செய்தியைக் கேட்டதும் முகுந்தனின் முகத்தில் ஆச்சரியம் வெளிப்படையாகத் தெரிந்தது.

பதிநான்கு

முகுந்தன் மிஸ்ராவிடம் கூறினான்: ''பார்லிமெண்ட் கலைக்கப்பட்டு விட்டது. உங்களை டில்லியில் உடனே எதிர்பார்க்கிறார்கள்.''

மிஸ்ரா சிறிதுநேரம் வரை பேசவில்லை. இச்செய்தியின் முழுப்பொருளையும் கிரகித்துக் கொள்வது போல் அவர் மவுனமாக இருந்தார்.

ஐந்து நிமிஷம் கழித்துக் கூறினார்: ''ஸோ?''

''டில்லிக்குப் போக வேண்டியதுதான். பார்லிமெண்ட் கலைக்கப்பட்டுவிட்டது என்ற செய்தி முதல் மந்திரிக்கு இப் பொழுதே தெரிந்திருக்கும். இனிமேல் உங்கள் மேல் அவருக்கு அக்கறை இருக்குமென்று சொல்ல முடியாது. நாமாகவே கவுரவமாகத் திரும்பிப் போவதுதான் நல்லது.''

மிஸ்ரா கேட்டார்: ''நான் மறுபடியும் தேர்தலில் நிற்பது நல்லது என்று நீ நினைக்கிறாயா?''

''யாருக்கு நல்லது என்று கேட்கிறீர்கள் என்பதைப் பொறுத்தது என் விடை.''

"எனக்கு வயதாகிவிட்டது. 'மக்களுக்குப் பணி' என்ற மாயையை நம்பும் நிலையைத் தாண்டிவிட்டேன் என்றே நினைக்கிறேன். ஆகவே யாருக்கு நல்லது என்றால் என்னைப் பற்றித்தான் கேட்கிறேன்."

"அரசியலில் இவ்வளவு வருஷங்கள் இருந்துவிட்ட உங்களுக்கு அரசியலை விட்டு விலகி ஒதுங்கியிருக்க முடியுமென்று நம்புகிறீர்களா? தரையில்படும் மீன்போல் தவிக்கும்படியாகத்தான் இருக்குமென்று நான் நினைக்கிறேன்."

"அரசியலில் இருந்துகொண்டிருப்பதுதான் என் உயிர்த் துடிப்புக்கே காரணம் என்கிறாயா?"

"அப்படித்தான் நினைக்கிறேன். மற்றொன்று, அரசியலை விட்டு விலகி, மன்னிக்கவும்... நீங்கள் என்ன செய்ய இருக்கிறீர்கள்? அதுவும் உங்களைப் போன்ற பிரும்மச்சாரிகளுக்கு ஓய்வு என்பது ஒரு கொடிய நரக வேதனையாகக்கூட இருக்கக்கூடும்."

"இப்பொழுது நடக்கும் அரசியல் அரசியலாக எனக்குப் படவில்லை. அடிப்படையில் கண்ணியமில்லாத ஒரு குரூரமான சந்தர்ப்பவாதத்தை அரசியல் கொள்கைகளாக அரியாசனம் ஏற்றி நாட்டை ஏமாற்றி வருகிறார்கள். இந்த திட்டமிட்ட அயோக்கியத்தனத்தில் எனக்கும் ஒரு பங்கு இருக்கிறது என்பதுதான் என்னை அடிக்கடி வாட்டுகிறது."

"அரசியல் உலகமெங்கும் எப்பொழுதும் இப்படித்தான் நடந்து வருகிறது. உங்களுக்கு வயதாகிவிட்ட காரணத்தினால் மனசாட்சிப் போர்வை அணியப் பார்க்கிறீர்கள். இது சமயம் நமக்குக் கற்றுக் கொடுத்த பாடம்."

"உலகத்து அரசியலைப் பற்றி நான் பேசவில்லை. நம் நாட்டில்..."

"நம் நாட்டுச் சரித்திரத்தைப் படித்தால் இன்றுள்ள அரசியல் வாதிகள் நல்லவர்களாகி விடுவார்கள். தனிப்பட்ட கவுரவத்துக் காக நாட்டையே பிறருக்கு அடிமைப்படுத்தத் தயங்காத பண்பாடு நம்முடையது. மேலும்..."

"ஆல்ரைட். ஆல்ரைட். ஆரம்பித்துவிடாதே... எனக்கு மிகவும் களைப்பாக இருக்கிறது. இன்றிரவே டில்லி போவதற்கு ஏற்பாடு செய்."

முகுந்தன் தமிழ்நாட்டுச் செயலகத்துக்கு அவர்களைக் கவனித்துக் கொள்ள என்றிருந்த அதிகாரிக்கு டெலிபோன் செய்தான்.

''இன்றிரவே ப்ரொஃபஸர் டெல்லி போக விரும்புகிறார். உடனே புறப்பட்டு வரும்படி போன் வந்தது'' என்றான் முகுந்தன்.

''ஐ. ஸி. பார்லிமெண்ட் கலைக்கப்பட்ட விஷயமாகத் தானே? எங்களுக்கும் இப்பொழுதுதான் செய்தி தெரிந்தது. இன்றிரவு முதல் மந்திரியாலும் ப்ரொஃபஸரைப் பார்க்க முடியாதென்று நினைக்கிறேன். எதற்கும் இதைச் சிறிது நேரத்தில் உறுதிப் படுத்துகிறேன்.''

''ப்ரொஃபஸராலும் முதல் மந்திரியைப் பார்க்க இயலாது என்பதைத்தான் சொல்ல விரும்புகிறேன். காங்கிரஸ் மேலிடத்தி லிருந்து அழைப்பு வந்திருக்கிறது. உடனே புறப்பட வேண்டும். ஏர் லைன்ஸில் சொல்லி டிக்கெட்டுக்கு ஏற்பாடு செய்தால்...''

''ஓ எஸ் டோன்ட் வொர்ரி. உடனே ஏற்பாடு செய்கிறேன்.''

அவர் குரலில் உற்சாகம் வெளிப்படையாகத் தெரிந்தது. முதல் மந்திரியும் மிஸ்ராவைப் பார்க்க அவ்வளவு தீவிரமாக விரும்பமாட்டார் என்றுதான் முகுந்தன் நினைத்தான். இனிமேல் அவர் முன்னாள் எம்.பி. மறுபடியும் அவருக்கு டிக்கெட் கொடுக்கப் போகிறார்களோ என்னவோ என்றுதான் முதல் மந்திரி சிந்திப்பார் என்று அவன் கருதினான்.

''திடீரென்று இப்படிக் கலைக்கப்பட்டுவிட்டதே பார்லி மெண்ட்?'' என்றார் மிஸ்ரா.

''இது பல எம்.பி.க்களுக்கு ஏமாற்றத்தை அளித்திருக்குமென்று தான் நினைக்கிறேன்.''

''இது பிரதம மந்திரியின் அசாத்தியத் துணிச்சலைக் காட்டுகிறது. இடைக்காலத் தேர்தலில் எப்படியாவது வெற்றி பெறலாம் என்பதுதான் பிரதம மந்திரியின் நம்பிக்கையாக இருக்க வேண்டும்.''

''காற்றுள்ளபோது தூற்றிக் கொள்வதுதான் நல்லது அல்லவா? சோஷலிஸக் கொள்ளை முன்னே காட்டிக் காட்டிக் குதிரையைச் செலுத்த வேண்டியதுதானே?''

"ஜனநாயக - சோஷலிஸம் என்ற கோஷத்தை எவன் கண்டு பிடித்தானோ அவன் மிகவும் புத்திசாலி என்றுதான் நினைக்கிறேன். முட்டாள் ஜனங்களுக்கு சோஷலிஸம். கம்யூனிச பூச்சாண்டியைக் கண்டு பயப்படுகிறவர்களுக்கு ஜனநாயகம். இப்படியாகப் பரம்பரை பரம்பரையாக ஆட்சியில் உட்கார்ந்து கொண்டு மக்களை ஏமாற்றிக்கொண்டே போகலாம். இதற்கு கயிற்றில் நடப்பது போன்ற ஒரு சாமர்த்தியம் வேண்டும். கல்வி அறிவில்லாத ஓர் ஆட்டு மந்தைக் கூட்டத்துக்கு கல்வி அறிவு ஏற்பட்டுவிட்டது போன்ற ஒரு பாவனையை உண்டாக்கி அந்தப் பாவனையின் அசட்டுத்தனத்தால் மீண்டும் மீண்டும் தங்களையே தேர்ந்தெடுக்கும்படி செய்ய வேண்டும்.''

"அப்படியானால் ஆளுங்கட்சியே மீண்டும் பதவிக்கு வரும் என்று நினைக்கிறீர்களா?''

"நிச்சயமாக. இந்நாட்டில் பதவிக்கு ஒரு கட்சி வந்துவிட்டால் அதை மீண்டும் அகற்றுவது என்பது சுலபமான காரியமல்ல. ஒரு புதிய இளைஞர் சமுதாயம் ஓட்டுரிமையைப் பெருவாரியாகப் பெறும் வரையில் அக்கட்சியே பதவியிலிருக்கும். காங்கிரஸ் கட்சி தமிழ்நாட்டில் பதவியை இழக்க இருபது ஆண்டுகள் பிடித்தது என்பதை மறந்துவிட்டாயா?''

"நீங்கள் என்ன செய்யப் போகிறீர்கள்? தேர்தலில் நிற்க உத்தேசம் உண்டா இல்லையா?''

மிஸ்ரா பதில் கூறவில்லை.

"இது யோசிக்கவேண்டிய விஷயம் என்றா நினைக்கிறீர்கள்?''

"இல்லை. பிரதம மந்திரி எவ்வளவு தூரம் நான் கட்சி பலத்துக்குப் பயன்படுவேன் என்று முடிவு செய்வதைப் பொறுத்தது, நான் தேர்தலில் நிற்பது.''

சிறிது நேரத்துக்குப் பிறகு தமிழ்நாட்டுச் செயலகத்திலிருந்து போன் வந்தது. முதல் மந்திரி அனுப்பப் போகும் கட்சிப் பிரமுகர் ஒருவர் அவரைப் பார்க்க வருவதாகச் செய்தி வந்தது. மிஸ்ராவுக்கு இது ஆச்சரியமாக இருந்தது. எதற்காகத் தம்மைப் பார்க்க வரவேண்டும்? இது அவருக்குப் புரியவில்லை.

"நான் யாரையும் பார்க்கப் போவதில்லை'' என்றார் மிஸ்ரா.

''காரணமில்லாமல் முதல் மந்திரி கட்சியின் முக்கியப் பிரமுகரை உங்களைப் பார்ப்பதற்காக அனுப்ப மாட்டார். நீங்கள் பிரதம மந்திரிக்கு மிகவும் வேண்டியவர் என்று அவர் நினைக்கிறார். ஆகவே ஏதாவது விசேஷமான செய்தியை உங்கள் மூலம் அவர் பிரதம மந்திரிக்கு அனுப்ப விரும்பலாம்.''

''அவரே பிரதம மந்திரியிடம் நேராகவே பேசலாமே...''

''ஏதாவது செய்தி உங்கள் மூலம் அனுப்பி அதனால் ஏற்படும் விளைவு, அவர் விரும்பாத அளவுக்கு இருந்தால், தாம் அப்படி செய்தி அனுப்பவே இல்லை என்று மறுப்பதற்கு ஒரு வாய்ப்பு வேண்டாமா? ஆகவே எப்படி அவர் பிரதம மந்திரியிடம் நேராகப் பேசுவார்? பிறகு மறுக்கமுடியாதே'' என்றான் முகுந்தன்.

''உங்கள் முதல் மந்திரி மிகவும் கெட்டிக்காரர்தான். சந்தேக மில்லை.''

''இல்லாவிட்டால், கட்சியில் எவ்வளவோ மூத்த தலைவர்கள் இருக்கும்போது இவரால் எப்படிக் கட்சித் தலைமையைக் கைப்பற்ற முடிந்தது? இது போதாதா, அவர் சாமர்த்தியத்தைக் காட்ட?''

''சரி. இன்றிரவே எப்படியும் நாம் போகவேண்டும். பை தி வே... நீ தேர்தலில் நிற்க விரும்புகிறாயா?''

''நானா எங்கு நிற்பது? எனக்கு வேரே இல்லாமல் போய்விட்டது போன்ற ஒரு துர்பாக்கிய நிலைமை. பஞ்சாபில் நின்றால் என்னைத் தேர்ந்தெடுப்பார்களா?''

''தமிழ்நாட்டில் நிற்கிறாயா?''

''நானா? விளையாடுகிறீர்களா? ஏற்கெனவே என்னைத் தமிழ்த் துரோகி என்று ஒரு எம்.பி. தூற்றாத குறையாகச் சொல்லிவிட்டுப் போனார். ஜனநாயகம், சோஷலிஸம் என்றெல்லாம் வாய்ப்பந்தல் போட்டாலும், ஜாதி உணர்வு அடிப்படையில் நிகழும் தேர்தலில் எனக்கு எப்படி வெற்றி கிட்டுமென்று எதிர்பார்க்கிறீர்கள்?''

''முதல் மந்திரி அனுப்பும் பிரமுகர் வந்தால் பேரம் பேசட்டுமா?''

"தயவு செய்து வேண்டாம்."

"பிரதம மந்திரியிடம் வேண்டும்போதெல்லாம் பணம் கறக்கலாம். பிரதம மந்திரி நீ நிற்கவேண்டுமென்று விரும்புகிறார் என்று சொன்னால் கூடவா மறுக்கப் போகிறார்கள்?"

"பிரதம மந்திரி இவர்களுடைய தயவை நாடுகிறாரே தவிர, இவர்கள் அவர் தயவை நாடவில்லை."

அப்பொழுது வாசல் கதவு தட்டப்படும் சத்தம் கேட்டது.

"எஸ், கம் இன்" என்றார் மிஸ்ரா.

வந்தவருக்கு முப்பத்தைந்து வயதிருக்கும். கறுப்பு சிவப்பு பார்டர் போட்ட துண்டு அணிந்திருந்தார்.

"என் பேர் காரி... முதல் மந்திரி உங்களை இன்று பார்க்க முடிய வில்லை என்பதற்கு மிகவும் வருந்தினார். நீங்களும் பார்லி மெண்ட் கலைக்கப்பட்டு விட்டதின் விளைவாக இன்றே டில்லிக்கு போக இருக்கிறது என்பதையும் முதல் மந்திரி அறிந்தார். நீங்கள் மறுபடியும் தேர்தலில் நிற்க இருக்கிறீர்களா?"

"உங்கள் பேரைக் கேட்க மிகவும் மகிழ்ச்சி. சொல்லுவதற்குச் சுலபமாக இருக்கிறது. காரி" என்றார் மிஸ்ரா.

காரி புன்னகை செய்தார். அவர் ஆங்கிலம் மிகவும் சரளமாகப் பேசினார். இதற்காகவே முதல் மந்திரி அவரை மிஸ்ராவுடன் பேசுவதற்காக அனுப்பி இருக்கிறார் என்று முகுந்தனுக்குத் தோன்றியது.

"நீங்கள் தேர்தலில் நிற்கப் போகிறீர்களா?" என்று கேட்டார் காரி மறுபடியும்.

"டிக்கெட்டு கிடைத்தால் நிற்கலாம்."

"உங்களுக்கா டிக்கெட் கிடைக்காமல் போகும். பிரதமருக்கு மிகவும் வேண்டியவர் என்று எல்லாரும் சொல்கிறார்கள்."

"எனக்கு வயசு ஆகிவிட்டதே. இளைஞர் உலகத்தில் என்னால் என்ன செய்யமுடியும்?"

காரி சிரித்தார்.

சுதந்தர பூமி

"என்ன சிரிக்கிறீர்கள்?"

"உங்களுடைய அடக்கம் மகிழ்ச்சிக்குரிய விஷயம். இளமை என்பது மனத்தைப் பொறுத்த விஷயம் என்பதை நீங்கள் அறிந்ததுதான். உங்களைப் போன்ற அனுபவம் மிக்க சிந்தனையிலே இளமையைத் தேக்கி நிற்கும் பெரியவர்களால்தான் நாடு முன்னேறமுடியும் என்பதை நான் உணர்வேன். இதைத்தான் முதன் மந்திரி உங்களிடம் சொல்லச் சொன்னார்."

மிஸ்ரா அவரையே சிறிது நேரம் பார்த்துக்கொண்டிருந்தார். காரி ஏதோ முக்கிய விஷயத்தைப் பற்றிப் பேசத்தான் வந்திருக்கிறார் என்பது அவருக்குப் புரிந்தது.

காரி முகுந்தனைப் பார்த்துக் கூறினார். "நான் ப்ரொஃபஸர் மிஸ்ராவிடம் தனித்துப் பேச விரும்புகிறேன்."

"பரவாயில்லை. அவர் என் பி.ஏ.தான் அவர் இருக்கட்டும்." என்றார் மிஸ்ரா.

"மன்னிக்கவும். முதல் மந்திரி உங்களிடம் தனிமையில்தான் பேச வேண்டுமென்று கூறினார்" என்றார் காரி.

முகுந்தன் அவ்வறையை விட்டு வெளியே சென்றான்.

பாகம் இரண்டு

"ஹிட்லராவது யூதர்களைக் கொல்வேன் என்று வெளிப்படையாகச் சொல்லிக்கொண்டே கொன்றான். தேர்தல் நடத்திவிட்டு தேர்தலில் வெற்றி பெற்றவர்களைச் சிறையில் அடைத்துச் சித்திர வதை செய்யவில்லை. ஒரு குறிப்பிட்ட இனத்தை அந்த இனத்துத் தலைவர்களிடம் இருந்து காப்பாற்றுவதாகச் சொல்லி, அந்த இனத்தையே நிர்மூலமாக்க முயன்று, நாட்டைச் சுடுகாடாக்கவில்லை.''

ஒன்று

சென்னையை விட்டுப் புறப்படு வதற்கு முன்னால், மிஸ்ராவைச் சந்திக்க வந்த காரியும் அவரும் என்ன பேசினார் களென்று முகுந்தனுக்குத் தெரியாது. மிஸ்ராவும் அவனிடம் சொல்ல வில்லை. முதன் மந்திரி பிரதம மந்திரிக்கு மிகவும் முக்கியமான அந்த ரங்கச் செய்தி சொல்லி அனுப்பியுள்ளார் என்பது மட்டும் அவனுக்குப் புரிந்தது.

தேர்தல்கள் நிகழ்ந்தன. கறுப்புப் பணம் வெள்ளையாயிற்று.

எதிர்காலத்தில் பாரதத்தைச் சொர்க்க பூமியாக மாற்றுவதற்குக் கங்கணம் பூண்டவர்கள் அச்சாரமாக, குடிசை தோறும் புடைவைகளும், வேட்டி களும் வழங்கினார்கள்.

வாக்குறுதி வாணவேடிக்கைகளையும், விளம்பர அதிர்வேட்டுக்களையும் கண்டு, உலகத்தின் மிகப் பெரிய ஜன நாயகத்தின் மழலைச் செல்வங்கள் மயங்கி நின்றன.

'இப்பொழுது சோஷலிஸம் இல்லை யென்றால் எப்பொழுதுமே இல்லை' என்று பிரச்னையின் தீவிரத்தை

உணர்ந்த லட்சக்கணக்கான அமரர்கள், மயானத்திலிருந்தும் கல்லறையினின்றும் எழுந்து வந்து ஓட்டு அளித்தார்கள்.

சோஷலிஸ எதிரிகளின் பெயர்களைத் தாங்க விரும்பாத வாக்காளர்களின் பட்டியல், அவர்களை எழுத்தளவில் கொன்று, சமுதாய சமதர்மத்தைக் காப்பாற்றியது.

ஆத்திக ஆட்டுத்தோல் போர்வைக்கு மிகுந்த கிராக்கி ஏற்பட்டது. இராமகிருஷ்ண மடங்களும், சங்கராச்சாரியார்களும், வாரியார்களும் செய்ய முடியாத ஓர் அரும்பணியை ஒரு நாத்திகர் செய்தார். ஹிரண்யர்கள் பிரஹலாதர்களானார்கள். சிசுபாலர்கள் கண்ணனுக்குப் பாத பூஜை செய்யத் தொடங்கினார்கள். இராவணர்கள், சீதையை இராமனிடம் ஒப்படைத்துவிட்டு, இராமநாம மகிமையைப் பற்றி நாடெங்கும் சொற்பொழிவு ஆற்றினார்கள்.

நண்பர்கள் எதிரிகளானார்கள். எதிரிகள் நண்பர்களானார்கள்.

தேர்தல் முடிவுகள் வெளிவந்தன.

வாக்குரிமைப் பெட்டி என்ற அலாவுதீன் அற்புத விளக்கினின்றும், பூதம் வெளியே வந்து கேட்டது: 'என் பேர் சோஷலிஸம்... உங்களுக்கு என்ன வேண்டும்?'

'நாட்டின் ஐம்பத்தாறு கோடி மக்களுக்கும் ஒரு பங்களா, ஒரு அம்பாஸிடர்...'

'ஐம்பத்தாறு கோடி மக்களுக்கும் சேர்ந்து ஒரு பங்களா, ஒரு அம்பாஸிடரா? அல்லது ஒவ்வொருவருக்குமா?' என்று விளக்கம் கேட்டது சோஷலிஸ பூதம்.

'ஒவ்வொருவருக்கும்... ஒவ்வொருவருக்கும்' என்ற கோஷங்கள் வானைப் பிளந்தன.

'தந்தேன்' என்றது பூதம்.

உரக்கக் குரல் எடுத்தவன் தண்டல்காரனானான்.

முகுந்தன், கல்வி அறிவில்லாதவர் சதவிகிதம் மிகுந்த மத்தியப் பிரதேசத்தினின்றும் தேர்ந்தெடுக்கப்பட்டு பாராளு மன்ற அங்கத்தினனான். அவனைத் தமிழ்நாட்டில் நிறுத்தி வைக்க

மிஸ்ரா தம்மால் முடிந்த மட்டும் முயன்றார் என்றாலும், அவரால் முடியவில்லை. முகுந்தனுக்குக் காரணமான டி.என்.ஏ. பாரம் பரியத் தொடரை, சரித்திரப் பிரக்ஞையுள்ள தமிழர்கள் மன்னிக்க மாட்டார்களென்பது காரியின் வாதம். பூகோளம் வான சாஸ்திரமாக விரிந்துவிட்ட இக்காலத்தில் இத்தகைய மனப்பான்மை எவ்வளவு அற்பமானது என்பதை மிஸ்ரா சுட்டிக்காட்டியும், தமிழர் தன்மானத்தைக் கறுப்பும் சிவப்புமாகக் காணும் காரி, அவர் சொல்வதை ஏற்றுக்கொள்ள மறுத்தார். முகுந்தனின் காரணமாகத் தமிழ்நாட்டில் தம் செல்வாக்கு குறைந்துவிடக் கூடாது என்பதில் அரசியல் அவசியத்தை நன்குணர்ந்த பிரதமர், மிஸ்ராவின் அரசியல் பலத்துக்கும் சலுகை அளிப்பது போல், முகுந்தனை மத்தியப் பிரதேசத்தில் நிறுத்தி வைக்க இசைந்தார். பசுமாட்டைத் தெய்வமாக வணங்கும் அத்தொகுதியில், முகுந்தனைக் கிருஷ்ணனின் மறு அவதாரமாக நினைத்து, அவன் சோஷலிஸப் பால்கறந்து தருவான் என்ற நம்பிக்கையுடன் தேர்ந்தெடுத்தார்கள்.

முகுந்தன் தேர்ந்தெடுக்கப்பட்ட பிறகுதான் மிஸ்ரா அவனிடம் காரி மூலம் முதன் மந்திரி பிரதம மந்திரிக்குக் கூறி அனுப்பிய செய்தியைச் சொன்னார். தேர்தலில், பிரதமரின் ஆளுங்கட்சி வேட்பாளர்களை வெற்றி அடையும்படிச் செய்வதற்கான வாக் குறுதியும், அதற்குப் பதிலாக, இண்டெஸ்ட்ரியல் லைசென்சு வழங்கும் உரிமையைத் தம்மிடம் வைத்துக் கொண்டிருக்கும் பிரதமர், அதன் பலன்களைத் தமிழ்நாட்டுத் திசையிலும் திருப்பி விடவேண்டுமென்ற வேண்டுகோளுந்தான், அவர்கள் அப் பொழுது பேசிய செய்திகள் என்பதை அவன் அறிந்தான். அரசியல் சட்டத்துக்குப் புறம்பான எந்த வாக்குறுதியையும் நிறைவேற்றி வைப்பதில் சளைக்காத பிரதமர், முதன் மந்திரியின் யோசனையை அப்படியே ஏற்றுக்கொண்டார் என்பதில் ஆச்சரியமில்லை.

மிஸ்ராவின் அரசியல் பெருமை ஓங்கியது. தம்முடைய சமையற் காரனை, அவனுடைய தாய்மொழி பேசப்படாத மற்றொரு ராஜ்ஜியத்தில் நிறுத்தி வைத்து, வெற்றி பெறச் செய்தார் என்பது அவருடைய புகழை அதிகரித்தது. மிஸ்ரா தம்முடைய ராஜ்ஜியத் திலேயே வழக்கமான தொகுதியில் மீண்டும் நின்று, ஒன்றே முக்கால் லட்ச வோட்டு வித்தியாசத்தில் வெற்றியடைந்தார்.

தேர்தல் முடிவுகள் எல்லாம் அநேகமாக அறிவிக்கப்பட்டுவிட்ட பிறகு, அன்று முகுந்தன் மிஸ்ராவின் வரவேற்பு அறையில் உட்கார்ந்து கொண்டிருந்தான்.

அவனருகில் ப்ரொஃபஸர் மிஸ்ரா உட்கார்ந்திருந்தார்.

எதிரே சரளா பார்க்கவா பாதி சாய்ந்த, பாதி படுத்துக்கொண்ட நிலையில் இருந்தவாறு, ஒரு பத்திரிகையைப் படித்துக் கொண்டிருந்தாள்.

"நீ இனிமேல் ஹிந்தி கற்றுக் கொள்ளவேண்டும்" என்றார் மிஸ்ரா.

"சமையலை மறந்துவிடலாம்" என்றாள் சரளா.

"டாமிட்... அவனை நான் என்றுமே சமையற்காரனாகவே நடத்தியதில்லை..." என்றார் மிஸ்ரா.

"சமையற்காரனாக மட்டும்..." என்று அவரைத் திருத்தினாள் சரளா.

முகுந்தன் அவளைக் கோபத்துடன் பார்த்தான். அவள் முகத்தைப் பத்திரிகை மறைத்துக் கொண்டிருந்தாலும், பத்திரிகைக்குப் பின்னால் புன்னகை செய்வது போல் அவனுக்குத் தோன்றியது.

"உன்னைவிட அவன் அரசியலில் கெட்டிக்காரனாக இருப்பானென்றுதான் எனக்குத் தோன்றுகிறது" என்றார் மிஸ்ரா.

"உங்களுடைய தயாரிப்பு வீண் போகுமா?"

"இப்பொழுது சொல்லுகிறேன் கேள்... பிரதமர் இவன் மீது அக்கறை கொண்டிருப்பதாகத் தெரிகிறது..."

"யங் ப்ளட்" என்றாள் சரளா.

"யு நோ பெட்டர்" என்றார் மிஸ்ரா.

சரளா பத்திரிகையை வீசி எறிந்துவிட்டு சரியாக உட்கார்ந்தாள்.

"ஸோ, நீ எம்.பி. என்பதை நினைத்துப் பார்க்கும்போது உனக்கு எப்படி இருக்கிறது?"

முகுந்தன் பதில் கூறாமல் தோள்களைக் குறுக்கிக் கொண்டான்.

"நீ இனிமேல் முற்போக்குவாதி என்பதைக் காட்டிக் கொண்டாக வேண்டும்... முதலில் நாலைந்து பத்திரிகைக்காரர்களைக் கூப்பிட்டு, நாட்டில் எந்தெந்தத் தொழில்களைத் தேசியமயமாக்க

சுதந்தர பூமி

வேண்டுமென்பதற்கு ஓர் அறிக்கை கொடு. அப்புறம் உச்ச வரம்பு..."

"எனக்கொரு யோசனை" என்றான் முகுந்தன்.

"என்ன?"

"ஒவ்வொரு தொழில் ஆரம்பிப்பதற்கோ அல்லது விஸ்தரிப் பதற்கோ லைசென்சு வாங்க அரசாங்க அதிகாரிகளுக்கும் மந்திரி களுக்கும் எம்.பி.களுக்கும் ராஜ்ஜிய அளவில், எம்.எல்.ஏ.க் களுக்கும் வியாபாரிகள் கப்பம் கட்ட வேண்டியிருக்கிறது. இதை வரையறுத்து, இத்தனை மூலதனத்துக்கு இவ்வளவு லஞ்சம் இன்னாருக்கு என்று நிர்ணயம் செய்துவிட்டால், இவருக்கு அதிகம் கிடைத்தது - இவருக்குக் குறைவாகக் கிடைத்தது என்ற ஏற்றத்தாழ்வும் இருக்காது. இது ஒரு நல்ல சோஷலிஸக் கருத்தும் ஆகும்..." என்றான் முகுந்தன்.

"இந்தப் பைத்தியக்காரக் கருத்தை இந்த வீட்டை விட்டு வெளியே போய்ச் சொல்லாதே... எப்பொழுது எல்லாம் நம் மனசை ஆற்றிக்கொள்ள விரும்புகிறோமோ அப்பொழுது வீட்டில் பேசிக்கொள்ளலாம்... எம்.பி. ஆகி விட்டாய்... ஜாக்கிரதை..." என்றார் மிஸ்ரா.

"வெளியே போய்ச் சொல்லுமளவுக்கு அவன் முட்டாள் அல்ல... ரொட்டியில் எந்தப் பக்கம் வெண்ணெய் இருக்கிறதென்று அவனுக்குத் தெரியும்..." என்றாள் சரளா.

அப்பொழுது மிஸ்ராவுக்கு போன் வந்தது. முகுந்தன் போனை எடுத்தான்.

"எஸ். எஸ்... ஷ்யோர்... எஸ். மை நேம் ஈஸ் முகுந்த்... எஸ். மத்திய பிரதேஷ்" என்று பேசிக்கொண்டிருந்தான் முகுந்தன்.

"சாயந்தரம் மீட்டிங்கைப் பற்றி இருக்கும்" என்றார் மிஸ்ரா.

"எதற்காக தேர்தல் முடிவுகள் வந்த உடனேயே எம்.பி.க்க ளுடைய கூட்டத்தை வைத்திருக்கிறார் பிரதமர்... ஒரு நாள் அவகாசம் தரக்கூடாதா?" என்று கேட்டாள் சரளா.

"பிரதமருக்கு முதலில் இவ்வளவு பெரும்பான்மை கிடைக்குமா என்ற சந்தேகம் இருந்திருக்கலாம். தேர்தல் முடிவுகள்

வந்தவுடனேயே கூட்டத்தை நடத்தி எல்லாரையும் வளைத்துப் போடாவிட்டால். பார்லிமெண்டில் நாற்காலிக்கு நாற்காலி லாங் ஜம்ப் நடந்து கொண்டிருக்கும்... நீ சொல்வதுபோல் இந்தப் பெரும்பான்மை கிடைத்துவிட்ட பிறகு, இவ்வளவு அவசர மாகக் கூட்டம் தேவையில்லைதான்...''

முகுந்தன் போனை வைத்துவிட்டு வந்தான்... ''சாயந்தரம் ஆறரை மணிக்கு மீட்டிங்... அரை மணி முன்னால் வரச் சொன் னார்கள். பிரதமர் உங்களுடன் பேச விரும்புகிறாரென்று நினைக்கிறேன்...''

மிஸ்ரா தலையை ஆட்டினார். அவருக்கு அது ஏற்கெனவே தெரியும் போலிருந்தது.

சரளா கேட்டாள்: ''இந்தத் தடவை மந்திரியாகலாம் என்ற எண்ணம் உங்களுக்கு உண்டா?''

''இப்பொழுது எனக்கிருக்கும் உடல்நிலைக்கு கவர்னராகப் போவதுதான் நியாயம். பட்... எனக்கொரு பதவியும் வேண் டாம். எம்.பி.யாக இருப்பதுபோதும், அதுவும் நான் முக்கிய மானவன் என்பதை உலகம் மறக்காமலிருப்பதற்காக...''

''ராஜ்ஜிய சபாவிலிருந்து மந்திரிகள் இந்தத் தடவை எவ்வளவு பேர் இருப்பார்கள்?'' என்றாள் சரளா.

மிஸ்ரா புன்னகை செய்தார்.

''நான் மந்திரியாக வேண்டுமென்பதற்காகக் கேட்கவில்லை... பொதுவாகக் கேட்கிறேன்'' என்றாள் சரளா.

''உன் அக்கறை எனக்குப் புரிகிறது'' என்றார் மிஸ்ரா.

''பிரதமர் எனக்கு ஒரு துணை மந்திரிப் பதவி கொடுத்தால் ஆச்சரியப்பட மாட்டீர்களென்று நம்புகிறேன்...'' என்றாள் சரளா.

''எதற்காக ஆச்சரியப்பட வேண்டும்? இந்தத் தேர்தலில் பல முக்கியமானவர்கள் தோற்றதைப் பற்றியும் பலர் வெற்றி யடைந்தது பற்றியுமே நான் ஆச்சரியப்படவில்லை. இதற் காகவா ஆச்சரியப்படப் போகிறேன்?'' என்றார் மிஸ்ரா.

''எனக்கு மந்திரியாக வாய்ப்புக் கிடைக்கலாம் என்று தோன்றுகிறது'' என்றாள் சரளா.

''எப்படித் தெரியும்?'' என்று கேட்டான் முகுந்தன்.

''நான் இந்தத் தேர்தலில், நம் கட்சி வேட்பாளர்கள் வெற்றியடைவதற்காக மேற்கொண்ட பணிகள் பற்றி பிரதமர், போனவாரம் அவரை லக்னௌவில் சந்தித்தபோது, பாராட்டிப் பேசினார்... நானும் லோக் சபாவுக்கு நின்றிருக்கலாமென்று சொன்னார்.''

''நீ மந்திரியானால் சந்தோஷம்தான். ஆனால் நீ சொல்லும் காரணங்கள் எனக்குத் திருப்தி அளிக்கவில்லை'' என்றார் மிஸ்ரா.,

''சாதாரணமாகப் பிரதம மந்திரி புதுசாகப் பார்க்கும் யாருடனும் அவ்வளவு நேரம் பேசியதில்லையாம்.''

''எவ்வளவு நேரம்?''

''கால் மணி.''

மிஸ்ரா பதில் சொல்லவில்லை. கண்களை மூடிக் கொண்டார்.

''நான் மந்திரியானால் உனக்கும் பிரதம மந்திரியிடம் சொல்லி...'' என்று சரளா சொல்வதற்குள் மிஸ்ரா இடை மறித்தார்.

''இப்பொழுதே பல தலைகள் மந்திரி சபையிலிருந்து உருளப் போகின்றன... சோஷலிஸத்துக்குத் தேவையான களப்பலி... 'நான் அப்பொழுதே பயந்தேன்' என்ற பாவனையுடன் போகப் போகும் தலைகள், 'என்னையுமா?' என்று கேட்டுக் கொண்டே விழிக்கப்போகும் தலைகள், 'அரசியலுக்கு ஏன் வந்தோம்' என்று வருந்தி தம் விதியையும், விஷமமான நாக்கையும் நொந்து கொள்ளப்போகும் தலைகள் என்று பலவகையான தலைகள் இப்படி இருக்கும்போது, நீ மந்திரியாகிப் பிரதம மந்திரியிடம் இவனக்குச் சிபாரிசு செய்யப்போகிறாயா? யு ரியலி ஹேவ் தி சீக்...'' என்றார் மிஸ்ரா.

''உங்களிடம் பிரதமர் இதைப் பற்றி ஏற்கெனவே விவாதித்திருப் பதுபோல பேசுகிறீர்கள்'' என்றாள் சரளா.

''விவாதிக்க வேண்டாம். அவரைப்பற்றி எனக்கு நன்றாகத் தெரியும்'' என்றார் மிஸ்ரா.

அன்று மாலை தம் கட்சி மற்றைய எம்.பி.க்கள் அனைவரையும் சந்திக்கும் வாய்ப்பு ஏற்பட்டது முகுந்தனுக்கு.

மிஸ்ராவைச் சந்தித்துப் பிரதமர் அரைமணிநேரம் தனியாகப் பேசிக் கொண்டிருந்தார். மிஸ்ரா ஒரு வேளை தன்னையும் அழைத்துக்கொண்டு போவாரென்று அவன் எதிர்பார்த்தேன். அவர் அழைத்துப் போகவில்லை.

உத்திரப் பிரதேசத்திலிருந்து ஆளுங்கட்சியின் சார்பில் தேர்ந் தெடுக்கப்பட்டு ஒரு பெரிய தொழிலதிபர் வந்திருந்தார். அவரைச் சுற்றிப் பத்துப் பதினைந்து எம்.பி.க்கள் நின்று கொண் டிருந்தார்கள். அவரைப்பற்றித் தகவல் அறிந்ததும் வாசலில் நின்று கொண்டிருந்த ''இம்ப்பாலா'' யாருடையது என்று அவ னுக்குப் புரிந்தது. நூற்றுக்கணக்கான சோஷலிஸ அம்பாஸிடர் கள் இருந்த அம்மைதானத்தில், இம்பாலா தனித்துத் தெரிந்தது.

அத்தொழிலதிபர் பக்கத்திலிருந்த ஒருவரிடம் முகுந்தனைச் சுட்டிக்காட்டி ஏதோ கேட்டார். அவர் உடனே முகுந்தனிடம் விரைந்து ஓடிவந்து, ''ஆயியே, சாப் புலா ரஹே ஹை(ங்)...'' என்றார். தொழிலதிபர் தம்மை அறிமுகப்படுத்திக்கொண்டு முகுந்தனைப் போன்ற இளைஞர்கள் எம்.பி.க்களாக வருவதைத் தாம் வரவேற்பதாகக் கூறினார். பாரதத்தின் எதிர்காலத்தைப் பற்றி ஒரு சிறிய சொற்பொழிவு செய்தார். சுபிட்சமான பாரதத் தில் சமதர்ம அடிப்படையில் உருவாகப் போகும் எதிர்காலச் சமுதாயத்தில், முகுந்தனைப் போன்ற இளைஞர்களுக்குரிய பங்கைப் பற்றியும், பணியைப் பற்றியும் அடிக்கடி 'சோஷலிஸம், சோஷலிஸம்' என்று சொல்லிக் கொண்டே பேசினார்.

உடனே அங்கு நிசப்தம் நிலவியது. பிரதமர் வந்தார். ஒரு சுலப மான புன்னகை, கைகூப்பல். மறுபடியும் எவரெஸ்டில் போய் உட்கார்ந்து கொண்டார். அங்கிருந்த மற்றைய எல்லாரும் கழுத்து வலிக்க தலையைத் தூக்கி, அவர் பார்வையில் விழ மாட்டோமா என்ற ஏக்கத்துடன் நோக்கினார்கள். பிரதமர் முகத்தில் எந்தவிதச் சலனமுமில்லை. மரக்கட்டையாக இருந்தது.

பிரதமர் பேசி முடித்த பிறகு கூட்டம் முடிந்தது. பிரதமர் தனிப் பட்ட முறையில் தனக்கு நன்றாகத் தெரிந்த ஒரு சிலரோடு ஏதோ சிரித்துக்கொண்டே அளவளாவினார். சந்தோஷத்தால் அவர்கள் உடம்பு வெடித்துவிடும் போலிருந்தது.

அப்பொழுதுதான் முகுந்தன் தன் தனிமையை உணர்ந்தான். மிஸ்ராவுடன் பேசலாமென்றால் அவர் பிரதமர் அருகிலிருந்தார். அங்கிருந்த எல்லோரும், பிரதமருடைய கவனத்தைக் கவரும் முயற்சியில், முண்டியடித்துக் கொண்டு முன்னே செல்வது போல, அவனுக்குப்பட்டது. அவன் மற்றைய எம்.பி.க்களோடு ஏதாவது பேசலாமென்று நினைத்தாலும் சரளமாக ஹிந்தி பேசமுடியாத குறையினால், பேச முடியவில்லை. மத்தியப் பிரதேசத்தில் அவன் தொகுதிக்குப் பக்கத்துத் தொகுதிகளிலிருந்து தேர்ந்தெடுக்கப்பட்ட எம்.பி.க்களை அவனுக்கு ஓரளவு தெரியும். அவர்களுக்கு அவர்களுடைய தாய்மொழியே எழுதப் படிக்கத் தெரியாது. ஒருவர் பீடி வியாபாரி. மற்றவர் ராணுவத்துக்கு மாமிசம் விநியோகம் செய்யும் காண்ட்ராக்டர். பீடி சக்கரவர்த்தி வாயைத் திறக்கவே மாட்டார். காண்ட்ராக்டர் வெட்டு ஒன்று, துண்டு இரண்டாக அழுத்தந்திருத்தமாகப் பேசினாலும், ஹிந்தியில்தான் பேசுவார். சிவப்பேறிய அவர் கண்களைக் காணும்போது, முகுந்தனுக்குக் கொஞ்சம் பயந்தான்.

அப்பொழுது மிஸ்ரா அவனைத் தம் அருகில் வரும்படி கூப்பிட்டார். முகுந்தன் சென்றான்.

மிஸ்ரா அவனைப் பிரதமருக்கு அறிமுகப்படுத்தினார்.

பிரதமர் அவனை ஊடுருவிப் பார்ப்பதுபோல முகுந்தனுக்குப்பட்டது.

இரண்டு

பிரதம மந்திரியின் செல்வாக்குக்கு காரணம் என்னவென்று முகுந்தனுக்கு ஓரளவு புரிந்தது. அவர் யாரைப் பார்த்துப் புன்னகை செய்தாலும், அப் புன்னகை அவருக்காக மட்டும் பிரத்யேகமாக செய்யப்படுகிறது என்பது போல ஓர் எண்ணத்தை அவர் தோற்றுவிப்பதுதான். முகுந்தன் பிரதம மந்திரியினுடைய புன்னகையின் வசீகரத்தால் ஆட்கொள்ளப்பட்டான்.

''ப்ரொஃபஸர் மிஸ்ரா உங்களைப் பற்றி மிகவும் சொல்லியிருக்கிறார்'' என்றார் பிரதம மந்திரி.

''ப்ரொஃபஸர் மிஸ்ரா என்னை மிகவும் விரும்புகிறார். ஆகவே என்னைப் பற்றி மிகைப்படுத்தியும் சொல்லியிருக்கலாம்.''

''அவர் உங்களைப் பற்றிப் பாராட்டிச் சொன்னாரென்று நான் சொல்லவில்லையே!'' மறுபடியும் அந்தப் புன்னகை.

முகுந்தனுக்கு வெட்கமாகப் போயிற்று. பாராட்டிப் பேசினாரென்றுதான் நான் எதற்காக நினைத்துக்கொள்ளவேண்டும்?

மிஸ்ரா பாராட்டித்தான் பேசியிருப்பார். 'ஆனால் எதைப் பற்றியும் நீயே அதிகமாக நினைத்துக் கொள்ளாதே' என்று அறிவிப்பதுபோல் பிரதம மந்திரி இவ்வாறு கூறுகிறாரோ என்னவோ! தன்னுடைய போலித்தனமான அவையடக்கம் என்ற முகத்திரையைப் பிரதம மந்திரி கிழித்தெறிந்துவிட்டார். நிலைமையைச் சமாளித்தாக வேண்டும்.

"அவர் என்னைப்பற்றி என்ன சொன்னாரென்று எனக்குத் தெரியாது. இருந்தாலும், தீவிர விருப்பு அல்லது வெறுப்பு என்ற உணர்ச்சி அடிப்படையில் உருவாகும் அபிப்பிராயங்கள் கொஞ்சம் சார்புடையவையாகத்தான் இருக்குமென்பதற்கு சொன்னேன்" என்றான் முகுந்தன்.

"ப்ரொஃபஸர் மிஸ்ரா உங்களை விரும்புகிறாரா, வெறுக்கிறாரா?"

"ஒவ்வொன்றையும் தனித்தனியாகச் செய்ய வேண்டுமென்ற அவசியமில்லை... இரண்டையும் ஒரே சமயத்தில் செய்யலாம். நாம் விரும்புகின்றவர்களை நாமே வெறுக்கலாம். வெறுக்கின்றவர்களை விரும்பலாம்..."

"நீங்கள் சொல்வதுசரிதான்." என்றார் பிரதமர்.

பிரதமர் அவனைத் தாண்டி வேறு சிலரிடம் பேசப் போய்விட்டார். தான் அவரிடம் பேசியது சரியா என்று முகுந்தன் யோசிக்கத் தொடங்கினான். "நீங்கள் சொல்வது சரிதான்" என்று பிரதமர் இயந்திர ரீதியாகச் சொன்னாரேயொழிய தான் சொன்னதை அவர் சரியாக மனசில் வாங்கிக் கொண்டிருப்பாரா? ப்ரொஃபஸர் மிஸ்ரா தன்னைப் பற்றி பாராட்டிச் சொல்லியிருந்தால், அப்பாராட்டுக்குரியவன் தான் என்று பிரதமர் தன்னைக் கணித்திருக்கக் கூடுமோ? அவர் தன்னிடம் பேச வந்ததே ஓர் ஆச்சரியம்; மற்றைய எம்.பி.க்கள் பொறாமை கொள்ளும்படியான ஒரு சலுகை அந்த மாதிரி சில எம்.பி.க்களுடைய பொறாமையைத் தூண்ட வேண்டுமென்ற காரணத்துக்காகவும் பிரதமர் தன்னிடம் பேசியிருக்கலாம்.

அன்று கூட்டம் முடிந்த பிறகு மிஸ்ராவும் அவனும் காரில் போகும்போது மிஸ்ரா கேட்டார்: "பிரதம மந்திரியைப் பற்றி நீ என்ன நினைக்கிறாய்?"

''நானா? நான் யார் அவரைப் பற்றி நினைக்க? உங்கள் தயவில் நாட்டின் மூலையில் ஏதோ ஒரு தொகுதியில் தேர்ந்தெடுக்கப் பட்டு வந்தவன் நான். அவர் பாரத மக்களால் ஏகமனதாகத் தேர்ந்தெடுக்கப்பட்டு...''

மிஸ்ரா இடைமறித்தார். ''நிறுத்து, போதும்... இப்பொழுதே பிரதமர் உன்னை மந்திரியாக நியமனம் செய்துவிட்ட மாதிரிப் பேசாதே... இன்னும் 2, 3 தினங்கள் பொறுத்திரு.''

''பிரதமரை இதுவரை நான் நேராகப் பார்க்காமலேயே வெறுப்புக் கொண்டிருந்தேன். ஆனால் நேராகப் பார்த்த பிறகு...''

மிஸ்ரா அவன் தோள்களைத் தட்டிக் கொடுத்தார். ''நீ வெகு தூரம் முன்னேறுவாய். ஆனால் உன் வேகத்தை மற்றவர்கள் புரிந்து கொள்ளும்படியாக ஓடாதே. வழியில் பல விபத்துக்கள் ஏற்படலாம்...''

வீட்டுக்குப் போனதும், அங்கே சரளா ஹாலில் தூங்கிக் கொண் டிருப்பதைப் பார்த்ததும், முகுந்தனுக்கு வியப்பாக இருந்தது. இந்நேரத்திலா தூக்கம்?''

''உன் கையால் நல்ல காஃபி தயாரித்துக் கொண்டு வா.'' என்றார் மிஸ்ரா முகுந்தனிடம். அவன் தேர்தலில் வெற்றியடைந்த பிறகு, ஒரு புதிய சமையற்காரன் வந்துவிட்டான். ஆனால் சிற்சில சமயங்களில் மிஸ்ரா அவனுடைய பழைய உத்தியோகத்தை அவனுக்கு நினைவுறுத்தாமல் இருப்பதில்லை.

சரளா எழுந்திருந்தாள்.

''கூட்டம் முடிந்துவிட்டதா?''

முகுந்தன் தலையை அசைத்தான். ''ஏன் இந்நேரத்தில் தூக்கம்?''

''களைப்பு.''

''தேர்தலில் பிரதமருக்கு வெற்றியை வாங்கித் தந்த அசதி... ஆனால் பலனை முகுந்தன் அனுபவிக்கப் போகிறான்'' என்றார் மிஸ்ரா.

''யு மீன்?''

"பிரதமருக்கு முகுந்த் பேரில் ஈடுபாடு இருப்பதாகத் தெரிகிறது. இவனுடன் சில நிமிஷங்கள் பேசினார்."

"பேசியதை வைத்துக் கொண்டு ஒன்றும் சொல்ல முடியாது... அவர் 350 எம்.பி.க்களோடு பேசினாரென்றால் அத்தனை பேரும் மந்திரிகளாக வரப்போகிறார்களென்று அர்த்தமா?"

சரளாவுக்குக் கொஞ்சம் பொறாமை இருக்கிறது என்பதை முகுந்தன் புரிந்துகொண்டான். அவளுக்குத் தான் ஒரு மந்திரியாக வரவேண்டுமென்று ஆசை. ஆனால் அவள் துரதிருஷ்டம் ராஜ்ஜிய சபையில் இருக்கிறாள். ராஜ்ஜிய சபையிலிருந்து ஏற் கெனவே இரண்டு மந்திரிகள் இருக்கிறார்கள். அதுவும் அவளுடைய ராஜ்ஜியத்திலிருந்து. ஆகவே சரளா மந்திரியா வதற்கு வாய்ப்பில்லை என்றுதான் அவனுக்குப்பட்டது. ஒரு வேளை தான் மந்திரியாகி விட்டால் சரளா தன்னுடன் பேசு வதையே நிறுத்தி விடுவாளோ? அவளே லோக் சபை தேர்த லுக்கு நின்றிருக்கலாம். சமீபத்தில் நான் ராஜ்ஜிய சபைக்குத் தேர்ந்தெடுக்கப்பட்ட காரணத்தாலும், லோக் சபையில் நின்று தோற்றுவிட்டால் அவளுடைய அரசியல் எதிர்காலத்துக்கு ஏற்ற தல்ல என்று மிஸ்ரா கூறிய யோசனையின் பேரிலும் நிற்க வில்லை. தன்னை மந்திரியாகப் பிரதமர் நியமனம் செய்தால், மிஸ்ரா திட்டமிட்டு செய்திருக்கிறாரென்று அவள் நினைப் பதற்கு இடமிருக்கிறது.

அவன் காஃபியைத் தயாரித்துக்கொண்டு வந்தான்.

"காஃபி ஈஸ் வெரி நைஸ்... இந்த மாதிரி ஒரு காஃபியைப் பிரதமருக்குத் தயாரித்துக் கொடு... உன்னை உள்நாட்டு மந்திரி யாக நியமித்துவிடுவார்" என்றாள் சரளா.

"மந்திரிகளுக்கு இதுதான் அதிகபட்சம் தகுதியா?" என்று கேட்டான் முகுந்தன்.

"இத்தகைய வலுவான ஒரு பிரதம மந்திரி இருக்கும்போது, மற்றைய மந்திரிகளுக்கு வேறு என்ன வேலை?" என்றார் மிஸ்ரா.

"உள்நாட்டு மந்திரிகளுக்கு காஃபி போடத் தெரிந்திருக்க வேண்டும்; வெளிநாட்டு மந்திரிக்குக் கை குலுக்கத் தெரிந்திருக்க வேண்டும்; நிதிமந்திரிக்குக் கூட்டல் கழித்தல் வாய்ப்பாடு

தெரிந்திருக்க வேண்டும்'' என்று சொல்லிக் கொண்டே போனாள் சரளா.

''சோஷலிஸ அரசாங்கத்தில் கூட்டல் வாய்ப்பாடுக்கு இட மில்லை; கழித்தல் வாய்ப்பாடும், வகுத்தல் வாய்ப்பாடும் நன்றாகத் தெரிந்திருக்க வேண்டும்...'' என்றார் மிஸ்ரா.

''சோஷலிஸத்தில் இப்படி நம்பிக்கை வைத்திருக்கும் உங் களைத்தான், ஜனநாயக சோஷலிஸத்தைக் காப்பாற்றப் போகிறீர்களென்று மக்கள் தேர்ந்தெடுக்கிறார்கள்'' என்றாள் சரளா.

''எழுபது வயதாகப் போகிறது. நான் ஏன் ஜனநாயக - சோஷ லிஸத்தைக் காப்பாற்ற வேண்டும்? இளைஞர்களாகிய நீங்கள் இருக்கிறீர்களே! வருங்கால மந்திரிகள்'' என்று கூறியவாறு சோபாவில் சாய்ந்து கொண்டார் மிஸ்ரா. அவர் கண்கள் சுழன்றன.

''அவருக்குத் தூக்கம் வருகிறது என்று நினைக்கிறேன். வா நாம் போகலாம்...'' என்றாள் சரளா.

''எங்கே?''

''வெளியிலே போகலாம்; எனக்குக் கொஞ்சம் நல்ல காற்று வேண்டும்.''

முகுந்தன் மிஸ்ராவைப் பார்த்தான். அவர் கண்களைப் பாதி திறந்தும் மூடிக்கொண்டுமிருந்தார்.

''நீ இப்பொழுது எம்.பி., சமையற்காரன் இல்லை...'' என்றாள் சரளா.

''எம்.பி. மட்டுமல்ல... வருங்கால மந்திரி'' என்று முணுமுணுத் தார் மிஸ்ரா.

அவர் அடிக்கடி இதைச் சொல்வதைப் பார்த்தால், அடிப்படை யில் அவருக்கே இது பிடிக்கவில்லை என்று தோன்றியது முகுந்தனுக்கு. அவருக்கு வயதின் காரணமாக நிச்சயமாக மந்திரி பதவி கிடைக்காது என்பதனால் தன் பெயரை அவர் சிபாரிசு செய்திருக்கலாமென்று அவன் நினைத்தான். ஆனால் தமக்கு வயதாகிவிட்டதே என்று கோபம் அவருக்கு இல்லாம லிருக்குமா?

சுதந்தர பூமி 179

சரளா கேட்டாள்: ''உன்னை வருங்கால மந்திரி என்று அடிக்கடி அழைக்கிறாரே. இன்று அதைப்பற்றி ஏதாவது பிரஸ்தாபம் இருந்ததா?''

''இல்லை... பிரதம மந்திரி என்னைப் பார்த்து புன்னகை செய் தார். ஓரிரண்டு நிமிஷங்கள் பேசினார்... இதையே பிரஸ்தாபமாக நீங்கள் கொண்டால்...''

அவள் மிஸ்ரா பக்கம் திரும்பினாள். அவர் தூங்கி விட்டார்.

''ஆல் ரைட்... லெட் அஸ் கோ'' என்றாள் சரளா.

இருவரும் வெளியே வந்தனர்.

''எங்கே போவது?'' என்று கேட்டான் முகுந்தன்.

''கனாட் பிளேஸ் சென்ட்ரல் பார்க் போவோம். அங்குள்ள அருவி எனக்கு மிகவும் பிடித்திருக்கிறது.''

''எனக்கும் பிடித்திருக்கும், இந்தியாவைத் தவிர வேறு பணக்கார நாடாக இருந்தால்... கோடிக்கணக்கான மக்கள் நடைபாதையில் வசிக்கும் இந்நாட்டில்...''

''கம் ஆன் மை யங் சோஷலிஸ்ட்...'' என்று கூறிக் கொண்டே சிரித்தாள் சரளா.

''சோஷலிஸ்ட் என்பதற்காகச் சொல்லவில்லை செல்வத்துக்கும் வறுமைக்கும் நம் நாட்டில் இவ்வளவு இடைவெளி இருப்பது போல் வேறு எந்த நாட்டில் இருக்கிறது?''

''மந்தி ஆவதற்கு ஒத்திகையா?'' அவளுடன் பேசுவதில் பயனில்லை என்று புரிந்து கொண்டான் முகுந்தன்.

இருவரும் டாக்ஸியில் ஏறி கனாட் ப்ளேஸில் உள்ள சென்ட்ரல் பார்க்குக்குச் சென்றனர்.

ஒரு ராட்சஸ கம்பி மத்தாப்பினின்றும் வண்ணம் வண்ணமாகத் தீப்பூக்கள் சொரிவனபோல், அருவி அழகை வாரி இறைத்துக் கொண்டிருந்தது. சுற்றிச் சூழ்ந்திருந்த ஒளி வெள்ளத்தில், நீர்க்கம்பிகள் மின்னல் மின்னலாகக் காட்சியளித்து கண்களைப் பறித்தன. முகுந்தன் அதை அனுபவிக்கும் அக்கணத்தில், நாட்டின் ஏழைமையைப் பற்றி நினைக்க முடியவில்லை என் பதைத் தனக்குத்தானே ஒப்புக் கொண்டான்.

வாழ்க்கையில் தன்னை எதிர்நோக்கும் பலவிதமான பிரச்னை களினின்றும் தப்பித்துக் கொள்ளத்தானே, மனிதன் இத்தகைய காட்சிகளைப் போக்கு வீடாக அமைத்துக் கொள்கிறான்! அப்படியிருக்கும்போது, 'ஏழை நாட்டுக்கு இது தேவையா?' என்பது போன்ற கேள்விகளை எதற்காகக் கேட்க வேண்டும்? பழங்காலத்தில் சோஷலிஸ சமுதாயமா இருந்தது? ராஜ ராஜ சோழன் 'ஏழை - பணக்காரன்', 'சாதாரண குடி - உயர்ந்த குடி' என்று வாய்ப்பந்தல் போட்டா நாட்டை ஆண்டு வந்தான்? நாட்டில் ஏழைகள் இருக்கிறார்களே என்ற காரணத்துக்காக அவன் தஞ்சைப் பெரிய கோயிலைக் கட்டாமலா இருந்தான்? தாஜ்மஹாலைக் கட்டிய ஷாஜஹான் பின்னால் குருஷ் சேவ் வந்து என்ன சொல்லப் போகிறார் என்பதைப் பற்றிக் கவலைப்பட்டானா?

தான் இப்படிச் சிந்திப்பதே தவறு. அக்காலத்தில் ஏழையா யிருந்தவனுக்கு தான் ஏழை, இன்னொருவன் பணக்காரன் என்பதற்குச் சமுதாயத்தில் மனிதனால் உண்டாக்கப்பட்ட ஏற்றத்தாழ்வுகள்தாம் காரணம் என்ற பிரக்ஞையிருந்ததா? ஏழையும் தான் ஏன் ஏழையாக இருக்கிறோமென்பதைப் பற்றி நினைக்கவில்லை; பணக்காரனும் தான் ஏன் பணக்காரனாக இருக்கிறோம் என்பதைப்பற்றி யோசிக்கவில்லை. ஆகவே அக்கால வாழ்க்கை மதிப்புகளின் அடிப்படையில் சிந்திப்பது சரியா?

''இந்த இடம் எனக்கு மிகவும் பிடித்த இடம்...'' என்றாள் சரளா.

''அரசியலைப்பற்றி இங்கு நினைக்கக்கூடாது, அசிங்கமான எண்ணங்களே இல்லாமல்...''

''இங்கும் அரசியலைப்பற்றித்தான் நினைக்கவேண்டியிருக் கிறது. தில்லியை இப்படி அழகுப்படுத்திக் கொண்டிருந்த கமிஷ் னரை மாற்றிவிட்டார்கள். அவரை மாற்றியதற்கு அரசியல்தான் காரணம். தில்லியை அழகுபடுத்தும் முயற்சியில் சாணக்கிய புரியை ஒட்டியிருந்த குடிசைகளை அகற்றும்படி அவர் கட்டளையிட்டார். அங்கு வாழ்ந்து கொண்டிருந்த மக்களுக்கு வேறு புதிய இடங்களைக் கட்டியிருந்தும் அவர்கள் புதிய இடங்களுக்குப் போகத் தயாராக இல்லை. மேலும் அவர்கள் ஆளுங்கட்சிக்குப் பெருவாரியாக ஓட்டுப் போட்டவர்கள். தேர்தல் நடந்த பசுமை மாறுவதற்குள் கமிஷ்னர் இவ்வாறு

கட்டளையிட்டதும், ஒரு பெரிய கிளர்ச்சியைத் தொடங்கி னார்கள். ஜனநாயக - சோஷலிஸத்தைக் காப்பாற்றுவதற்காக அரசாங்கம் கமிஷ்னரை மாற்றிவிட்டது.''

''கமிஷ்னர்களும் அரசியல்வாதிகளாக இருந்தால்தான் இந் நாட்டில் பிழைக்க முடியும். தமிழ்நாட்டு அரசாங்க உயர்தர அதிகாரிகளிடமிருந்து இவ்விஷயத்தில் அவர்கள் பாடம் கற்றுக் கொள்ள வேண்டும்...'' என்றான் முகுந்தன்.

''அப்படியா?'' என்று கேட்டுக் கொண்டே உட்கார்ந்தாள் சரளா.

''முதல்வரின் உருவப் படத்தைத் திறந்துவிட்டு அவரை வானளாவப் புகழ்வார்கள் ஹைகோர்ட் ஜட்ஜுகள். எட்டு நூற் றாண்டுகளுக்குப் பிறகு இப்பொழுதுதான் விடுதலை வந்தது போல் பேசுவார்கள் அரசாங்க உயர்தர அதிகாரிகள். தமிழ் நாட்டைப் பொறுத்தவரையில், பெயரளவில், முடியாட்சி இல்லாவிட்டாலும், முதல்வரை மன்னராகப் போற்றி மண்டி யிடும் மனப்பான்மை இன்னும் இருக்கிறது...''

''சொல்வதையெல்லாம் இப்பொழுதே சொல்லி விடு... இன்னும் சில தினங்களில் நீயே மந்திரியாகக் கூடும் என்று மிஸ்ரா கூறுகிறார்.'' என்றாள் சரளா.

மூன்று

சரளா தான் மந்திரியாக வரக்கூடும் என்று சொன்னதைக் கேட்டு சிறிது நேரம் பேசாமலிருந்தான் முகுந்தன். பிறகு சொன்னான்: ''இந்நாட்டிலிருந்து மக்களிடையே காணப்படும் ஒரு ஃப்யூடல் மனப்பான்மையை ஒழித்துக் கட்டுவதுதான், நான் மந்திரியானவுடன் முதல் வேலையாக இருக்கம். '

சரளா சிரித்தாள். ''நேருவும் இப்படித் தான் ஆரம்பத்தில் கொதித்தார். பிறகு மக்களின் அன்பு என்று பேசாமலிருந்து விட்டார்...''

''நேரு விரும்பியிருந்தால் சர்வாதிகாரி யாக ஆகியிருக்கலாம் அல்லவா? அவரை அவ்வாறு ஆகாமல் ஓர் அடிப்படைக் கண்ணியம் தடுத்தது. துரதிருஷ்டவசமாக அந்தக் கண்ணியம் இப்பொழுது நமக்கில்லை...'' என் றான் முகுந்தன்.

''குட். இப்பொழுதே மந்திரியாக ஆகி விட்டது போல் பேசுகிறாயே, 'நமக் கில்லையென்று' இப்பொழுது சொல். பிரதமர் உன்னிடம் ஏதாவது அதைப் பற்றி குறிப்பாகச் சொன்னாரா!...''

முகுந்தனுக்கு தான் 'நமக்கில்லை' என்று சொல்லியிருக்க வேண்டாமென்று தோன்றியது. அப்படியானால் தனக்கு மந்திரி பதவி கிடைக்கலாமென்ற எண்ணம் அவன் மனத்தில் வேரூன்றி விட்டது என்றுதானே அர்த்தம்?

"ப்ரொஃபஸர் மிஸ்ரா இதைப்பற்றிச் சொல்லிச் சொல்லி நானே நம்பத் தொடங்கிவிட்டேன். சத்தியமாகப் பிரதமர் இதைப்பற்றி என்னிடம் ஒன்றும் சொல்லவில்லை" என்றான் முகுந்தன்.

"உனக்கு மந்திரிப் பதவி கிடைத்தால் நான் பொறாமைப் படமாட்டேன் என்று சொல்ல முடியாது. ஆனால் உன்னைப் பயன்படுத்திக் கொள்ள தயங்க மாட்டேன். உனக்கு எந்த இலாகா கிடைக்கின்றது என்பதைப் பொறுத்தது. குடும்பக் கட்டுப்பாடு இலாக்கா கிடைத்தால் என்னால் உனக்குத் தொந்தரவில்லை."

தனக்கு மந்திரிப் பதவி கிடைக்குமா? இந்தச் சின்ன வயதில் பிரதமருடைய நம்பிக்கைக்குப் பாத்திரமாகும் வகையில்தான் நிஜமாகவே உயர்ந்து விட்டோமோ? அல்லது... அந்த அளவுக்கு மிஸ்ரா தன்னைப்பற்றிப் பிரதமரிடம் கூறியிருப்பாரா? சரளா ஒளிவு மறைவில்லாமல் சொல்லிவிட்டாள், அவள் பொறாமைப் படாமலிருக்க மாட்டாளென்று தன்னை நன்கு அறிந்த இவளே பொறாமைப்பட்டால், தன்னுடைய பிரமிக்கத்தக்க முன்னேற் றத்தைக் கண்டு, எவ்வளவு வயிறுகள் எரியும்? கவிழ்ப்பதற்குச் சூழ்ச்சி செய்யும்? சரளாவே செய்ய மாட்டாளென்பது என்ன நிச்சயம்? தன்னுடைய பலஹீனங்களைப் பற்றி அவளுக்கு உறுதியாகத் தெரியும். அரசியலில் நட்புக்கு எங்கே இடம் இருக்கிறது? 'தனிப்பட்ட நட்பு வேறு, அரசியல் வேறு' என்று சவுகரியமான சமாதானங்கள் பிறகு வேண்டுமானாலும் சொல்லிக் கொள்ளலாம். அரசியல் ஓர் அசிங்கமான விளையாட்டு... இனி மேல்தான் தன்னுடைய கஷ்டகாலம் தேடிக்கொண்டு வந்தாலும், 'இப்பொழுது வேண்டாமென்று சொல்லி விடலாமா?' ஒரு வேளை எப்பொழுதுமே கிடைக்காமல் போகலாம்.

நன்றாக இருட்டிவிட்டது. கனாட் ப்ளேஸ் கடைகளிலுள்ள விளக்குகள் ஒவ்வொன்றாக அணைந்து கொண்ட வந்தன.

"போகலாமா?" என்று கேட்டாள் சரளா.

"ஓ... எஸ்." என்று சொல்லிக்கொண்டே எழுந்தான் முகுந்தன்.

சரளா அவன் கைகளை இறுகப் பற்றிக் கொண்டு எழுந்தாள். நடக்கும்போது கூட அவள் அவன் கைகளை விடவில்லை.

''வேறு எங்காவது போகலாம்... தட் ஓல்ட் மேன்ஸ் ப்ளேஸ் ஈஸ் ஸிக்லி'' என்றாள் சரளா.

''வேறு எங்கு போவது?''

''கம் ஆன்... ஐ வில் ஷோ யு''

''நீங்கள் நிரந்தரமாக இவ்வறையை இந்த ஹோட்டலில் வைத்துக்கொண்டிருக்கிறீர்கள் என்று எனக்குத் தெரியாது'' என்றான் முகுந்தன்.

''ப்ரொஃபஷனல் சீக்ரட்...'' என்றாள் சரளா.

சின்ன அறையாக இருந்தாலும் மொகல் காலத்தை நினைவூட்டும் அலங்காரம், இருக்கின்றேன் என்று ஆவேசமாகக் காட்டிக் கொள்ளாமல் அடக்கமாக எரிந்த பச்சை விளக்கு.

''நீங்கள் நாளுக்குநாள் இளமையாகிக் கொண்டு வருவதுபோல் தோன்றுகிறது'' என்றான் முகுந்தன்.

''இதைப் பிரதமரிடம் சொல்... எனக்கும் மந்திரிப் பதவி கிடைக்க அதிக வாய்ப்பு ஏற்படலாம்...''

''நான் மந்திரியாகிவிட்டால், நிச்சயம் பிரதமரிடம் சொல்லு வேன்...''

''இந்தச் சந்தர்ப்பங்களில் ஏற்படும் வைராக்கியங்களுக்கு அர்த்தமேயில்லை.''

''சரளா - ஐ மீன் இட்...''

''ஆல் ரைட்... நாளைக் காலையிலும் இதைச் சொல்லுகிறாயா என்று பார்ப்போம்... இப்பொழுது தூங்கு.''

இரண்டு நாள்களுக்குப் பிறகு அறிவிக்கப்பட்ட மந்திரிசபைப் பட்டியலில், முகுந்தன் பெயர் இருந்தது. துணை மந்திரி, தொழிற் துறை.

சரளா அவனைப் பாராட்டினாள். ''நீ மந்திரியானது பெரிதல்ல; உனக்குக் கிடைத்திருக்கும் இலாக்கா இருக்கிறதே அதற்காக உன்னைப் பாராட்ட வேண்டும். ஐந்தாண்டுகளுக்குப் பிறகு

தேர்தலில் நிற்க பணம் வேண்டும் என்று நீ யாரிடமும் போய் கையேந்தி நிற்க வேண்டாம்.''

''நீங்கள் நினைப்பதுபோல் நான் நடந்து கொள்ள மாட்டேன்.. ஓரளவு என்னளவில்...''

''டோன்ட் பி ஸில்லி... தொழில் துறை மந்திரியாக இருந்து கொண்டு, 'நான் வினோபா பாவேயாக இருக்கப் போகிறேன்' என்று ஒருவன் சொன்னால், அவனை யாரும் சத்தியமாக நம்பப் போவதில்லை. அதுவும் நீ ஒரு துணை மந்திரி... கொள்கைகளை வகுப்பதில் உனக்கு என்ன பங்கு இருக்கப் போகிறது.'' என்றாள் சரளா.

மிஸ்ரா உள் பக்கத்திலிருந்து அப்பொழுது வந்தார்.

''உனக்கென்ன தொழில் துறையா?'' என்று அவர் கேட்டார்.

''ஆமாம்.''

''இதற்காக நான் அவனைப் பாராட்டினேன். உடனே அவன் வினோபா பாவே கணக்காகப் பேசத் தொடங்கிவிட்டான்.''

மிஸ்ரா ஒன்றும் பேசாமல் சோபாவில் உட்கார்ந்தார்.

சிறிது நேரத்துக்குப் பிறகு முகுந்தனிடம் கூறினார்: ''நீ மிகவும் ஜாக்கிரதையாக இருக்க வேண்டும். பிரதமருடைய நம்பிக்கைக்குப் பாத்திரமாக இருப்பது என்பது கத்தி முனையில் நடப்பதுபோல. இப்பொழுது எவ்வளவு தலைகள் உருண்டிருக் கின்றன என்று உனக்குத் தெரியும். இதற்குக் காரணம் நான் சொல்லத் தேவையில்லை.''

''என்ன காரணம்?'' என்று கேட்டாள் சரளா.

''நான் சொல்வது பொதுவான படிப்பினை. சரித்திரத்திலேயே நாம் பார்க்கிறோம்... அரசர்கள், தங்களை அரசர்களுடைய அத்யந்தர்களாகச் சொல்லிக் கொள்பவர்களை மன்னிப்ப தில்லை. அந்தக் காலத்தில் தூக்கில் போட்டுவிடுவார்கள்; இந்தக் காலத்தில் மந்திரிசபையை விட்டு வெளியேற்றிவிடுவார்கள். இதுதான் வித்தியாசம்.''

''அப்படி வெளியேற்றுவது ஆபத்தில்லையா? வெளியேற்றப் பட்ட கோபத்தில் அவர்கள் ஏதாவது...'' என்று கேட்ட சரளாவை

இடைமறித்தார் மிஸ்ரா. ''ஒவ்வொரு மந்திரிக்கும் ஒரு சரித்திரம் இருக்கிறது; ஆர்கைவ்ஸில் போய் தேட வேண்டாம்; ஸி.பி.ஐ. யில் தேடினால் போதும்.''

''அப்படியானால் முகுந்த பதவிப் பிரமாணம் எடுத்துக் கொண்ட உடனேயே அவனுக்கு ஒரு புது ஃபைல் சி.பி.ஐ.யில் தொடங்கு வார்கள் என்று சொல்லுங்கள்.''

''நீ மந்திரியானாலும் இப்படித்தான்; ஒரு வேளை உனக்கு ஏற்கெனவே தொடங்கியாகிவிட்டதோ?'' என்றார் மிஸ்ரா.

முகுந்தன் புன்னகை செய்தான்.

''அப்படியானால் எம்.பி.க்களுக்கும் ஃபைல்கள் இருக்கின்றன என்று சொல்லுகிறீர்கள் போலிருக்கிறது'' என்றாள் சரளா குறும்பாக சிரித்துக்கொண்டே.

மிஸ்ரா பேசாமலிருந்தார்.

''நான் போய் பிரதமரைப் பார்க்க வேண்டுமல்லவா?'' என்றான் முகுந்தன்.

''அப்பாயிண்ட்மெண்ட் ஏற்பாடு செய்து கொண்டு போய்ப் பார். அதிகமாகப் பேசாதே. 'நீங்கள் என் மீது நம்பிக்கை வைத்திருப் பதற்கு மிகவும் நன்றி' என்று மட்டும் சொல் போதும். சோஷ லிஸம், அது, இது என்று அதிகமாக வாய் கொடுக்காதே. அதை மேடைக்கு வைத்துக் கொள்'' என்றார் மிஸ்ரா.

''பொலோனியஸ் பேசுவதுபோல் இருக்கிறது'' என்றாள் சரளா.

''எஸ். அவன் இளைஞன்; பதவிக்குப் புதிது; அறிவுரை தேவை யல்லவா?''

''பதவிக்குப் புதிதா? அவன் பிரதம மந்திரியிடம் எனக்காகச் சிபாரிசு செய்கிறேன் என்று சொல்லுகிறான்'' என்றாள் சரளா.

மிஸ்ரா முகுந்தனைச் சற்று ஆச்சரியத்துடன் நோக்கினார்: ''நீ இப்படிச் சொன்னது வாஸ்தவந்தானா?''

''ஆமாம்... அதாவது...''

''டோன்ட் பி எ ஃபூல்... இந்த மாதிரி விவகாரங்களிலே இறங்கினாயானால், அடுத்த மாதமே மந்திரி சபையை விட்டு

வெளியே வர வேண்டியதுதான்... நீ ஒரு துணை மந்திரி என்பதை உனக்குத் தாழ்வு மனப்பான்மை ஏற்படும் வரை நீ ஞாபகத்தில் வைத்துக் கொள்ள வேண்டும், தெரியுமா?''

முகுந்தனின் முகம் சிவந்தது. ''அப்படியானால் இந்த மந்திரிப் பதவியே எனக்கு வேண்டாம்...''

''அரசியலில் புகுந்து விட்டு இப்படி ''சென்ஸிடிவா' இருக்க முயல்வது விவேகமல்ல; உன் தோலின் மிருதுத்தன்மையை நீ காப்பாற்றிக் கொள்ள விரும்பினால். நீ அரசியலில் பிரவேசித் திருக்கக் கூடாது. நீ ஒரு துணை மந்திரிதான் என்பதை பல சமயங்களில் உணர்வதற்கான சந்தர்ப்பம் உனக்கு ஏற்படும். உன்னுடைய இலாக்காவைச் சேர்ந்த பிரதமக் காரியதரிசியே உனக்குப் பல சமயங்களில் நினைவூட்டுவார். இதை நீ பொருட்படுத்தக் கூடாது.''

''இந்தத் தாழ்வு மனப்பான்மையை வளர்த்துக் கொள்வதினால் எனக்கு என்ன பலன் என்று நினைக்கிறீர்கள்?'' என்று கேட்டான் முகுந்தன்.

''இந்தத் தாழ்வு மனப்பான்மை உனக்குப் பெரிய மனச் சுமையாக இருக்கக் கூடாதென்றால், நீ உனக்குக் கீழே இருக்கின்றவர்களை விரட்ட வேண்டும். கண்ணியம், கூச்சம் ஆகியவற்றை ஒதுக்கி வைப்பதுதான் முன்னேறி வரும் ஒரு அரசியல்வாதிக்குத் தேவை யான சைகலாஜிகல் அட்ஜெஸ்ட்மெண்ட். இதை நினைவு வைத்துக் கொண்டாயானால், வாழ்க்கையில் வெற்றிபெற, வாய்ப்புள்ள, ஓர் இயந்திர ரீதியான, ப்ரொஃபஷனல் அரசியல் வாதியாக நீ இருக்க முடியும்... 'நாட்டுக்குப் பணி செய்ய வேண்டும்' என்ற லட்சியப்பூர்வமான, காந்தியுகத் தாரக மந்தி ரங்களை மறந்து, 'அரசியல் ஓர் உத்தியோகம்' என்ற உண் மையைச் சந்திக்கத் தயார் செய்துகொள்.''

முகுந்தன் சிறிதுநேரம் பேசாமலிருந்தான். மிஸ்ரா கூறுவது வாஸ்தவந்தான்... அமெரிக்காவில் அரசியல்வாதிகள், அரசி யலை ஓர் உத்தியோகம் என்ற நினைவுடன்தான் அதில் ஈடுபட்டிருக்கிறார்கள். லட்சியப் போர்வைகள் இல்லை; இதனால் மக்களுக்கும் அவர்களிடம் என்ன எதிர்பார்க்க வேண்டுமென்று தெரியும்; இதன் காரணமாக இரு சார்பிலும் ஏமாற்றம் கிடையாது.

பார்க்கப்போனால், தமிழ்நாட்டிலும் அத்தகைய அரசியல் சூழ்நிலை உருவாகிக் கொண்டு வருகிறது. மந்திரிகளின் அந்த ரங்க வாழ்க்கையைப் பற்றி மக்கள் கவலைப்பட்டிருந்தார் களானால், ஆளுங்கட்சி இவ்வளவு செல்வாக்குடன் மறுபடியும் பதவிக்கு வந்திருக்க முடியுமா?

அப்பொழுது அவனுக்குச் சென்னையிலிருந்து வந்த நண்பர் ஒருவர் அவனிடம் தமிழ்நாட்டுத் தேர்தலைப் பற்றிக் கூறியது நினைவுக்கு வந்தது. 'மந்திரி வீடு கட்டிக்கிறான்; வீடு நுளை யறான், இது என்னய்யா பேச்சு? ஏளை ஜனங்களுக்கு என்னா செஞ்சுக்கிணு இருக்காங்கிறதுதானய்யா முக்கியம்? அவன் வீடு கட்டிக்கிணா என்ன, வீடு நுளைஞ்சாத்தான் என்ன?' இந்நாட்டில் ஏழை ஜனங்களைத் திருப்தி செய்வது என்பது ஒரு சுலபமான காரியம். அவர்களுக்கு உண்மையான நன்மை செய்கிறாமோ இல்லையோ, பணக்காரனை அடிப்பது போல் ஒரு பாவனை செய்தால் போதும்.

மிஸ்ரா கூறுவதுபோல் தான் இப்பொழுது ஒரு முடிவு எடுத்தாக வேண்டும்; அரசியலைச் சீர்திருத்த வேண்டும் என்ற ஓர் லட்சியக் கனவுடன் போராடுவதா அல்லது அரசியலின் ஊழல்களை யெல்லாம் புரிந்து கொண்டு, இவற்றுக்கு உடன்பட்ட ஒரு நிலையில், தொடர்ந்து இருப்பதுதான் தனக்கும் நல்லது, அரசியலுக்கும் நல்லது என்று செயலற்று இருந்துவிடுவதா? மந்திரிப் பதவி என்பது ஒரு புதிய அனுபவம். அது வேண்டாம் என்று சொல்வதற்கான துணிவு தன்னிடம் இல்லை... எதற்காக இந்த வீண் மனக் குழப்பம்?

அப்பொழுதுதான் அங்கு வந்தான். முகுந்தனைப் பார்க்க ஒரு பத்திரிகை நிருபர் வந்திருக்கிறார் என்று சொன்னான்.

'உள்ளே வரச்சொல்'' என்றார் மிஸ்ரா.

தடித்த ஃப்ரேம் போட்ட கண்ணாடியணிந்த ஓர் இளைஞன் உள்ளே வந்தான். மிஸ்ராவைப் பார்த்துக் கைகூப்பினான்.

''இவர்தான் முகுந்த். இவர்தான் சரளா பார்க்கவா'' என்றார் மிஸ்ரா.

''ஓ... ஐ ஸி. முகுந்த் மிக இளமையாகக் காணப்படுகிறாரே?'' என்று சொன்னவர் சரளாவைப் பார்த்து ஒரு கணம் சங்கடத்துடன் தயங்கினான்.

''நிஜமாகவே அவர் இளைஞர் என்பதனால்...'' என்றார் மிஸ்ரா.

''என் பேர் ஆனந்த்சாவ்லா...'' என்று சொல்லிவிட்டு தான் எந்தப் பத்திரிகையின் நிருபர் என்பதையும் சொன்னான் அந்த இளைஞன்.

''உட்காருங்கள்'' என்றாள் சரளா.

ஆனந்த் சாவ்லா சரளாவின் அருகில் உட்கார்ந்து கொண்டான்.

''நீங்கள் மதராஸி என்று கேள்விப்பட்டேன். மத்தியப் பிரதேசத்திலிருந்து வெற்றி பெற்றிருக்கிறீர்கள் அல்லவா?''

முகுந்தன் தலையசைத்தான்.

''மந்திரி சபையில் நீங்கள்தான் மிகவும் இளமையானவர் என்று நினைக்கிறேன்.''

''இருக்கலாம்... எனக்குத் தெரியாது'' என்றான் முகுந்தன்.

''அரசியலில் எவ்வளவு காலமாக ஈடுபட்டிருக்கிறீர்கள்?''

''தேர்தலில் நின்றதிலிருந்து.''

ஆனந்த் சாவ்லா அழகாகச் சிரித்தான்.

''நீங்கள் மிகவும் வெளிப்படையாகப் பேசுகிறீர்கள்.''

''இன்னும் மறைத்துப் பேச பக்குவம் வரவில்லை'' என்றார் மிஸ்ரா.

ஆனந்த் மறுபடியும் சிரித்தான். ''நீங்கள் மறைத்துப் பேச வேண்டிய அவசியமில்லை...''

''எஸ். நீ சொல்வது சரிதான். அந்த வயதை நான் தாண்டி விட்டேன். மந்திரிப் பதவி எனக்கு இனிமேல் கிடையாது என்று எனக்கு நிச்சயமாகத் தெரியும்...''

ஆனந்த் பையிலிருந்து ஒரு பால்-பாயிண்ட் பேனாவை எடுத்துக் கொண்டான்.

''தமிழ்மொழியைத் தாய் மொழியாய்க் கொண்ட நீங்கள் மத்தியப்பிரதேசத்தில் வெற்றி அடைந்திருக்கிறீர்கள். ஹிந்தி உங்களுக்குத் தெரியுமா?''

''கற்றுக் கொண்டிருக்கிறேன்.''

''தேர்தல் பிரசாரத்தின் போது எந்த மொழியில் பேசினீர்கள்?''

''தேர்தலில் மொழியா பேசிற்று? - பணம் பேசிற்று. ஆஃப் தி ரெகார்ட், ப்ளீஸ்'' என்றார் மிஸ்ரா.

''ஆஃப் தி ரிகார்ட் என்று நீங்கள் சொல்ல வேண்டியதில்லை; நான் அவ்வளவு பெரிய முட்டாளல்ல...'' என்றான் ஆனந்த்.

''பத்திரிகை நிருபர்கள் சில சமயம் சொல்லாததையெல்லாம் சொன்னதாகப் போட்டு விடுகிறார்கள். ஆகவே சொன்னதைப் போடாதீர்கள் என்று கேட்டுக் கொள்ளலாம் அல்லவா?'' என்றாள் சரளா.

''எங்கள் பத்திரிகையில் அத்தகைய செய்திகள் வருவதில்லை.'' என்றான் ஆனந்த்.

முகுந்தன் எழுந்திருந்தான். ''இன்னும் ஏதாவது கேட்க வேண்டுமா? எனக்கு வேலை இருக்கிறது.''

''இன்னும் பேட்டியே ஆரம்பமாகவில்லையே...'' என்றான் ஆனந்த்.

''நான் ஒரு கைக்குறிப்பு தயாரித்துக் கொடுத்து விடுகிறேன். வேண்டுமென்றால் நீங்கள் கேட்க வேண்டிய கேள்விகளைக் குறித்துக் கொடுங்கள். எனக்கு இப்பொழுது வேலை இருக்கிறது... மன்னித்துக் கொள்ளுங்கள்...''

''ஐ ஆம் ஸாரி... நீங்கள் பிஸியாக இருப்பீர்கள் என்று எனக்குத் தெரியும்... உங்களைப் பற்றி அதிகமாக - மன்னித்துக் கொள்ளுங் கள் - மற்றவர்களுக்குத் தெரியாது என்ற காரணத்தால், நாங்கள் இன்று மாலைப் பதிப்பில் உங்கள் வாழ்க்கையில் நடந்த ஏதா வது சுவாரஸ்யமான பகுதியை வெளியிடலாமென்று நினைத் தோம். ஏதாவது சொல்ல முடியுமா?''

''சுவாரஸ்யமான பகுதியென்றால்?'' என்று கேட்டான் முகுந்தன்.

''சுவாரஸ்யமான நிகழ்ச்சி என்று வைத்துக் கொள்ளுங்களேன்.''

''நான் தேர்தலில் நின்றது வெற்றி பெற்றது, இதுவே சுவாரஸ்ய மான நிகழ்ச்சி... வேறென்ன வேண்டும்?''

''இப்பொழுது ஹிந்தி கற்றுக் கொண்டிருக்கிறீர்களே, ஹிந்தி ஒரு சுலபமான மொழி என்பதுதானே உங்கள் அபிப்பிராயம்?''

''இந்தியாவில் எல்லா பாஷைகளுமே சுலபமானவை. அரசியல் பாஷையைத் தவிர.'' என்றான் முகுந்தன்.

ஆனந்த் சாவ்லா புன்னகை செய்தான். ''அரசியல் பாஷையை நீங்கள் நன்கு கற்றுக் கொண்டு விட்டீர்களல்லவா?''

''நடக்கப்போகும் நிகழ்ச்சிகள் இதை உறுதிப்படுத்த வேண்டுமே தவிர, நான் ஒன்றும் சொல்வதற்கில்லை.''

''தமிழ்நாட்டு முதலமைச்சர், தொழிலகங்கள் நிறுவுவதற்கு அனுமதி வழங்கும் உரிமை மாநிலங்களுக்கு இருக்க வேண்டுமென்கிறாரே, இதைப் பற்றி தொழில் மந்திரி பதவி ஏற்கப் போகும் உங்களுடைய அபிப்பிராயம் என்ன?''

''இந்தியாவில் பல குட்டி இந்தியாக்கள் வேண்டுமென்பதுதான் அவர் கோரிக்கை. இது அவருடைய ஈகோவைத் திருப்திப் படுத்தலாமே தவிர, இந்தியா என்று ஒரு முழு நாடாகப் பார்க்கும்போது நல்லதல்ல என்று தோன்றுகிறது'' என்றான் முகுந்தன்.

''சரி. நீ உன்னைப்பற்றி ஒரு கைக் குறிப்புத் தயாரித்து மதானிடம் கொடு. அவர் ஒருமணி நேரம் கழித்து ஆளை அனுப்பி வாங்கிக் கொண்டு போகட்டும்'' என்றார் மிஸ்ரா.

''அதிகமாகப் பேசாதே'' என்று அவர் எச்சரிக்கை செய்வது போலிருந்தது முகுந்தனுக்கு.

''ஸோ...'' என்றான் முகுந்தன். ஆனந்த் எழுந்திருந்து எல்லாருக்கும் கை கூப்பிவிட்டு, வெளியே சென்றான்.

''மந்திரி ஆன உடனேயே அதிகப்பிரசங்கித்தனமாகப் பேசத் தொடங்கிவிட்டாயே. தமிழ்நாட்டு முதல்வரைத் தாக்குவதற் கான பக்குவ நிலை, இன்னும் உருவாகவில்லை; நம்முடைய ஆளுங்கட்சியே சில காரணங்களுக்காக அவருடன் உறவு கொண்டாடிக் கொண்டிருக்கிறது. ஒரு சில்லறைத் துணை மந்திரி அபிப்பிராயம் தெரிவிக்க உனக்கு என்ன தைரியம்?'' என்றார் மிஸ்ரா.

"மந்திரி என்றால் அபிப்பிராயச் சுதந்தரம் இருக்கக் கூடாது என்று அர்த்தமா?" என்று கேட்டான் முகுந்தன்.

"அபிப்பிராயமும் இருக்கக்கூடாது. சுதந்தரமும் இருக்கக் கூடாது. ஐந்து வருஷங்களில் உனக்கு என்ன சாதித்துக் கொள்ள முடியுமோ அதைச் செய். அதுதான் விவேகம்" என்றார் மிஸ்ரா.

நான்கு

முகுந்தனுக்கு மிஸ்ராவின் அறிவுரையின் முக்கியத்துவத்தைப் புரிந்து கொள்வதற்கான வாய்ப்பு, அந்தப் பத்திரிகை நிருபருக்கு அவன் அளித்த பேட்டி அடுத்த நாள் மாலை அப்பத்திரிகையில் வெளியான உடனே ஏற்பட்டது. ஹிந்தி மாநிலத்தினின்றும் ஒரு தமிழ் எம்.பி. என்று தலைப்பிட்ட வந்த அக்கட்டுரையில் முகுந்தன் தெரிவித்த அபிப்பிராயங்கள் மிகுந்த விளம்பரத்தோடு வெளியிடப்பட்டிருந்தன. 'இந்தியாவில் பல குட்டி இந்தியாக்களா?' என்று சீறுகின்றார் இவ்விளந்தமிழர் என்ற ஒரு குட்டித் தலைப்போடு, முகுந்தனின் புகைப்படமும் வந்தது.

இக்கட்டுரை தன்னை எந்தளவில் பாதிக்கும் என்று முகுந்தன் அஞ்சியதற்கேற்ப, அவனுடைய தமிழ்ப் பாரம்பரியம் குறித்து தமிழ்நாடு முதல் ஐயம் தெரிவித்து ஓர் அறிக்கை விட்டார் - 'உண்மையான தமிழன் தமிழ் மண்ணுக்கும், மொழிக்கும் துரோகம் செய்யமாட்டான்' என்று அவருடைய கருத்து அடுத்தநாள் பத்திரிகையில் வெளிவந்தது.

மிஸ்ரா கூறியதுபோல் தான் அவசரப்பட்டு விட்டோமோ என்று நினைத்தான்

முகுந்தன். பிரதமர் இச்செய்திகளை நிச்சயமாகக் கவனித் திருப்பார். ஆகவே அவர் எந்த நிமிஷமும் தன்னைக் கூப்பிட்டு எச்சரிக்கை செய்யலாம் என்று அவன் எதிர்பார்த்தான்.

அவன் நினைத்ததுபோல, பதவிப் பிரமாணம் முடிந்த பிறகு, பிரதமர் அவனைக் கூப்பிட்டனுப்பினார். எந்த நொண்டிச் சமா தானமும் கூறாமல், அவன் சொன்னது தவறு என்று மன்னிப்புக் கேட்பதே விவேகம் என்று மிஸ்ரா அவனுக்கு யோசனை வழங்கினார்.

பிரதமர் அவனைப் புன்னகையுடன் வரவேற்றார். இது முகுந் தனுக்கு ஓரளவு தெம்பைத் தந்தது.

''பத்திரிகையில் வெளிவந்த உங்களைப் பற்றிய கட்டுரையைப் படித்தேன்'' என்றார் பிரதமர்.

முகுந்தன் பேசாமலிருந்தான்.

''தமிழ்நாடு முதல்வர் இதைப் பற்றி மிகவும் கோபங் கொண்டிருக்கிறார் போலிருக்கிறது'' என்றார் அவர் தொடர்ந்து!

''நான் அவசரப்பட்டு அப்படி அந்நிருபரிடம் சொன்னது தவறு தான்'' என்றான் முகுந்தன்.

பிரதமர் அவனைச் சிறிது நேரம் உற்றுப் பார்த்துவிட்டுப் பிறகு கேட்டார். ''உங்களுக்கு ஹிந்தி நன்றாகப் பேச வருமா?''

''கற்றுக் கொண்டிருக்கிறேன்.''

பிரதமர் திடீரென்று பேச்சின் திசையை மாற்றியது முகுந்தனுக்கு ஆச்சரியத்தைத் தந்தது.

''பொதுக் கூட்டங்களில் தமிழில் நன்றாகப் பேசவருமா?'' என்று வினவினார் பிரதமர்.

''பேசிப் பழக்கமில்லை.''

''அரசியலுக்காக ஆங்கிலத்தில் பொதுக்கூட்டங்களில் பேச எப்பொழுது கற்றுக் கொண்டீர்களோ, தமிழில் அதுவும் தாய் மொழியில், பேசுவது கடினமான காரியமல்ல. தமிழ்நாட்டில் நீங்கள் பொதுக்கூட்டங்களில் பேச முயல்வதுதான் நல்லது என்று எனக்குத் தோன்றுகிறது.''

"தமிழ்நாட்டு அரசியல் சூழ்நிலையில்..." என்று முகுந்தன் கூற ஆரம்பத்ததும் பிரதமர் இடைமறித்தார். "எல்லாம் எனக்குத் தெரியும்... அரசியலில் அவநம்பிக்கைக்கு இடம் இருக்கக் கூடாது நான் பிரதமர் ஆவேன் என்றோ, அல்லது மக்களுடைய ஆதரவை இன்று இந்தளவில் பெறுவேன் என்றோ நான் நினைத்தது கூடக் கிடையாது. அரசியல் செல்வாக்குள்ள பெருந் தலைவர்களைக் கண்டு நான் சோர்வு கொண்டிருந்தால், சரித்திரம் என்னை மறந்திருக்கும்..."

தமிழ்நாட்டு அரசியல் விவகாரங்களில் தான் அதிகமாக ஈடுபாடு கொள்ள வேண்டுமென்று பிரதமர் விரும்புகிறார் என்று உணர்ந்தான் முகுந்தன். ஒரு குறுகிய எல்லையை வகுத்துக் கொண்டு, ஓர் இனத்தையே முட்டாளாக்கி அரசியல் லாபத்தை அனுபவித்து வரும் ஒரு ஃப்யூடல் கட்சியை எத்தனை நாள்தான் சகித்துக் கொண்டிருக்கமுடியும் என்பது பிரதமரின் கவலையாக இருக்கலாமென்று முகுந்தனுக்குத் தோன்றியது. பெரிய பெரிய அரசியல் சாணக்கியர்களைப் புறங்கண்ட போர்க் களத்தில் தன்னால் எதிர் நீச்சல் போட முடியுமா? -

"என்ன யோசிக்கிறீர்கள்?" என்று கேட்டார் பிரதமர்.

"நீங்கள் சொல்வது புரிகிறது... தமிழ்நாட்டு அரசியல் சூழ்நிலை யில் எதிர்நீச்சல் போட்டு வெற்றி அடைவது என்பது ஒரு பகீரதப் பிரயத்தனமாகத்தான் இருக்கும்."

"பகீரதப் பிரயத்தனமல்ல... தமிழ்நாட்டு பிரக்ஞை பற்றிய வரலாறு ரீதியான சமூகவியல் பிரக்ஞை வேண்டும். தாழ்வு மனப் பான்மையினால் கஷ்டப்படுகிறவர்கள் தமிழர்கள் - இப்படிச் சொல்லுவதற்கு மன்னிக்க வேண்டும்... இவர்களைத் திருப்திப் படுத்த உணர்ச்சிப்பூர்வமான சின்னச் சின்ன விஷயங்களே போதும். இந்தளவுக்குப் புரிந்து கொண்டு, மாற்றுக் கோஷங்கள் கொடுத்தால் நிச்சயமாக வெற்றி அடையலாம்..."

மிஸ்ராவால் கூட பிரதமரைச் சரியாகப் புரிந்து கொள்ள முடிய வில்லை. பிரதமர் அவன் மீது கோபங் கொள்ளக்கூடும் என்று அவர் சொன்னார். ஆனால் பிரதமர் அப்பேட்டியைப் பாராட்டாத குறையாகத் தன்னைப் பரிபூரணமாக தமிழ்நாட்டு அரசியல் அரங்கில் பயன்படுத்திக் கொள்ள விரும்புகிறார் என்பது தெரிகிறது. அப்பேட்டியைப் பற்றிப் பிரதமரின் அபிப்பிரா

யத்தைத் தெரிந்து கொள்வதும் நல்லது என்று முகுந்தனுக்குப் பட்டது.

"பத்திரிகையில் வந்த அந்தக் கட்டுரையைப் பற்றி நீங்கள் என்ன நினைக்கிறீர்கள்?" என்று கேட்டான் முகுந்தன்.

பிரதமர் பதில் சொல்லவில்லை. புன்னகை செய்தார். 'இதற்குள் இவ்வளவு உரிமை எடுத்துக்கொண்டு அபிப்பிராயம் கேட்கின்றாயா?' என்று சொல்வது போலிருந்தது அப்புன்னகை. முகுந்தனுக்குச் சிறிது வெட்கம் ஏற்பட்டது. கொஞ்சம் சங்கடமாகவும் இருந்தது.

"உங்கள் துறை காபினெட் மந்திரி மிகுந்த அனுபவம் மிக்கவர், உங்களுக்கு அவருடைய ஆலோசனை மிகவும்பயன்படும்" என்றார் பிரதமர்.

திடீரென்று அவர் இப்படிக் கூறியது, அவனுடைய 'பசுமைத் தனத்தை'ச் சுட்டிக்காட்டுவது போலிருந்தது.

"நான் அவருடைய ஆலோசனையைக் கேட்கத் தவற மாட்டேன்" என்றான் முகுந்தன். தன் குரலில் கிண்டல் இழையோடி இருந்ததோ என்ற சந்தேகம் அவனுக்கே ஏற்பட்டது.

"அரசியலில் புதுப்புது வெற்றிகளை நீ அடைய வேண்டும்" என்று பிரதமர் கூறியது அவனுடைய சம்மதத்தை ஊர்ஜிதம் செய்தது.

அன்று அவன் அலுவலகம் சென்றபோது, ஓர் அரசாங்கத் துணைக் காரியதரிசி அவனைச் சந்திக்க வந்தார். அவனுக்கு ஒதுக்கப் பட்டிருந்த இலாக்காவின் உட்பிரிவுகளைப் பற்றி மூன்றாம் வகுப்பு மாணவனுக்கு விளக்குவதுபோல் அரிச்சுவடி பாணியில் சொல்லித் தந்தார். அவருக்கு ஐம்பத்தைந்து வயதிருக்கலாம். படிப்படியாக முன்னுக்கு வந்தவர். 'உன் அதிர்ஷ்டம் நீ கேட்கிறாய், நான் உனக்குச் சொல்லும்படியாக இருக்கிறது' என்ற பாவனை அந்தப் பேச்சில் வெளிப்படையாகத் தெரிந்தது. அவர் பக்கத்தில் உட்கார்ந்து சொல்லும்போது, முப்பத்தைந்து வயது அனுபவத்தின் காரணமாக, அவரிடத்திலிருந்தே அரசாங்க ஃபைல்களின் வாசனை வருவது போல் அவனுக்குத் தோன்றியது.

காபினெட் மந்திரி, ராஜ்ஜிய மந்திரி, துணை மந்திரி ஆகிய மூவருக்கும் எப்படி தொழில் துறையின் பொறுப்புகள் பகிர்ந்து

அளிக்கப்படுகின்றன என்று விளக்கிவிட்டு, அவர் பொறுப்பி லுள்ள பணியாக இருந்தாலும், ஒரு முக்கியமான நடவடிக்கை எடுக்க வேண்டுமென்றால், காபினெட் மந்திரியின் ஆலோசனை கட்டாயம் வேண்டுமென்பதை அவர் மிகவும் நாகரிகமாக அவனுக்கு எடுத்துரைத்தார்.

''முக்கியமான நடவடிக்கை என்பது அவரவர்களுடைய விளக் கத்தைப் பொறுத்தது அல்லவா?'' என்று கேட்டான் முகுந்தன்.

''பார்லிமெண்ட்டின் பப்ளிக் அக்கௌன்ட்ஸ் கமிட்டி அதைப் பற்றி என்ன நினைக்கிறது என்பதைப் பொறுத்தது'' என்றார் அத்துணைக் காரியதரிசி. இதைச் சொல்லும்போது அவர் புன்னகை செய்திருக்கலாமென்று முகுந்தனுக்குத் தோன்றியது.

முகுந்தன் மேஜை மீது வைத்திருந்த சில பழைய பைல்களை எடுத்துப் புரட்டிப் பார்த்தான்.

''மிகச் சாதாரண விஷயங்களைக் கூடவா மந்திரி தீர்மானிக்கும் அளவுக்குப் பிரச்னையாகக் கொண்டு வரவேண்டும்? கீழ் மட்டத்திலேயே முடிவு செய்யக் கூடாதா?''

அத்துணைக் காரியதரிசி சில விநாடிகள் பேசாமலிருந்தார். பிறகு சற்றுக் கனைத்துக்கொண்டு வேறு எதைப் பற்றியோ பேசத் தொடங்கினார்.

''நான் கேட்ட கேள்விக்கு நீங்கள் பதில் சொல்லவில்லை'' என்றான் முகுந்தன்.

''பலவிதமான காரணங்களால் அதிகாரிகள் பொறுப்பேற்கத் தயங்குகிறார்கள்.''

''ஜனநாயக சமதர்ம யுகத்தில் அதிகாரிகள் தங்களை அரசாங்க இயந்திரத்தின் வெறும் ஆணிகளாக நினைக்காமல், ஒரு புதிய சமுதாயம் உருவாக்குவதற்குத் தங்களுடைய பொறுப்பையும் உணர்ந்து, விழிப்புணர்ச்சியுடன் ஏன் பணியாற்றக் கூடாது?''

முகுந்தனின் உள்நினைவில் அவனுடைய இன்னொரு பாதி அவனை ஆச்சரியத்துடன் நோக்கி புருவத்தை உயர்த்தியது.

அத்துணைக் காரியதரிசி மவுனமாக இருந்தார். ஓய்வு பெறுவது என்று அவர் தீர்மானித்துவிட்டவரைப் போல காணப்பட்டார்.

ஓய்வு பெற்ற பிறகு புதிய பதவி எதுவும், அவருக்குத் தேவை யில்லை போலிருக்கிறது. அரசனைவிட அரசனுக்கு இன்னும் விசுவாசம் உடையவராக அவர் தம்மைக் காட்டிக்கொள்ள விரும்பவில்லை. பத்து வயது குறைந்தவராக இருந்தால் ஒரு வேளை அவர் அவ்வாறு தம்மைக் காட்டிக்கொண்டிருக்கலாம். அவர் முகத்தில் எந்தவிதமான உணர்ச்சியுமில்லாமல் சுவரில் மாட்டியிருந்த காந்தி படத்தைப் பார்த்துக் கொண்டிருந்தார்.

"சில்லறை விஷயங்களைப் பற்றி நீங்களே முடிவு எடுப்பதற் கான உரிமையை நான் உங்களுக்குத் தருகிறேன். எல்லாவற்றை யும் என் கவனத்துக்குக் கொண்டு வருவதாக இருந்தால் அநாவசியக் காலதாமதம் ஏற்படுவதுதான் மிச்சம்... பொது மக்கள் நம்மை மன்னிக்கமாட்டார்கள் என்பதையும் நினைவில் வைத்துக் கொள்ளுங்கள்" என்றான் முகுந்தன்.

"இதைப்பற்றி நான் ஒரு குறிப்பு தயாரித்துக் கொண்டு வருகி றேன். நீங்கள் கையெழுத்திட்டால், அதை அரசாங்க அலுவலர் கள் அனைவருடைய பார்வைக்கும் அனுப்பி வைக்கிறேன்... ஆனால் சில்லறை விஷயங்கள் என்னவென்பது பற்றி அவரவர் களுடைய விளக்கங்களே தீர்மானிக்குமென்ற சங்கடமும் இருக் கிறது. ஜனநாயக சமதர்ம யுகத்தில் பார்லிமெண்டை சந்தித்து தான் ஆக வேண்டுமென்ற நிர்ப்பந்தத்துக்குட்பட்ட உங்களுக்கு, நீங்கள் இன்றியமையாதவர் அல்ல என்ற நிலை உருவாகும் போது, இதுவே பல தொல்லைகளைத் தரலாம் என்பதையும் நீங்கள் நினைவில் வைத்துக்கொள்வது நல்லது - வயதின் காரணமாகவும், அனுபவத்தின் காரணமாகவும், நான் இதைச் சொல்வதில் தவறில்லை என்று நினைக்கிறேன் - பொது மக்கள் அரசாங்க அதிகாரிகளைப் பற்றி கவலைப்பட மாட்டார்கள். அரசியல்வாதிகளைத்தாம் அவர்கள் மன்னிக்கமாட்டார்கள்."

இதைச் சொல்லும்போதுகூட அவர் முகத்தில் சலனம் ஏற்பட வில்லை. ஆனால் அவர் குரலில் அவன்பால் ஒருவிதமான அக்கறை தொனித்தது.

முகுந்தன் அவரையே சிறிது நேரம் பார்த்துக் கொண்டிருந்தான். அவர் அவனுடைய பார்வையைச் சந்திக்க விரும்பாதவர்போல், மறுபடியும் காந்தி படத்தை நோக்குவதில் ஆழ்ந்திருந்தார்.

"உங்களுக்கு எவ்வளவு குழந்தைகள்?" என்று கேட்டான் முகுந்தன் திடீரென்று.

அவர் சற்றுத் திடுக்கிட்டவரைப்போல் அவனைப் பார்த்தார். அவர் அணிந்திருந்த அரசாங்க வேஷம் கலைக்கப்பட்டுவிட்டது போன்ற ஒரு திகைப்புணர்ச்சி.

''என்ன கேட்டீர்கள்?''

''உங்களுக்கு எவ்வளவு குழந்தைகள்?''

''மூன்று, பெரிய பையன் அமெரிக்காவில் ஷிக்காகோ பல்கலைக் கழகத்தில் ஆராய்ச்சி செய்து கொண்டிருக்கிறான். அடுத்தவன் பம்பாயில் மேனேஜ்மெண்ட் டிரெய்னிங் படிக்கிறான். மூன்றாவது பையன் இங்கு எம்.எஸ்ஸி. படிக்கிறான்... நீங்கள் சொன்னபடி நான் குறிப்பெடுத்துக் கொண்டு வரட்டுமா?''

''மிகவும் சந்தோஷமான குடும்பம் பிரச்னையே இல்லை...''

அவர் மேஜை மீதிருந்த ஃபைல்களை ஓரமாக அடுக்கி வைத்தார்.

''உங்களுக்கு இந்த அறையின் ஏற்பாட்டில் ஏதாவது மாறுதல் செய்ய வேண்டுமென்றால் சொல்லுங்கள்... உங்களுடைய பிரத்யேக அலுவலகச் செயலர்களையும் பார்த்திருப்பீர்கள் என்று நினைக்கிறேன்.''

''ஓ எஸ் எல்லாரையும் பார்த்துவிட்டேன். ஒருவிதமான மாறுதலும் தேவையில்லை... ஐ ஆம் பர்ஃபெக்டலி சாடிஸ்ஃபைய்ட்.''

அவர் எழுந்திருந்தார். ''அப்பொழுது நான் வரட்டுமா?''

''மிகவும் நன்றி...'' முகுந்தன் அவருடன் கை குலுக்குவதற்கு எழுந்திருக்கலாமா வேண்டாமா என்று ஒரு கணம் யோசித்தான். பிறகு எழுந்திருக்காமலேயே அவருடன் கை குலுக்கினான்.

கொஞ்சம் கொஞ்சமாகத் தன்னிடத்து மாறுதல் ஏற்பட்டு வருவதை முகுந்தன் உணராமலில்லை. எல்லாரும் தன்னைக் கவனிக்கிறார்கள் என்ற உணர்ச்சி ஏற்பட்டவுடன், தன்னுடைய இயல்பான சுபாவத்தைக் காப்பாற்றிக் கொள்ள முடியாத ஒருவிதச் சூழ்நிலை உருவாகிக்கொண்டு வருவது அவனுக்குப் புரிந்தது.

அவன் மிஸ்ராவுடன் இருந்தபோது, அவரைச் சந்திக்க வந்த பல பிரமுகர்களையும் அறிஞர்களையும் பார்த்திருக்கிறான். ஒதுங்கி

யிருந்து அவன் போற்றி வந்த பல அறிஞர்கள் நேருக்கு நேர் பார்த்தபோது, மிகவும் சாதாரணமானவர்களாக, பலஹீனங்களுக்குட்பட்ட சாமான்யர்களாகக் காட்சியளித்தது, ஆரம்பக் காலத்தில் அவனுக்கு மிகவும் ஏமாற்றத்தை அளித்தது. ஆனால் போகப்போக, பொது மக்களின் பார்வையில் எப்பொழுதும் இருக்கவேண்டுமென்ற அவர்களுடைய ஆசைக்குக் கொடுக்க வேண்டிய நிலை இது என்று அவன் உணரத் தொடங்கினான். தன்னிடத்திலும் இந்த மாறுதல் இப்பொழுது ஏற்பட்டுக் கொண்டு வருகிறது. இது தவிர்க்க முடியாததொன்றோ?''

ஐந்து

முகுந்தன் காபினெட் மந்திரியை எதிர்பார்க்கவில்லை. அவர் திடுதிப்பென்று உள்ளே நுழைந்ததும், ஏதோ ஒரு முக்கியமான காரணம் பற்றித்தான் அவர் வந்திருக்க வேண்டுமென்று அவன் உணர்ந்தான்.

அவன் பதவியேற்று இந்த ஒரு வாரத்தில் தெரிந்து கொண்ட ஒரு முக்கியமான விஷயம், மந்திரி சபையில் ஒரு விதமான 'ஜாதிப் பிரச்னை' இருக்கிறது என்பதுதான். காபினெட் மந்திரிகள் உயர்ந்த ஜாதி; அடுத்தபடியாக ராஜ்ஜிய மந்திரிகள், துணை மந்திரிகள், 'தீண்டப்படாதவர்கள்.' ஒரு குறிப்பிட்ட துறையின் பிரதம காரியதரிசிக்கு காபினெட் மந்திரியின் ஆதரவு இருந்தால், அவர் ராஜ்ஜிய மந்திரியையோ அல்லது துணை மந்திரியையோ அலட்சியம் செய்யலாம். ராஜ்ஜிய மந்திரிக்கு அரசியல் பலமோ அல்லது பிரதம மந்திரியிடம் சலுகையோ இருந்தாலொழிய காபினெட் மந்திரி அவரைத் தமக்குச் சரிநிகராக வைத்துப் பேச மாட்டார். இந்தச் சூழ்நிலையில் காபினெட் மந்திரி தன்னை நாடி வந்திருப்பதன் காரணம் என்ன?

காபினெட் மந்திரி புன்னகையுடன் உள்ளே நுழைந்தது அவனுக்கு ஒரு தெம்பைத் தந்தது.

அவன் எழுந்து, கை குலுக்கி அவரை வரவேற்றான்.

''உங்களை யாரும் இத்துறைக்குப் புதியவர் என்று சொல்ல மாட்டார்கள். அவ்வளவு சுறுசுறுப்பாக இருக்கிறீர்கள்' என்றார் மந்திரி.

''நன்றி'' முகுந்தன், மேஜையின் மீதிருந்த நாலந்து ஃபைல்களை ஒழுங்காக அடுக்கி வைத்தான்.

''உங்களைப் பிரதமர் மந்திரியாகத் தேர்ந்தெடுத்தபோது இந்த இளைஞரைப் பற்றி அவருக்கு என்ன தெரியுமென்றுதான் நான் யோசித்தேன். பிரதமரின் நம்பிக்கை பொய்ப்பதில்லை'' என்று சொல்லிக்கொண்டே ஒரு சிகரெட்டைப் பற்ற வைத்தார் காபினெட் மந்திரி.

காபினெட் மந்திரி மிகவும் ஆழமானவர், அரசியலில் பழம் தின்று கொட்டை போட்டவரென்று முகுந்தனுக்கு நன்றாகத் தெரியும். ஆகவே தன்னைப் பாராட்டுவதற்காக இவ்வளவு சிரமப்பட்டு அவர் தன்னை நாடி வரவில்லையென்றும் முகுந்தனுக்குத் தெரியும்... எதற்காக இந்தப் பூர்வபீடிகை?

''நான் ஒரு வருஷத்தில் கற்றுக்கொண்ட விஷயங்களை நீங்கள் ஒரு வாரத்தில் கற்றுக்கொண்டு விட்டீர்கள்... அரசாங்க அலுவலர்கள், உங்களுடைய திறமையைப் பாராட்டிப் பேசும்போது, நான் மிகவும் பெருமை கொண்டேன்.''

''நன்றி''

மந்திரி கால்மேல் காலைப் போட்டுக்கொண்டு சிறிது நேரம் பேசாமலிருந்தார்.

இந்த மவுனத்தின் செறிவைத் தளர்த்துவதற்காக முகுந்தன் கேட்டான்: ''டீ குடிக்கிறீர்களா?''

சிறிது தயக்கத்துடன் அவர் சொன்னார்: ''ஓ எஸ்...''

முகுந்தன் டெலிபோனை எடுத்து, தேனீர் கொண்டு வரச் சொல்லிக் கட்டளையிட்டான்.

மந்திரி அறையைச் சுற்றுமுற்றும் பார்த்தார்.

"அறை மாறவேயில்லை. அப்படியேதான் இருக்கிறது."

"நல்லதுக்கோ, கெட்டதுக்கோ, ஆள் மாறியிருப்பதைத் தவிர..." என்றான் முகுந்தன்.

மந்திரி பலமாகச் சிரித்தார். "உங்களுடைய அடக்கந்தான் உங்களுக்கு மிகவும் சாதகமான விஷயமென்று நினைக்கிறேன்."

"எஸ்... அடக்கம் மட்டுந்தான்."

மந்திரி சற்றுத் திடுக்கிட்டவர்போல் நிமிர்ந்தார். "நோ... நோ... நான் அப்படிச் சொல்லவில்லை. இவ்வளவு திறமைசாலியாக இருந்தும், அடக்கத்தின் காரணமாக..."

அவர் முழுவதும் பேசி முடிக்கவில்லை தேனீர் வருவதைப் பார்த்து சொல்ல வந்ததைப் பாதியிலேயே நிறுத்திக் கொண்டார்.

முகுந்தன் தேநீரைக் கலந்து அவரிடம் நீட்டினான்.

"நன்றி."

அப்பொழுது டெலிபோன் ஒலித்தது. முகுந்தன் பேசினான். "எஸ் எஸ் இன்றிரவா? ஓ.கே."

தேனீரை உறிஞ்சிக்கொண்ட அவனைப் பார்க்காமலேயே மந்திரி கேட்டார்.

"நான் குறுக்கிடுவதாக நினைக்காதீர்கள்... யாரிடமிருந்து ஃபோன், பிரதம மந்திரியா?"

முகுந்தன் அவரை ஆச்சரியத்துடன் கேட்டான்:

"பிரதம மந்திரியா? எதற்காகக் கேட்கிறீர்கள்?"

"பிரதம மந்திரிக்கு நாள் முழுவதும் ஓய்வு கிடைப்பதில்லை. இரவுதான் மந்திரிகளைப் பார்ப்பது வழக்கம். அதற்காகக் கேட்டேன்.

"பிரதம மந்திரியில்லை... இது சொந்த விஷயம், மன்னிக்கவும்."

"நான் குறுக்கிட்டுக் கேட்டதற்கு மன்னிக்கவும்." இப்படியே நாள் முழுவதும் பேசிக்கொண்டிருக்கலாமென்று தோன்றியது

முகுந்தனுக்கு. அவர் ஏதோ மனத்தில் வைத்துக்கொண்டிருக் கிறார். ஆழம் பார்க்க வந்திருக்கிறாரென்று முகுந்தனுக்குத் தெளிவாக விளங்கிற்று. இல்லாவிட்டால் அலுவலக நேரத்தில் உச்சிப் பொழுதில் தன்னுடன் 'ஸ்வீட் நதிங்'களைப் பற்றிப் பேசவா இவர் வந்திருப்பார் -

"பிரதம மந்திரி போனவாரம் உங்களுடன் வெகுநேரம் பேசிக் கொண்டிருந்தாரென்று கேள்விப்பட்டேன். உங்களுடைய அறிவாற்றலை அவர் புரிந்து கொள்ள இச்சந்திப்பு ஒரு வாய்ப்பாக இருந்திருக்குமென்று நினைக்கிறேன்."

முகுந்தனுக்கு விஷயம் புரியத் தொடங்கியது. பிரதம மந்திரி தன்னிடம் என்ன பேசியிருப்பாரென்று அறிந்து கொள்வதற் காகத்தான் இவர் வந்திருக்கிறார். ஒருவேளை இவரைப்பற்றிப் பேசியிருப்பாரோ என்ற சந்தேகம் இருக்கலாம். ஒவ்வொரு மந்திரியும் இப்படிச் சந்தேகமோ அல்லது பயமோ கொள்வதற்கு ஏராளமான காரணங்கள் இருக்கின்றன. அதுவும் இவரைப் போல், அநேகமாக ஒவ்வொரு மந்திரி சபையிலும் பதவி வகித்துப் பெருமை இருந்துவிட்டால்?

தன்னிடம் பிரதமர் இவரைப் பற்றி ஒன்றுமே பேசவில்லை என்று உறுதியாகச் சொல்லிவிடலாம். இதை வைத்துக்கொண்டு, இவர் தன்னுடைய 'முக்கியத்துவத்தை' எடைபோடத் தொடங்கி விட்டால்? ஆகவே 'பேசியிருக்கக் கூடும்' என்ற சந்தேகம் அவர் மனத்தில் வேரூன்றியிருக்கும்படியாகச் செய்து, பொதுவாக மழுப்பிவிடுவதுதான் அரசியல் விவேகம்.

முகுந்தன் பதில் கூறாமல் புன்னகை செய்தான். இந்தப் புன்னகையின் பொருளை இவர் எப்படி வேண்டுமானாலும் விளக்கம் செய்து கொள்ளட்டும்.

"எனக்கு வயதாகிவிட்டது என்பது பிரதமர் அபிப்பிராயம். ஆகவே ஒரு துடிப்பான இளைஞரை என் துறைக்குத் தந்து என் பணியைச் சுலபமாக்குவதாக அவர் என்னிடம் சொன்னார். அவருக்கு நான் நன்றி செலுத்த வேண்டும்."

'நான் வயதை காலண்டர் கணக்கில் போடுவதில்லை. 'இன்னம் வாழ்க்கை இருக்கிறது' என்ற எதிர்பார்ப்பில் உற்சாகத்தோடு பணியாற்றும் தன்மையை வைத்துக்கொண்டுதான் வயதை நிர்ணயிக்க வேண்டுமென்பது என் அபிப்பிராயம். நாட்டுச்

சேவைக்காக இவ்வளவு வருஷங்களாக அர்ப்பணித்துக் கொண்டு தொடர்ந்து பணியாற்றி வரும் உங்களைப் பார்க்கும் போதுதான், பொதுப்பணியில் காலடி வைத்திருக்கும் எங்களைப் போன்ற மழலைக் கூட்டங்களுக்கு...''

மந்திரி இடைமறித்தார்: ''முகஞ்சிவக்கும் பருவத்தை நான் தாண்டிவிட்டாலும், மறுபடியும் என் முகத்தைச் சிவக்கச் செய் கிறீர்கள். ஒருவேளை நிஜமாகவே நான் இளமையாகிக்கொண்டு வருகிறேனா, என்னவோ... நீங்கள் பிரதம மந்திரியிடம் இத்தகவலைத் தெரிவிக்கலாம்.''

இதைச் சொல்லிவிட்டு அவர் சிரித்தார். பிரதமர் தம்மைப்பற்றி அவனிடம் பேசியிருப்பாரென்று இவர் நிச்சயமாக நம்புகிறார்? அதை அவன் மறுத்துப் பேசவில்லை. பதிலுக்குப் புன்னகை செய்தான்.

''இன்னும் சில நாள்களில் மந்திரி சபை மாற்றங்கள் இருக்கலா மென்று சொல்லுகிறார்கள்'' என்றார் அவர் சிறிது நேரம் கழித்து.

''அப்படியா?''

அவர் அவனைக் கூர்ந்து கவனித்தார். அவர் அப்படிக் கவனிப்பதைத் தான் உணர்ந்ததாகக் காட்டிக்கொள்ளாமல் இருப்பதற்காக, அவன் ஜன்னலுக்கு வெளியே பார்த்தான்.

''மந்திரி சபையில் ஓரிரண்டு பேர் கவர்னராகப் போகலாமென்று தெரிகிறது.''

''ஐ ஸி... அது நிச்சயம் நானாக இருக்க முடியாது, எனக்கு வயதாகவில்லை.''

''எனக்கு வயதாகிவிட்டது.''

முகுந்தன் அவரைத் திடீரென்று திரும்பிப் பார்த்தான். அவர் அவன் பார்வையை விலக்குவதுபோல், வேறொரு பக்கம் பார்த்துக்கொண்டிருந்தார். இவர் தன்னிடம் என்ன வேண்டு கிறார்? பிரதமரிடம் தம்மை கவர்னராக அனுப்பவேண்டுமென்று அவன் சிபாரிசு செய்ய வேண்டுமென்று விரும்புகிறாரா? அல்லது அப்படியொரு யோசனை இருக்கிறதா என்று கேட்டுத் தெரிந்து கொள்ள விரும்புகிறாரா?

"இரண்டு நாள் முன்பு மிஸ்ரா பிரதமரைச் சந்தித்து வெகுநேரம் பேசிக் கொண்டிருந்தாரென்று அறிந்தேன். அவரை ஒருவேளை கவர்னராக அனுப்ப பிரதமருக்கு யோசனை இருக்கிறதோ என்னவோ?" என்றார் மந்திரி.

"தெரியாது. நான் ப்ரொஃபஸர் மிஸ்ராவைப் பார்த்து ஒரு வார மாகிறது."

ப்ரொஃபஸர் மிஸ்ரா மிகவும் கெட்டிக்காரர். பாவம், இந்த ஆஸ்துமா தொந்தரவுதான் அவருக்கு ஜாஸ்தி."

"ஆமாம்."

"அதுவும் நீங்கள் மந்திரியான பிறகு அவருக்குக் கையொடிந்த மாதிரி இருக்கும்."

முகுந்தன் பதில் சொல்லவில்லை.

"பிரும்மச்சாரி. வயதான காலத்தில் ஒருவருக்குத் துன்பத்தைத் தர தனிமையொன்றே போதும்."

மந்திரியின் பேச்சிலுள்ள விஷமத்தை முகுந்தன் உணராம லில்லை.

"ஒவ்வொரு இளைஞனும் கனவு காணும்படியான நிலைக்கு சிறு வயதிலேயே வந்துவிட்ட உங்களைப்பற்றி ஒரு சக்ஸஸ் ஸ்டோரி எழுதினால், அது ஒரு ருசிகரமாகவும் இருக்கும், ஏராள மான பிரதிகளும் விற்குமென்று நினைக்கிறேன்."

"நான் எதேச்சையாக அரசியலுக்கு வந்திருக்கிறேன். மந்திரி ஆவதுதான் வாழ்க்கையின் வெற்றியா என்பது பற்றி எனக்குத் தெரியாது" என்றான் முகுந்தன்.

அப்பொழுது மந்திரி, பையிலிருந்து ஒரு துண்டுக் காகிதத்தை எடுத்து அதில் எழுதியிருந்த குறிப்பைப் படித்துவிட்டு, மறுபடியும் பையில் போட்டுக்கொண்டார்.

"ப்ரகாஷ் கோயல் என்பவர் உங்களை வந்து பார்த்தாரா?" என்று திடீரென்று கேட்டார் மந்திரி.

"இல்லை."

"அவர் சம்பந்தமாக ஃபைல் உங்களிடம் வந்திருக்கிறதா?"

சுதந்தர பூமி 207

"பம்பாயிலுள்ள, 'ஷிப்பிங் கிளியரிங் ஏஜெண்ட்ஸ்'களோடு சேர்ந்துகொண்டு அரசாங்கத்தை லட்சக்கணக்கில் ஏமாற்றியதாகச் சொல்லுகிறார்களே, அந்த கேஸ்தானே?"

"இன்னும் எதுவும் நிரூபிக்கப்படவில்லை. அவருடைய 'இம்போர்ட் லைசென்ஸ்' விவகாரம் பற்றிய ஃபைல் நம்மிடம் வந்திருக்கலாம். நான் அதைப் பார்த்தால் தேவலையென்று நினைத்தேன்."

"நம்முடைய பிரிவிலிருந்து அந்த ஃபைல், உள்நாட்டுத் துறைக்குப் போய்விட்டதென்று நினைக்கிறேன். அவர்கள் கேட்டிருந்த விவரங்களுக்கான பதிலைக் கீழ்மட்டத்திலேயே தயாரித்து அனுப்பிவிட்டார்கள். சின்னச் சின்ன விஷயங்களையெல்லாம் என் கவனத்துக்குக் கொண்டுவரத் தேவையில்லையென்று நான் என்னுடைய அலுவலர்களுக்குச் சொல்லியிருக்கிறேன்."

"எது சின்ன விஷயம்?" என்று சீறினார் மந்திரி.

அவர் முகம் சிவந்திருந்தது. முன்னால் அவர் 'என் முகத்தை சிவக்கச் செய்கிறாய்" என்று சொன்னது பொய்; இப்பொழுது நிஜமாகவே, கோபத்தின் காரணமாகச் சிவந்துவிட்டது.

"இது அநேகமாக போலீஸ் கேஸ் மாதிரிதானே?" என்றான் முகுந்தன்.

"என்னிடம் ஒரு வார்த்தை கேட்க வேண்டாம்? கோயல் பேச ஆரம்பித்தானானால், நம் கட்சிக்கே அவமானம். அவன் ஜெயிலுக்குப் போகலாம்; நம் கட்சியின் புகழ் சந்தி சிரிக்கும். சரி அந்த ஃபைல் போய்விட்டதா என்று விசாரியுங்கள். நம்முடைய காரியாலய சுறுசுறுப்பின் காரணமாகப் போகாமலே இருந்தாலும் இருக்கலாம்."

முகுந்தன் ஃபோன் செய்தான். சிறிதுநேரம் கழித்து மந்திரியிடம் சொன்னான்: "ஐ ஆம் ஸாரி ஃபைலை காலதாமதம் செய்யக் கூடாது என்பது என் கட்டளை... கோயல் ஃபைல் போய்விட்டதாம். நீங்கள் ஏன் கவலைப்படுகிறீர்கள்? இந்தக் குறிப்பிட்ட ஃபைல் பிரதமருடைய கவனத்துக்கு வராமலேயா போகும், கட்சியைப் பற்றி அவருக்கு அக்கறை இல்லையா?"

"உங்களுக்கே இது சின்ன விஷயம். பிரதமருக்கு இருக்கும் வேலையில், இந்த ஃபைலையா கவனிக்கப் போகிறார்!

அநேகமாக இது இவ்வளவு நேரம் சி.பி.ஐ. விவகாரமாக ஆகியிருக்கலாம்.''

''கோயலுக்கும் நம் கட்சிக்கும் சம்பந்தம் என்ன?'' என்று கேட்டான் முகுந்தன்.

''கற்றுக் குட்டிக்கும், பழுத்த அரசியல்வாதிக்குமுள்ள சம்பந்தம் - டாமிட் நான் பிரதமரிடம் பேசிக்கொள்கிறேன்'' என்று எழுந்தார் மந்திரி.

இவர் தன்னை நாடி இரண்டு காரணங்களுக்காக வந்திருக்கிறாரென்று புரிந்து கொண்டான் முகுந்தன். ஒன்று, பிரதமர் அவனிடம் இவரைப் பற்றி ஏதாவது சொல்லியிருக்கிறாரா என்று அறிய; இரண்டு, அந்த ஃபைலைப் பற்றித் தெரிந்து கொள்ள. இதில் இவர் சம்பந்தப்பட்டிருக்கிறார். தாம் சம்பந்தப்பட்டிருப்பதைச் சொல்ல விரும்பாமல் கட்சியை இழுக்கிறார். உள்நாட்டுத் துறைக்கு ஃபைல் போய்விட்டதென்றதும், இவருக்கு இவ்வளவு கோபம் வருவானேன்? - பிரதமருடைய இலாகா சி.பி.ஐ. விவகாரம், நான் பிரதமரிடம் பேசிக் கொள்கிறேன் என்பது ஒரு வகையான ஸ்டண்ட். நிச்சயமாகப் பேசமாட்டார். உள்நாட்டுத் துறையிலிருந்து பிரதமரிடம் போவதற்கு முன்னால், இந்த ஃபைலை எப்படி அப்புறப்படுத்துவதென்பதுதான் இவருடைய முதல் அக்கறையாக இருக்கும். அவன் நினைத்த மாதிரியே அவர் வெளியே போவதற்கு முன்னால் வாசலருகே நின்று கொண்டு கேட்டார்: ''அந்த ஃபைல் உள்நாட்டுத் துறைக்கு போய் எவ்வளவு நாளாகிறது?''

முகுந்தன் மறுபடியும் ஃபோனில் விசாரித்தான்.

மந்திரி மறுபடியும் உள்ளே வந்து நின்றார்.

''இரண்டு நாளாகிறதாம்...'' என்றான் முகுந்தன் அவரிடம்.

''ஆல்ரைட். தாங்க் யு. நாம் பேசியது ஒருவருக்கும் தெரிய வேண்டாம். ஐ நோ யு ஆர் எ ஜென்டில்மேன்'' என்றார் அவர்.

அரசியலுக்கு ஒருவன் வந்துவிட்டால் அவனைப் பற்றி இத்தகைய நம்பிக்கைகள் வைத்திருக்கலாமாவென்று அவன் கேட்க நினைத்தான். கேட்கவில்லை.

அவர் போன பிறகு, அவர் ஏன் இந்த ஃபைலைப் பற்றி இவ்வளவு கவலை கொண்டிருக்கிறாரென்று அறிய வேண்டுமென்ற

சுதந்திர பூமி 209

ஆவல் அவனுக்கு உண்டாயிற்று. அலுவலர்களைக் கூப்பிட்டு விசாரிக்கலாம். ஆனால் அரசியலின் காரணமாக அவனுடைய அக்கறை அவர்களுக்குத் தெரியக்கூடாது.

உள்நாட்டுத் துறைக்குச் சென்றிருக்கும் அந்த ஃபைல், தம் முடைய செல்வாக்கைப் பயன்படுத்தி, அவர் அப்புறப்படுத்த முயலலாம். இவரைப் பற்றிய தகவல் பிரதம மந்திரிக்குத் தெரியாமலே போகக் கூடும்.

அவன் பிரதம மந்திரியின் அந்தரங்கக் காரியதரிசியைக் கூப்பிட்டு, அன்றிரவு பிரதமரைப் பார்க்க வருவதாகக் கூறினான்.

தான் செய்வது சரியா? அரசியலில் புகுந்த பிறகு, அதற்குரிய விதிகளை அனுஷ்டித்துத்தான் ஆக வேண்டும்.

இதில் சரி, தப்பு என்ன இருக்கிறது? - மிஸ்ரா அவனுக்கு அடிக்கடி கூறும் அறிவுரை இதுதான்.

பிரதமர் அவனை அன்றிரவு இன்முகத்துடன் வரவேற்றார்.

''உங்களை ஒரு முக்கியமான விஷயமாக பார்க்க வந்தேன். நான் ஒருவர் மீது அனாவசியமாகப் பழி சுமத்துவதை விரும்புவ தில்லை. இருந்தாலும், அரசியல் வாழ்க்கையென்றால், அதற் காக சமூகப் பலன்களை, அரசியல் நமக்கு ஏற்படுத்தித் தந்துள்ள அந்தஸ்தைப் பயன்படுத்திக்கொண்டு...''

''ஒரு நிமிஷம்...'' என்று சொல்லியவாறு பிரதமர், அவன் பாதி பேசிக்கொண்டிருக்கும்போது? எழுந்து உள்ளே போனார்.

அவனுக்கு எரிச்சலாக வந்தது. தான் இங்கு வந்து இதைப் பற்றியெல்லாம் பேசுவது தவறுதான். பிரதமர் இதைக் கேட்க விரும்பவில்லை. நேற்று வந்த அவன் பல வருஷங்களாகப் பிரதமருடன் தோழமை பூண்டு, பணியாற்றும் ஒருவரைப் பற்றி குறை சொல்லுவது சரியாகுமா?-

பிரதமர் மறுபடியும் அந்த அறைக்குள் வந்தார்.

''நீங்கள் இந்த ஃபைலைத்தானே குறிப்பிடுகிறீர்கள்?'' என்று கேட்டுக்கொண்டே ஒரு ஃபைலை அவன் பக்கம் நகர்த்தினார் பிரதமர்.

முகுந்தன் வியப்பிலாழ்ந்தான். அதுதான் மத்தியானம் காபினெட் மந்திரி குறிப்பிட்ட கோயலைப் பற்றிய ஃபைல்!

ஆறு

"மந்திரி சொல்வது வாஸ்தவந்தான்" என்றான் முகுந்தன்.

"அவர் என்ன சொன்னார்?" என்று கேட்டார் பிரதமர்.

"நான் அரசியலில் ஒரு கற்றுக்குட்டி என்றார். நான் ஏதோ உங்களுக்கு ஒரு முக்கியமான விஷயம் பற்றிச் சொல்லப்போவதாக நினைத்துக்கொண்டு வந்தேன். சம்பந்தப்பட்ட ஃபைல் நான் வருவதற்கு முன்பே உங்களிடம் வந்துவிட்டது.'

பிரதமர் பதில் சொல்லவில்லை. புன்னகை செய்தார். இந்த ஃபைல் குறித்து என்ன நடவடிக்கை எடுக்கப் போகிறாரென்று கேட்கலாமாவென்று நினைத்தான் முகுந்தன். மந்திரி சொல்வதுபோல் இதற்கும் கட்சிக்கும் சம்பந்தமிருந்தால், தான் இந்த முக்கியமான விவகாரத்தை அதிகாரிகளைக் கொண்டு முடிவு எடுத்ததைப் பற்றி பிரதமர் நிச்சயமாகக் கண்டிப்பார். இது மந்திரிக்கும் கோயலுக்கும் மட்டுமுள்ள விஷயமாயிருந்தால், இந்த ஃபைல் பிரதமரிடமே இருக்கும். தம்முடைய எதிர்காலத்தைப் பற்றித் தீர்மானிக்கும் பொறுப்பு மந்திரியிடம் இல்லை.

சுதந்தர பூமி 211

பிரதமரின் புன்னகை முகுந்தனுக்கு நம்பிக்கையளித்தது. கட்சிக்கும் இதற்கும் யாதொரு சம்பந்தமுமில்லை. 'பிரதமரிடம் பேசிக்கொள்கிறேன்' என்று மந்திரி கூறியது வெறும் பயமுறுத்தல்தான்.

''அவரை கவர்னராகவோ அல்லது தூதராகவோ அனுப்பலா மென்றிருக்கிறேன். நீங்கள் என்ன நினைக்கின்றீர்கள்'' என்று கேட்டார் பிரதமர், சில விநாடிகள் மவுனத்துக்குப் பிறகு.

இதற்கு என்ன பதில் சொல்வதென்று முகுந்தனுக்குத் தெரிய வில்லை. 'அனுப்பிவிடுங்கள்' என்று சொன்னால் தான் காபினெட் மந்திரியாக வேண்டுமென்ற விருப்பத்தை வெளிப் படையாகக் காட்டுவது போலாகும். 'வேண்டாம்' என்று எதிர் மறையான யோசனை கூறுமளவுக்குத் தனக்கும் பிரதமருக்கும் நெருக்கம் ஏற்பட்டுவிட்டதா? பிரதமர் தன்னை ஆழம் பார்க்கத்தான் இந்தக் கேள்வியைக் கேட்கின்றாரா? 'இந்த ஃபைலைப் பற்றியோ அல்லது மந்திரியைப் பற்றியோ அனா வசியமாகக் கவலைப்பட்டுக் கொண்டிருக்காமல், உனக்கு வேறு உனக்கு வேலை இருந்தால் பார்' என்பதற்காகத்தான் இதைச் சொல்லுகின்றாரா?

''நீங்கள் எது உசிதம் என்று நினைக்கின்றீர்களோ அதைச் செய்யுங்கள்'' என்றான் முகுந்தன்.

''நான் நினைப்பது கிடக்கட்டும். நீங்கள் எது உசிதமென்று நினைக்கின்றீர்கள்?'' என்றார் பிரதமர்.

''அவருக்கும் வயதாகிவிட்ட காரணத்தினால் ஓய்வு தேவை என்றுதான் எனக்குப் படுகிறது. தூதராக அனுப்புவது அவ்வளவு சிறந்த யோசனையா என்று எனக்குத் தெரியவில்லை. அதுவும் பார்க்கப் போனால் ஒரு முக்கியமான பொறுப்பு.''

''நம் நாட்டுத் தூதர்களைப் பற்றித் தெரிந்துமா இப்படிப் பேசுகின்றீர்கள்? ஒருநாட்டில் ஏதேனும் ஒரு முக்கியமான சம்பவம் நிகழ்ந்தால், அந்தச் சம்பவத்தைப் பற்றிய பத்திரிகை ரிபோர்ட்டைப் பார்த்து செய்தி அனுப்புகிறார்கள். நம் தூதர்கள். அவ்வளவு திறமைசாலிகள்... யாரை அனுப்பினால் என்ன? சில அந்தரங்கமான காரியங்கள் ஆகவேண்டுமென்றால் அந்தந்தச் சமயங்களில் என் நம்பிக்கைக்குப் பாத்திரமானவர்களை அனுப்புகிறேன். ஏன் உங்களையே அனுப்புகிறேன் என்று

வைத்துக்கொள்ளுங்களேன்!'' என்று சொல்லிவிட்டு அவனைக் கூர்ந்து நோக்கினார் பிரதமர்.

''உங்கள் நம்பிக்கைக்கு நான் பாத்திரமானவன் என்றறிய மிகவும் மகிழ்ச்சி'' என்றான் முகுந்தன்.

''நான் அதை உதாரணத்துக்காகச் சொன்னேன்'' என்றார் பிரதமர்.

முகுந்தனுக்கு அந்த விநாடி மிகவும் சங்கடமாக இருந்தது. பிரதமரிடம் பேசும்போது தான் மிகவும் ஜாக்கிரதையாகப் பேசவேண்டும்; அவசரப்படக் கூடாது.

''சரி, உங்களுடைய நேரத்தை விரயம் செய்ய விரும்பவில்லை, நான்''

''உட்காருங்கள். உங்களிடம் ஒரு முக்கியமான விஷயத்தைப் பற்றிப் பேசவேண்டும்.''

முகுந்தனுக்கு ஆச்சரியமாக இருந்தது. பிரதமர் அவனிடம் முக்கியமான விஷயம்பற்றிப் பேசப் போகிறார்!

''நம்முடைய மந்திரிகளில் மூத்தவர்கள் வாயளவில் சோஷலிஸத்தை ஏற்றுக் கொண்டிருக்கிறார்களேயன்றி மனப்பூர்வமாக ஏற்றுக்கொள்ளவில்லை. ஒவ்வொருவருக்கும் அவரவர் ராஜ்ஜியங்களில் பெரிய பண்ணைகளோ அல்லது தொழிற்சாலைகளோ இருக்கின்றன. ஆகவே அவர்களைக் கண்காணிப்பது அவசியம். நீங்கள் இப்பொழுது இந்த விஷயத்தை என் கவனத்துக்குக் கொண்டு வந்தது பற்றி மிகவும் நன்றி. நல்ல வேளை. இது எனக்கு ஏற்கெனவே தெரியும். ஆனால் எனக்குப் பல விஷயங்கள் தெரியாமல் போகலாம். அதைப் பற்றி நீங்கள் உடனே என்னிடம் வந்து சொல்வது நல்லது. சோஷலிஸத்துக்காகவும் நாட்டுக்காகவும் நீங்கள் செய்யக்கூடிய பணி'' என்றார் பிரதமர்.

''நீங்கள் மூத்த மந்திரிகள் எப்படிப்பட்டவர்கள் என்று தெரிந்து... அவர்களை மீண்டும்...'' என்று சொல்ல ஆரம்பித்தவன் பாதியிலேயே நிறுத்திக் கொண்டான்.

''நீங்கள் சொல்வது சரிதான். ஆனால் அரசியல் காரணங்களுக்காக அவர்களை மந்திரியாக மீண்டும் நியமிக்கும்படி ஏற்பட்டது. 'ஒரு லட்சியத்தை நோக்கி முன்னேறும்போது, போலித்தனமாக

உடன்பாடுகள் பல மேற்கொள்வதில் தவறு ஒன்றுமில்லை' என்கிறார் மாவோ... பைதிவே, 'ரெட் புக் படித்திருக்கிறீர்களா?''

''இல்லை.''

''படியுங்கள்... ஒவ்வொரு அரசியல்வாதியும் படிக்க வேண்டிய புத்தகம். தமிழ்நாட்டு முதல்வரும் படித்திருப்பார் என்று தோன்றுகிறது.''

'''ரெட் புக்' படித்திருக்கிறாரோ என்னவோ, 'மெய்ன் காம்ஃப்' படித்திருக்கிறார்; சர்வதேசச் சூழ்நிலையால் கான்ஸென்ட்ரேஷன் காம்ப்கள்தாம் அமைக்க முடியவில்லை'' என்றான் முகுந்தன்.

''அந்தக் காட்சியைப் பற்றி எனக்கு ஒன்றும் புரியவில்லை. முற்போக்குவாதிகள் என்று சொல்லிக் கொள்கிறார்கள்; தெய்வம், சமயம் ஆகியவற்றில் நம்பிக்கை இல்லை என்கிறார்கள்; விஞ்ஞானத்தைப் போற்றுகிறார்கள். ஆனால் பழைமையைக் கட்டிக்கொண்டு அழுவதில், அவர்களால் குற்றம் சாட்டப்படும் பிற்போக்குவாதிகளைக் காட்டிலும் இன்னும் மோசமானவர்களாக இருக்கின்றார்களே! இது முன்னுக்குப் பின் முரணாக இல்லை?'' என்று கேட்டார் பிரதமர்.

''தமிழ்நாட்டு முதல்வருக்கு இரண்டாம் கரிகாலனாக முடி சூட்டிக் கொள்ள வேண்டுமென்ற ஆசைதான்... அதற்கும் இக்கால சர்வதேசச் சிந்தனைப்போக்கு தடையாக நிற்கிறது. என்ன செய்ய? முற்போக்காவது, மண்ணாங்கட்டியாவது, அதெல்லாம் ஒன்றுமில்லை... ஒரு பழைமைப் பாரம்பரியத்தை வேறொரு பழைமைப் பாரம்பரியத்தில் மாற்றப் பார்க்கிறார்கள் அவ்வளவுதான்.'' என்றான் முகுந்தன்!

''உங்களுக்குத் தெய்வ நம்பிக்கையுண்டா!'' என்று கேட்டார் பிரதமர்.

அவர் திடீரென்று பொதுப் பிரச்னையை விவாதிப்பதினின்றும் விலகி, தன்னை ஒரு தனிப்பட்ட கேள்வி கேட்பாரென்று முகுந்தன் எதிர்பார்க்கவில்லை.

தனக்கு தெய்வ நம்பிக்கையுண்டா? இதைப் பற்றி அவன் யோசித்ததில்லை. 'எனக்கு தெய்வ நம்பிக்கை கிடையாது' என்று

அதைச் சொல்லிக் கொள்ளும் அளவுக்குக்கூட இந்தப் பிரச்னைக்கு அவன் முக்கியத்துவம் கொடுக்க விரும்பவில்லை.

"இது ஒரு முக்கியமான விஷயமா?" என்று சிரித்துக் கொண்டே கேட்டான் முகுந்தன்.

"என்னைப் பற்றி என்ன நினைக்கிறீர்கள்? எனக்கு தெய்வ நம்பிக்கை இருக்கிறது என்றா அல்லது இல்லை என்றா?"

"உங்களுக்கு தெய்வ நம்பிக்கை இருக்கிறது என்பதோ அல்லது இல்லை என்பதோ, அரசியலோடு குறுக்கிடாத வரை யாரும் அதைப்பற்றிக் கவலைப்பட மாட்டார்கள்" என்றான் முகுந்தன்.

"தெய்வத்தின் மீது நம்பிக்கை வைக்க வேண்டிய அவசியம் இல்லாத அளவுக்கு நீங்கள் இளமையாக இருக்கிறீர்கள் சார்" என்றார் பிரதமர்.

"இளமை மட்டுமல்ல, இது மன வலிமையைப் பொறுத்த விஷயம்" என்றான் முகுந்தன்.

"தனிப்பட்ட சிந்தனையாளர்களைப் பற்றிக் கவலையில்லை. ஆனால் சமூகம் என்று வரும்போது, தெய்வம் என்ற கருத்தை ஏற்று அதற்குக் கட்டுப்பட பழகிக்கொண்டால்தான், அச்ச மூகத்துக்கும் நடைமுறை வாழ்வுக்கும் ஒரு தலைவன் அவசியம் என்பதை உணர முடியும். பாரதத்துக்கு இக்காலத்தில், சர்வாதி காரி என்று பிடிக்காதவர்கள் குற்றம் சாட்டக்கூடிய அளவுக்கு ஒரு தலைவர் தேவை என்பதே என் அபிப்பிராயம். என்ன நினைக்கிறீர்கள்?"

"அறியாமை மிகுந்துள்ள நாட்டில், மக்களின் நல்வாழ்வையே குறிக்கோளாகக் கொண்ட ஒரு சர்வாதிகாரி தேவை என்பதை நான் ஒப்புக்கொள்கிறேன்" என்றான் முகுந்தன்.

"நான் உன்னைப்போன்ற இளைஞர் தலைமுறையினர் மீதுதான் நம்பிக்கை வைத்திருக்கிறேன். நீங்கள் என்னுடன் ஒத்துழைக்க வேண்டும். இந்நாட்டின் எதிர்காலம், உன்னுடைய அரசியல் வெற்றியைப் பொறுத்தது. இந்த வெற்றியைப் பெறுவதற்காக எந்த நடவடிக்கையையும் மேற்கொள்வதற்கும் நான் தயங்கமாட்டேன். அரசியல் என்பது ஓர் அசிங்கமான விளை யாட்டு. அப்பொழுதைக்கு அப்பொழுதுள்ள சவுகரியங்கள்தாம்

அனுசரிக்க வேண்டிய விதிமுறைகளை அமைத்து தருகின்றன. இதை பரிபூரணமாக உணர்ந்திருக்கிறேன்.''

''நீங்கள் இக்காலத்து அரசியல் தலைவர். இத்தலைமுறையினருக்கு நீங்கள் பேசுகின்ற பாஷை புரிகிறது. இவர்களுடைய அமோக ஆதரவைப் பெற்றிருக்கும் நீங்கள், வேறு எந்த அரசியல் வெற்றியைப் பற்றிப் பேசுகிறீர்கள்!''

''இன்னும் சில ராஜ்ஜியங்களில், பிரதமராக வந்ததற்கு அவர்கள்தாம் காரணம் என்று நினைத்துக்கொண்டிருக்கும் சில அரசியல் தலைவர்கள், கட்சியில் செல்வாக்குடன் இருக்கிறார்கள். அவர்கள் அவ்வடி இருப்பது கட்சிக்கோ அல்லது எனக்கோ நல்லதல்ல. எனக்கு நல்லதல்ல என்பதைப் பற்றி நான் கவலைப்படுவதற்குக் காரணம், நாட்டின் எதிர்காலம் என் அரசியல் வெற்றியைப் பொறுத்துதான் இருக்கிறது என்பதனால்.''

முகுந்தனுக்குப் புரியத் தொடங்கியது; பிரதமர் தன்னைப் போன்ற இளைஞர் தலைமுறையிடம் என்ன எதிர்பார்க்கிறார் என்பதும் அவனுக்குத் தெளிவாக விளங்கிற்று.

''கட்சிச் செல்வாக்கு என்றால் மக்களிடம் செல்வாக்கு என்று அர்த்தமில்லை. அவர்களை அப்புறப்படுத்துவது அவ்வளவு சிரமம் என்று நான் நினைக்கவில்லை'' என்றான் முகுந்தன்.

''இது அவ்வளவு சுலபமான காரியமல்ல. ஒவ்வொரு ராஜ்ஜியத்துக்கென்று சில முக்கியமான பிரச்னைகள் இருக்கின்றன. நான் அவர்களை அப்புறப்படுத்துவதில் ஈடுபட்டிருக்கிறேன் என்று புரிந்தால் போதும், அவர்கள் மக்களுடைய கவனத்தை அப்பிரச்னைகளின் பக்கம் திருப்பி, அவர்களைச் செயலாற்ற முடியும்படி செய்துவிடுவார்கள். ஆகவே மிக ஜாக்கிரதையாக நாம் இப்பிரச்னையை அணுக வேண்டும். என்ன செய்ய வேண்டுமென்று பிறகு சொல்லுகிறேன். நீங்கள் இவ்விதத்தில் நான் சொல்லுவதைப் பரிபூரணமாக ஏற்றுக் கொள்கிறீர்கள் என்று நம்புகிறேன்.''

''நிச்சயமாக... நாட்டின் எதிர்காலம் உங்களுடைய வெற்றியைப் பொறுத்தது.''

பிரதமர் புன்னகை செய்து கொண்டே எழுந்திருந்தார். இண்டர்வியு முடிந்துவிட்டதாக அர்த்தம். முகுந்தனும் எழுந்திருந்தான்.

''மறுபடியும் எந்த சீனியர் மந்திரியாவது உங்களிடம் வந்து தாங்கள் எவ்வளவு பெரியவர் என்று காட்ட விரும்பினாலும் அதைப்பற்றி நீங்கள் கவலைப்பட வேண்டாம். என்னுடைய ஆதரவு உங்களுக்குத்தான் என்று அவர்களிடம் நீங்கள் கோடு காட்டினால் போதும்'' என்றார் பிரதமர்.

முகுந்தன் மன நிறைவோடு வெளியே வந்தான்.

ஏழு

முகுந்தன் வீட்டுக்குச் சென்றபோது, அவனுக்குச் செய்தி காத்திருந்தது. ப்ரொஃபஸர் மிஸ்ரா அவனைப் பார்க்க விரும்புவதாக அவன் உடனே அவருக்கு ஃபோன் செய்தான். சரளாதான் ஃபோனில் பேசினாள்.

''மினிஸ்டர் சா(ஹ)ப், நமஸ்தே... சோஷலிஸ சமையல் ஆகிக் கொண்டிருக்கிறதா?''

அவன் அவளுடைய கிண்டலைப் பொருட்படுத்தவில்லை.

''ப்ரொஃபஸர் என்னைப் பார்க்க வேண்டுமென்றாராம். இப்பொழுதே வர வேண்டுமா? அல்லது...''

சில விநாடிகள் மவுனம். அவள் ப்ரொஃபஸரிடம் இதைப்பற்றிக் கேட்டுக் கொண்டிருக்கிறாள் என்று நினைத்தான் முகுந்தன்.

''உடனே வரச்சொன்னார்'' என்றாள் சரளா சிறிது நேரத்துக்குப் பிறகு.

''இன்னுமா விழித்துக் கொண்டிருக்கிறார்? சரி, வருகிறேன்'' என்றான் முகுந்தன்.

ப்ரொஃபஸர் மிஸ்ரா கட்டிலில் சாய்ந்து கொண்டிருந்தார். சரளா, அவர் உடம்பைப் பிடித்துவிட்டுக் கொண்டிருந்தாள்.

முகுந்தன் புன்னகையுடன் சரளாவிடம் சொன்னான்: ''ப்ரொஃப ஸரைப் பார்த்தால் எனக்குப் பொறாமையாக இருக்கிறது.''

''எனக்கு மந்திரிப்பதவி கிடைக்கும்வரை, நான் இதைச் செய்துதானே ஆகவேண்டும்?'' என்றாள் சரளா.

''பிரதமரைப் பார்த்துவிட்டு வருகிறாயா?'' என்று கேட்டார் மிஸ்ரா.

முகுந்தனுக்கு ஆச்சரியமாக இருந்தது. இவருக்கு எப்படித் தெரியும்?

''என்ன எப்படித் தெரியும் என்று பார்க்கிறாயா? யார் யார் எந்த நேரத்தில் என்ன செய்கின்றார்கள் என்று எனக்குத் தெரியாது என்றா நினைக்கிறாய்?''

''உன்னுடைய பிரதமருக்கு ஆயிரம் கண்கள் என்றால், ப்ரொஃப ஸருக்குப் பத்தாயிரம் கண்கள்... தி பிக் ப்ரதர் இஸ் வாச்சிங்'' என்றாள் சரளா.

''என்னைக் கண்காணிக்க வேண்டிய அவசியம் என்ன, நான் ஒரு தவறும் செய்யவில்லையே? மந்திரியாக இருப்பவர் பிரதமரைப் பார்க்கப்போவது ஒரு தப்பான காரியம் போல் பேசுகிறீர்களே?''

''ப்ளீஸ் ஸிட் டவுன்'' என்றார் மிஸ்ரா.

முகுந்தன் அங்கு போடப்பட்டிருந்த நாற்காலியில் உட்கார்ந்தான்.

''நீ இல்லாமல் எனக்கு மிகவும் கஷ்டமாக இருக்கிறது'' என்றார்.

''ஒருவேளை இதுவே அவனுக்குச் சந்தோஷமாக இருக்கலாம்'' என்றாள் சரளா.

''ஷட் அப்'' என்று சீறினார் மிஸ்ரா.

''எதற்காக எரிந்து விழுகிறீர்கள்? இவனுக்கு ஒரு மந்திரி பதவி உங்களால் வாங்கித் தர முடிந்தது. முயன்று இருந்தால் எனக்கும் வாங்கித்தர முடியாதா? உங்களுக்கு விருப்பமில்லை, அவ்வளவுதானே? ஆனால்...''

"நானா அவனுக்கு மந்திரிப் பதவி வாங்கிக் கொடுத்தேன்? பிரதமர் யார் சொல்லியும் கேட்பவரல்ல; அதை முதலில் புரிந்து கொள். ஒருவருடைய யோசனையை அவர் ஏற்றுக்கொண்டா ரென்றால், அதற்கு ஏதாவது அந்தரங்கமான காரணம் இருக்க வேண்டும். யோசனை சொல்லுகின்றவருக்கு இது தெரியாம லிருக்கலாம். பிரதமர் இவனிடம் அக்கறை காட்டுபவராகத் தெரிகிறது. இதுதான் என் கவலை" என்றார் மிஸ்ரா.

"உங்கள் கவலையா?" என்று கேட்டான் முகுந்தன்.

"தம்முடைய பலத்தையோ அல்லது பலஹீனத்தையோ புரிந்து கொண்ட நெருங்கிய நண்பர்களை அரசியலில் நீண்ட காலம் 'உயிர் வாழ' விடுவதில்லை நம் பிரதமர்!"

"நான் பிரதமருடைய நெருங்கிய நண்பனல்ல" என்றான் முகுந்தன்.

"இப்பொழுது பிரதமரிடம் எதைப் பற்றிப் பேசிவிட்டு வந்தாய்? உன் சீனியர் மந்திரி விவகாரம்தானே?"

முகுந்தன் அவரை வியப்புடன் நோக்கினான்.

மிஸ்ரா தொடர்ந்தார். "சாயந்தரம் அவர் இங்கே வந்திருந்தார்... நீ அரசியலில் நூறு மீட்டர் பந்தயத்தில் ஜெயிக்க முயல்வது போல், இவ்வளவு வேகமாக விரைவது அவருக்குப் பிடிக்க வில்லை!"

"மற்றவர்களுக்குப் பிடிக்குமா பிடிக்காதா என்று யோசித்து, நான் என் பணியைச் செய்வதில்லை..." என்றான் முகுந்தன்.

"யூ பாம்பஸ் ஃபூல், மேடையில் பேசவேண்டியதை என்னிடம் பேசாதே... மந்திரிப்பதவி உன்னுடைய நுண்ணிய இயல்பை யும், நாசூக்கையும் கெடுத்துக்கொண்டு வருகிறது என்பது எனக்குப் புரிகிறது" என்றார் மிஸ்ரா.

அவர் சொல்வது வாஸ்த்தவம்தானா? கூச்சப்படாமல் தன்னால் எப்படி 'பணி' அது, இது என்று பேசமுடிந்தது? வாழ்க்கையின் வேறு வெற்றிகளை நினைக்கும்போது, இந்த நஷ்டம் மகத்தானது தானா?

சரளா சிரித்துக்கொண்டே சொன்னாள்: "பாம்பஸ் ஃபூல் என்பதுதான் சரியான வருணனை."

மிஸ்ரா தன்னை அவ்வாறு முதலில் அழைத்தபோது அவ்வளவு கோபம் வராவிட்டாலும், சரளா அதை மீண்டும் எடுத்துச் சொன்னதும், முகுந்தனுக்கு மிகுந்த எரிச்சல் ஏற்பட்டது.

''என்னை என்ன செய்ய வேண்டுமென்கிறீர்கள்? நானாக அரசியலில் பிரவேசிக்கவில்லை; மந்திரி பதவியை நாடியும் போகவில்லை. எல்லாவற்றுக்கும் நீங்கள்தான் காரணம். இப்பொழுது ஏன் இப்படித் தூற்றுகிறீர்கள்?''

''உன் பேரில் கோபமோ அல்லது பொறாமை கொண்டோ நான் பேசவில்லை. பரிவினால்தான் சொல்லுகிறேன் கேள். இவள் சொல்வதை நான் கேட்பதாக நீ நினைத்துக் கொள்ளாதே. இவளுக்கு உன் பேரில் பொறாமை என்பது எனக்குத் தெரியும்.''

''டாமிட்... நான் எதற்காகப் பொறாமைப்பட வேண்டும். இவன் இந்த மினிஸ்டிரியில் இருக்கிறானே என்று நான் சந்தோஷப் பட்டுக் கொண்டிருந்தேன்.''

''ஐ ஸி... மந்திரியாக ஆகி இன்னும் இரண்டு மாதம்கூட ஆக வில்லை, வாங்க ஆரம்பித்துவிட்டானா!''

''இன்ஃபாக்ட், இந்த மாதிரி விஷயமாகத்தான் பிரதமரைப் பார்த்துவிட்டு வருகிறேன். என்னுடைய 'சீனீயர் மந்திரி இங்கு வந்திருந்தார் என்கிறீர்களே' அவர் என்ன செய்திருக்கிறார் தெரியுமா?''

''என்ன செய்திருக்கிறார்?''

''ஒரு குறிப்பிட்ட வியாபார நிறுவனத்துக்குச் சாதகம் செய்யப் பார்த்திருக்கிறார். ஃபைல் பிரதமரிடம் இருக்கிறது.''

''இதில் உன் ஆட்சேபணை, ஃபைல் பிரதமரிடம் போய்விட்ட பிறகு, அந்த வியாபார நிறுவனத்துக்கு வெளிப்படையாக எப்படி உதவி செய்ய முடியும் என்பதுதானே?''

''மத்தியானம் அவரிடம் நான் மறுத்துப் பேசியபோது ஃபைல் பிரதமரிடம் போய்விட்டது என்ற விஷயமே எனக்குத் தெரியாது.''

''ஸோ வாட்? நீ என்ன சொல்ல வேண்டுமென்று நினைக்கிறாய்? நீ மந்திரியாகவும் இன்னும் கன்னித்தன்மை பாழாகாமல் இருக்கிறாய் என்பதுதானே?''

சரளா லேசாகக் கைதட்டிக் கொண்டே சொன்னாள்: ''வெல் ஸெட்.''

''உங்களுக்கு என்மீது ஏன் இவ்வளவு கோபம்'' என்று மிஸ்ராவைக் கேட்டான் முகுந்தன்.

''முட்டாளே, உன்மீது கோபமில்லை என்று எத்தனை தடவை சொல்லுவது? உன் சீனியர் மந்திரி அரசியலில் சுளிவு நெளி வெல்லாம் தெரிந்தவர். அவர் தொடர்ந்து அரசியலில் நீடித்துக் கொண்டிருப்பது. தனக்கு ஒரு சவுகரியமான விஷயமல்ல என்பதற்காகப் பிரதமர் உன்னைத் தற்காலிகமாகப் பயன்படுத்திக் கொள்ள விரும்பலாம். அதை நம்பி ஏமாந்துவிடாதே. நீயும் பிரதமருடன் இசைந்துபோவது போல் நடிக்க வேண்டுமே தவிர ஒரு வாலிப லட்சிய அசட்டுத்தனத்தில் உன்னை அழித்துக் கொண்டு விடாதே...''

சிறிது நேரம் தொடர்ந்து பேசிக்கொண்டிருந்ததன் காரணமாக மிஸ்ராவுக்கு மூச்சு வாங்கியது. முகுந்தன் எழுந்து அலமாரி யருகே சென்றான். நியோ-எபினைன் பாட்டிலை எடுத்துக் கொண்டுவந்து மிஸ்ராவிடம் கொடுத்தான்.

''தாங்க் யு... பார் ஓல்ட் டைம்ஸ் ஸேக்...''

''ஃபார் ஓல்ட் டைம்ஸ் ஸேக், ஒன்லி திஸ்?'' என்றாள் சரளா.

மிஸ்ரா ஏதோ சொல்ல வாயெடுத்தார். சொல்லாமல் சரளாவை உற்றுப்பார்த்துவிட்டு, தோள்களைக் குலுக்கிக்கொண்டே புன்னகை செய்தார்.

சரளாவுக்குத் தன்மீது ஏன் இவ்வளவு பொறாமை? அவள் முதலில் சிறிது பொறாமை கொண்டாலும், பிறகு சமாளித்துக் கொண்டுவிட்டாள் என்று நான் நினைத்தது தப்பாகப் போய் விட்டது. மந்திரியான பிறகு அவன் இரண்டு மூன்று தடவைகள் ஃபோன் செய்தபோது ஃபோனில் பேசினாளே தவிர அவனைப் பார்க்க முயலவில்லை. சொல்லப்போனால், அவன்மீது ஆதிக் கம் செலுத்தக்கூடிய யாரையும் அவன் காண விரும்பவில்லை.

சரளாவைப் பற்றியும் பிரதமருக்கு நல்ல அபிப்பிராயமில்லை என்பதை அவன் குறிப்பாக உணர்ந்தான். இரண்டு புத்திசாலிப் பெண்கள் ஒருவரையொருவர் எப்படி விரும்ப முடியும்?

''பிரதமர் இப்பொழுது உன்னிடம் என்ன சொன்னார்?'' என்று வினவினார் மிஸ்ரா.

''என் சொந்த ராஜ்ஜியத்து அரசியலில் என்னைப் பயன்படுத்திக் கொள்ள விரும்புகிறார் என்று தெரிகிறது.''

''உன்னால் என்ன செய்யமுடியும் என்று நீ நினைக்கிறாய்? அரசியல் சதுரங்க ஆட்டத்தில், எல்லாரும் பிஷப்புகளாக இருந்தால்தான் வெற்றி பெறமுடியும். குறுக்காகப் போகத் தெரிந்திருக்க வேண்டும். நேராகப் போனால் சாப்பிட்டு விடுவார்கள். குறுக்கு வழிகளைக் கற்றுக்கொண்டுவிட்டாயா? இரண்டு மாத மந்திரிப்பதவி அனுபவம் போதாது. இரண்டு வருஷமாவது வேண்டும்.''

''எனக்குத் தோன்றுகிறது'' என்று சொல்ல ஆரம்பித்துவிட்டு மேலே தொடராமல் நிறுத்தினான் முகுந்தன்.

''கம் ஆன், சொல்லு.''

''மந்திரியாக இருந்துகொண்டு, அரசியல் வழிமுறைகளைத் தேவைக்காக அனுசரித்த நிலையில் ஜனங்களுக்கு ஓரளவு நல்லது செய்யவும் முயலக்கூடாதா? அது சாத்தியமில்லையென்றா நினைக்கிறீர்கள்?''

''இப்படியெல்லாம் நினைக்க ஆரம்பித்துவிட்டாயானால், நீ இன்னும் தொடர்ந்து ஆறு மாதத்துக்குமேல் மந்திரியாக இருக்க மாட்டாய். இது நல்லதுக்கல்ல. சொல்கிறேன், கேள். ஒவ்வொருவரும் நீ அவருடைய பக்கம் என்று நினைத்துக்கொள்ளும்படியான ஒரு சூழ்நிலையை உருவாக்கினால்தான் நீ அரசியலில் வெற்றியடையலாம். உன் கையிலுள்ள துருப்பு எது என்று மற்றவர்களுக்குத் தெரியக்கூடாது. இடைக்காலப் பலன்களை எண்ணி எதிர்காலத்தைப் பணயம் வைக்காதே. பிரதமருடைய நெருங்கிய நண்பர்கள் என்று நினைத்துக் கொண்டவர்களுக்கு என்ன ஏற்பட்டுக் கொண்டிருக்கிறது என்பது உனக்குத் தெரிந்ததுதானே?''

''பிரதமர் அதைப்பற்றியும் இப்பொழுது சொன்னார்.''

''என்ன சொன்னார்?''

''அப்படி நினைத்துக் கொண்டிருப்பவர்களால் கட்சிக்கு ஏற்படக் கூடிய ஆபத்து. நாட்டுக்கு உண்டாகக் கூடிய துன்பம்.''

''நீ இதற்காக என்ன செய்யவேண்டுமென்று சொன்னார்?''

''அதைப்பற்றிப் பேசவில்லை.''

''மத்திய மந்திரி சபையிலும் தலைகள் உருளுவதற்கு வாய்ப்பு இருக்கிறதா?'' என்று கேட்டாள் சரளா.

''ஏன், உனக்கு எப்பொழுது பதவிகிட்டும் என்று வாயைத் திறந்தவாறு காத்துக்கொண்டிருக்கிறாயா! உனக்குக் கிடைக்காது'' என்றார் மிஸ்ரா.

முகுந்தன் எழுந்தான். ''நேரமாகிறது. நான் உங்களைப் பிறகு வந்து சந்திக்கிறேன்.''

''ஆல்ரைட். உன்னைக் கூப்பிடனுப்பியதே இதற்காகத்தான். உன் சீனீயர் மந்திரியைக் கைவிட்டுவிடாதே, எப்படியாவது சமாளி.''

''பிரதமரிடம் ஃபைல் போன பிறகு நான் என்ன செய்ய முடியும்?''

''பிரதமரிடம் ஆயிரம் ஃபைல்கள் இருக்கின்றன. நடவடிக்கை எடுப்பதற்காகவா அந்த ஃபைல்கள் அவரிடம் போகின்றன? இன்றைய அரசியல் வெற்றி யார் ஹோம் மினிஸ்டர் என்பதைத்தான் பொறுத்தது. நீயென்ன செய்வாயோ எனக்குத் தெரியாது. உன் சீனீயரைக் காப்பாற்றவேண்டியது உன் பொறுப்பு. ஆல்ரைட்... யூ கேன் கோ. குட்நைட்.''

மிஸ்ரா தலையணையில் சாய்ந்துகொண்டு கண்களை மூடினார்.

சரளாவும் முகுந்தனும் வெளியே வந்தார்கள்.

''நீ ஏன் என்னிடமிருந்து விலகிச்செல்ல முயல்கிறாய்?'' என்று கேட்டாள் சரளா.

''அப்படியொன்றுமில்லையே - பிரதமரைப் பற்றி ப்ரொஃபஸர் சொல்வது முற்றிலும் உண்மை. நாம் இருவர் நெருங்கிப் பழகுவது தெரிந்தால், எனக்கும் ஒரு ஃபைல் சென்ட்ரல் இன்டெலிஜன்ஸ் 'பீரோ'வில் ஏற்படலாம்.''

''உனக்கு ஃபைல் இன்னம் போடவில்லையென்று உனக்கு எப்படித் தெரியும்?'' என்றாள் சரளா.

"போடப்பட்டிருக்கலாம், ஆகவேதான் ஜாக்கிரதையாக இருக்க விரும்புகிறேன்.''

''மணி பன்னிரெண்டாகிறது. யாரும் உன்னைப் பார்க்க மாட்டார்கள். என்னுடன் வா.''

"எங்கே?''

"என் வீட்டுக்கு...''

"உன் வீட்டுக்கா?''

"எஸ். ஐ டோண்ட் நோ வாட் இட் இஸ் லைக் டு ஸ்லீப் வித் எ மினிஸ்டர்...''

அன்று ஏற்பட்ட மனக்குழப்பத்தில் சரளாவும் அவனுக்குத் தேவையாக இருந்தாள்.

எட்டு

சரளா முரட்டுக் கதர்ப் புடைவையை உரித்துவிட்டு, இளம்நிற வண்ணத்தில் நைலான் ட்ரெஸ்ஸிங் கவுன் ஒன்றை அணிந்து கொண்டாள்.

''யு லுக் ரியலி க்ரேட்'' என்றான் முகுந்தன்.

சரளா பதில் சொல்லவில்லை. கபோர்டைத் திறந்து இரண்டு கண்ணாடிக் கோப்பைகளை எடுத்துக் கொண்டு வந்தாள்.

''எதற்கு இது?'' என்று கேட்டான் முகுந்தன்.

சரளா இதற்கும் பதில் சொல்லவில்லை. ஓல்ட் ஸ்மக்ளர் பாட்டிலைத் திறந்து இரண்டு கோப்பைகளிலும் ஒவ்வொரு விரல் அளவு ஊற்றினாள்.

''லுக் ஹியர்... எனக்கு இது வேண்டாம்.''

சரளா, ப்ரிஜ்ஜிலிருந்து சோடாவையும் ஐஸ் க்யூப்களையும் கொண்டு வந்தாள்.

''காந்திஜி இறந்தபோது உனக்கு வயது இரண்டா மூன்றா? காந்திஜியோடு

ஆட்டுப்பால் குடித்தவர்களே இன்று இதில் நீந்துகிறார்கள். நீ எதற்காக காந்திஜி காங்கிரஸ்காரனுக்கு வகுத்த கற்பைக் கட்டிக்கொண்டு அழுகிறாய்?' 'என்று கேட்டுக்கொண்டே, சோடாவைக் கோப்பையில் ஊற்றினாள் சரளா.

"நேரமாகிவிட்டதே என்பதற்காக மறுக்கின்றேனே தவிர, உங்களைவிட நான் எவ்வளவு புனிதமானவன் என்று காட்டுவதற்காக அல்ல. காந்திஜிக்கும் இதற்கும் சம்பந்தம் இல்லை'' என்றான் முகுந்தன்.

"உனக்கு அந்தக் கதர்த் துணி போட்டுக்கொண்டு குடிப்பது சங்கடமாக இருந்தால் அவற்றைக் களைந்து விடு. ஸ்லீப்பிங் ஸூட் தருகிறேன்.''

"எதெதை எப்படிச் செய்ய வேண்டுமென்று கோட்பாடுயுடைய உங்களுக்குக் கொள்கை கிடையாது என்று யாரும் குற்றம் சாட்ட மாட்டார்கள்.''

சரளா புன்னகை செய்துகொண்டே உள்ளே சென்றாள். சிவப்பும் மஞ்சளும் கலந்த ஸ்லீப்பிங் ஸூட்டைக் கொண்டுவந்து அவன் மடியில் போட்டாள்.

"இந்த மந்திரிசபையிலுள்ளவர்களெல்லாம் புடைவை அணியத்தான் லாயக்கு என்று யாரோ சொன்னது நினைவுக்கு வருகிறது. நீ புடைவை அணியாவிட்டாலும் என்னுடைய ஸ்லீப்பிங் ஸூட்டையாவது போட்டுக் கொள்ளலாம் அல்லவா.'' என்றாள் சரளா.

"நான் மந்திரி என்ற முறையில் இங்கு வரவில்லை. முகுந்தனாகத்தான் நான் இங்கு வந்திருக்கிறேன். மந்திரி சபையைத் தயவு செய்து இழுக்க வேண்டாம்.''

"முகுந்தனாகக் கூட இல்லை. நீ ஆண், நான் பெண். இதுதான் தற்சமயச் சூழ்நிலை'' என்றாள் சரளா.

முகுந்தன் அவள் கொடுத்த ஸ்லீப்பிங் ஸூட்டை எடுத்துக் கொண்டு பக்கத்து அறைக்குச் சென்றான். சரளாவினால் தன் அழகை எப்படி கட்டிக்காக்க முடிகிறது. அவளை நிச்சயமாக இருப்பத்தைந்து வயதுக்கு மேல் யாரும் மதிப்பிட மாட்டார்கள்; அதுவும் இப்பொழுது அந்த ட்ரெஸ்ஸிங் கவுனில், - இளம்

சுதந்தர பூமி 227

நீலமே போதையைத் தருவது. உடலெல்லாம் தெரிய, அவள் அதை அணிந்துகொண்டிருக்கும்போது. கழுத்திலிருந்து முதுகு வரை தெரியும் அந்த ஆரோக்கியமான, கோதுமை மஞ்சள் பிரதேசத்தில் தொட்டுப் பார்த்தாலென்ன என்று நினைக்கும் போது மயிர்க்கூச்சலெடுக்கின்றதே, இந்த வயதில் இவ்வளவு அரசியல் கபடி விளையாட்டுகளுக்கிடையே இவளால் இன்றும் எப்படி கவர்ச்சி குறையாமல் இருக்க முடிகின்றது? - சரளா வினால் தான் ஆட்கொள்ளப்படாமலிருக்க வேண்டுமென்றால் அவளைப் பார்க்காமல்தானிருக்க வேண்டும். இது சாத்தியமா?

சரளாவைப் பற்றி அநேகமாக எல்லாருக்கும் தெரியும். தான் இன்றிரவு இங்கு இருந்ததாகத் தகவல் மற்றவர்களுக்கு, குறிப் பாகப் பிரதமருக்குத் தெரிந்து விட்டால்? பிரதமர் அவனிடம் சரளாவைப் பற்றிப் பேசியதேயில்லை, அவனுக்கும் சரளாவுக்கு முள்ள தொடர்பைப்பற்றி பிரதமருக்குத் தெரியாமலிருக்காது. ஆனால் அதைப்பற்றிக் குறிப்பாகக்கூடப் பிரதமர் அவனிடம் கேட்டதே கிடையாது. பேசாமல் இந்த இடத்தை விட்டு உடனே போய்விட்டாலென்ன? ஆரம்பத்திலேயே இவளுடன் வர மறுத்திருக்க வேண்டும். வந்த பிறகு இவளை இளம்நீல ட்ரஸ் ஸிங் கவுனில் பார்த்தபிறகு, போவது எப்படிச் சாத்தியமாகும்? 'பேடியரன்றோ பெற்றியினின்றிடின்' - தமிழ்க் காவியம் ஏதோ ஒன்றில், அவன் கல்லூரியில் படித்தபோது அவன் கருத்தில் நின்ற வரிகள், நினைவுக்கு வந்தன. அவன் அவ்வறையை விட்டு வெளியே வந்தான்.

சரளா கழுத்திலும் முதுகிலும் பவுடர் போட்டுக் கொண் டிருந்தாள்.

''அப்படியா வியர்க்கிறது உங்களுக்கு?'' என்று கேட்டான் முகுந்தன்.

''அரசியல்வாதி என்ற லேபிளைப் பகல் முழுவதும் ஒட்டிக் கொண்டு, அந்த நாற்றமெல்லாம் வந்துவிட்டது.''

''அரசியல் நாற்றத்துக்கு நல்ல மாற்றாக இருக்கின்றதே. அப்படி யானால், நாட்டின் அரசியல் மணக்க வேண்டுமென்றால்...''

''நாட்டிலுள்ள தொழிற்சாலைகள் அனைத்தும் பவுடர் உற்பத்தி செய்யும்படியாகத்தானிருக்கும்'' என்று கூறிக் கொண்டே தன் கோப்பையை எடுத்தாள் சரளா.

முகுந்தன் சிரித்தான். ''ப்ரொஃபஸர் மிஸ்ராவுடன் பழகியவர்கள் எல்லாருமே ஸினிக்காக மாறிவிடுகின்றார்கள் என்பதில் ஆச்சரியமில்லை. இன்ஃபாக்ட், ஐ வான்ட் டு கெட் ரிட் ஆஃப் மிஸ்ராயிஸம் ஃப்ரம் மை ஸிஸ்டம்...''

''வாழ்க்கையில் வெற்றியடைந்து விட்ட உனக்கு ஸினிஸிஸம் அலுத்துவிட்டது என்பது என்ன ஆச்சரியம்!''

முகுந்தன் தன் கோப்பையை எடுத்தான். இரண்டு கோப்பைகளும் உராய்ந்தன.

''ஃபார் தி ஃப்யூச்சர் ப்ரைம் மினிஸ்டர் ஆஃப் இந்தியா'' என்றாள் சரளா.

''மந்திரியாவதுதான் வாழ்க்கையின் வெற்றியா? எனக்குத் தெரியாது'' என்றான் முகுந்தன்.

''பிரதமரிடம் தனிச் சலுகையோடு, இவ்வளவு இளம் வயதில் மந்திரியாக இருப்பதென்பது வெற்றியில்லையா? வாழ்க்கையில் மனிதனுக்கு என்ன வேண்டும்? அழகு, அதிகாரம் இரண்டும் இருந்தால், மற்றைய சவுகரியங்கள் தாமாகக் கிடைக்கும்.''

''இப்பொழுது இந்தச் சவுகரியம் எனக்கு எதனால் கிடைத்திருக் கிறது?''

''அதான் அப்பொழுதே சொல்லி விட்டேனே, ஐ வான்ட் டு நோ வாட் இட் ஈஸ் லைக் டு ஸ்லீப் வித் எ மினிஸ்டர்...''

முகுந்தன் குடித்துவிட்டுக் கோப்பையைக் கீழே வைத்தான்.

''நீங்கள் முன்னுக்குப்பின் முரணாகப் பேசுகிறீர்கள். நான் முகுந்தன் என்ற முறையில் வந்திருக்கிறேன் என்று சொன்ன தற்கு அதை மறுத்து நாமிருவரும் இப்பொழுது வெறும் ஆண் - பெண் என்று சொல்லிவிட்டு, படுக்கையில் என்னை மறுபடியும் மந்திரி ஸ்தானத்துக்கு உயர்த்துவது சரியில்லை.''

சரளா அவன் கோப்பையில் இன்னும் ஒரு விரலளவு விஸ்கி ஊற்றினாள். சோடாவைக் கலந்தாள். முகுந்தன் ஆட்சேபிக்க வில்லை.

''அப்பொழுது அப்படிச் சொன்னது வாஸ்தவந்தான். ஆனால் ஓல்ட் ஸ்மக்ளர் எதற்குத் தெரியுமா? நீ போட்டுக் கொண்

சுதந்தர பூமி 229

டிருக்கும் 'மந்திரி' என்ற வேஷத்தைக் களையத்தான். இந்த நினைவு அடிக்கடி உன்னைத் தாக்கினால், நீ பழைய, நானறிந்த முகுந்தனாக இருக்க மாட்டாய். முதன் முதலில் மிஸ்ரா வீட்டில் நான் பார்த்த சமையற்கார முகுந்தன்தான் எனக்கு இப்பொழுது வேண்டும்.''

சரளா தன் கோப்பையிலும் சிறிது விஸ்கி ஊற்றிக் கொண்டாள். முகுந்தன் எழுந்து சென்று ஃபிரிஜ்ஜிலிருந்து சோடாவை எடுத்துக்கொண்டு வந்தான்.

''தாங்க் யு.''

ஒரே மடக்கில் குடித்துவிட்டாள் சரளா.

''மை காட். வாட் எ வுமன்!'' என்றான் முகுந்தன்.

''இன்னும் சிறிது நேரம் கழித்துச் சொல்ல வேண்டியதை இப்பொழுது சொல்லி வார்த்தைகளை வீணடிக்காதே.''

செக்ஸ் என்பது முகுந்தனுக்கு ஒரு புதிய அனுபவமல்ல. ஆனால் சரளா ஒவ்வொரு தடவையும் ஒரு புதிய அனுபவம். 'நவில்தோறும் நூல் நயம் போலும்' வள்ளுவருடைய காமத்துப் பாலினின்றும் நினைவுக்கு வராமல், இது ஞாபகம் வருவது வேடிக்கைதான். வேடிக்கையில்லை. இதுதான் நியாயம். வள்ளுவர் அறிந்த காமம், வெறும் ஏட்டளவு காமந்தான். அட்டவணை போட்டு, தீர்மானிக்கப்பட்ட உணர்ச்சிகளுடன் பயிலும் காமம். வரையறுக்கப்பட்ட கோட்பாடுகளுடன் கூடிய சமூகத்துக்கு ஏற்ற காமம். செக்ஸில் ஸ்பான்டேனியட்டி இல்லா விட்டால், அது அது... 'இரவில் பிணத்தைத் தழுவிக் கொள்வது போல' இதையும் வள்ளுவர்தான் சொல்லியிருக்கிறார். ஆனால் காமத்துப்பாலில் இல்லை; இதுதான் முக்கியம். 'முலையில்லாத வள் காதல் செய்ய முயல்வதுபோல்...' இதுவும் வள்ளுவர்தான், காமத்துப் பாலில் இல்லை... மை காட்... வள்ளுவர் என்னை ஏன் இப்படிச் சரளாவின் படுக்கையறைக்குத் துரத்திக் கொண்டு வருகிறார்.

சரளா அவன் கோப்பையில் இன்னும் சிறிது ஊற்றினாள்.

''பிரதமர் என்னைப் பற்றி உன்னிடம் ஏதாவது எச்சரிக்கை செய் தாரா? நீ ஏன் என்னிடமிருந்து விலகிச் செல்ல முயல்கிறாய்?''

''பிரதமர் உங்களைப் பற்றி என்னிடம் பேசியதே கிடையாது.''

''உன்னுடைய சீனீயர் தலை உருண்டால்... சீரீயஸ்ஸாகவே கேட்கிறேன். எனக்கு மந்திரியாகும் வாய்ப்பு உண்டா?''

''இதற்கு எப்படிப் பதில் சொல்வதென்று தெரியவில்லை. பிரதமர் மனத்தில் என்ன அபிப்பிராயம் கொண்டிருக்கிறார் என்று யாரால் சொல்ல முடியும்?''

''என் சார்பில் உன்னால் பிரதமரிடம் பேச முடியுமா?''

''இப்பொழுதுள்ள சூழ்நிலையில் நான் எந்த வாக்குறுதியும் அளித்து விடலாம். ஆனால் நிறைவேற்றுவது என்பது அவ்வளவு சுலபமானதல்ல.''

''உன்னால் பிரதமருக்கு அரசில் லாபம் இருக்கின்றது என்பதை நீ நிரூபித்துக் காட்டினால், உன் சிபாரிசுக்கு நிச்சயம் பலனிருக்கும். பிரதமர் உன்னை எதற்கோ பயன்படுத்த விரும்புகிறார் என்பது முக்கியமான விஷயம். அது ஏற்கெனவே உனக்குத் தெரிந்திருக்கலாம்; அதைப் பற்றி எனக்குத் தெரியாது.''

''எனக்கும் தெரியாது. இதுதான் உண்மை.''

சரளா ட்ரஸ்ஸிங் கவுன் நாடாவைத் தளர்த்திவிட்டுக் கொண்டாள்.

''இவ்வளவு அழகான, செழுமையான தோள்களுக்கு முன்னால் நீங்கள் பேசும் அரசியல் விவகாரங்கள், அர்த்தமற்றதாக, இடைச்செருகலாக ஒலிக்கின்றன'' என்று கூறியவாறு முகுந்தன் சரளாவின் அருகில் போய் உட்கார்ந்தான்.

''மனித வாழ்க்கைக்கு இரண்டு ஆதாரமான உணர்வுகள். ஒன்று செக்ஸ்; மற்றொன்று அதிகாரம். ஃப்ராய்ட் சொல்வதும் சரி, ஆல்டர் சொல்வதும் சரி'' என்றாள் சரளா. அவள், அவன் கைகளைத் தன் தோள்களில் மாலையாகச் சுற்றிக் கொண்டாள்.

'அதிகாரமில்லாதபோது சிறிது செக்ஸ்க்கும் ஈயப்படும்' மறுபடியும் வள்ளுவர்! பிரதமர் என்னைத் தமிழ்நாட்டுக்குப் போக வேண்டுமென்று சொன்னதிலிருந்து, 'வள்ளுவவோ மேனியா' என்ற வியாதி எனக்கு வந்துவிட்டது போலிருக்கிறது. ஒருவேளை, இது, இன்டென்ஸிவ் ஆட்டோ சஜெஷனாக ஏன் இருக்கக்கூடாது?

''நான் அழகாகவும் புத்திசாலியாகவும் இருப்பது பிரதமருக்குப் பிடிக்கவில்லையா? என்னை ஏன் உதாசீனம் செய்கிறாரென்று புரியவில்லை'' என்றாள் சரளா.

''அழகான பெண் புத்திசாலியாகவும் இருந்துவிட்டால், புத்திசாலித்தனம் என்ற குறுக்கீட்டில், அழகின் முக்கியத்துவம் போய்விடுகிறது. படுக்க வந்த பிறகு ஃப்ராயிடும், ஆல்டருமா முக்கியம்?''

சரளா பதில் சொல்லாமல் சிரித்தாள். அவள் அவனைக் கட்டிக் கொண்டே தலையணையில் சாய்ந்தாள்.

நான் இவளைச் சொல்லப் போகின்றனே, எனக்கு மட்டும் வள்ளுவர் ஞாபகம் வரவில்லையா? ஆட்டோ - சஜெஷனைப் பற்றி நினைக்க இதுவா சமயம்? - படிப்போ புத்திசாலித்தனமோ எதுவுமே இயல்பான, ஆனால் பொலிவு கெடாத மனிதனாக வாழ்வதற்குத் தடைதான். ஆணாக இருந்தால் என்ன? பெண் ணாக இருந்தால் என்ன? பெண்களை நுகர்பொருளாகக் கொண்ட ஒரு ஃப்யூடல் சமுதாயப் பாரம்பரிய உணர்வின் காரணமாகத் தான், அழகான பெண் புத்திசாலியாக இருக்கக் கூடாதென்று நான் சொல்லியிருக்கலாம். மனித சமுதாயம் ஆண்களுக்கு மட்டுந் தான் என்ற குறுகிய பார்வையின் பிரதிபலிப்பு இது. ஒரு பெண் ணின் ஸ்லீப்பிங் ஸூட்டை அணிந்துகொண்டு தான் இப்படி நினைப்பது எவ்வளவு மகத்தான தவறு! மை காட், ஆம் ஐ ட்ரங்க்?

லண்டனுக்கு ஓடிப்போன டிக் விட்டிங்டன் மேயராகிவிட்டான்; நான் இப்பொழுது இங்கிருப்பது மந்திரியாகவா, முகுந்தனாகவா அல்லது சரளா அறிந்த சமையற்காரனாகவா? மந்திரி என்றால் அச்சொல் தரும் மயக்கத்தினால் சரளாவுக்குப் பல 'இன்ஹிபிஷன்கள்' ஏற்பட்டுவிடலாம். சமையற்காரனாக இருந்தால், அவள்தான் எஜமானி. எஸ் மை காட், ஷி ஈஸ்... வாட் எ வுமன்!

முகுந்தன் எழுந்தபோது நன்றாகப் பொழுது விடிந்துவிட்டது. சூரியஒளி ஜன்னல் திரைகளைத் தாண்டி அவ்வறையை ஒளி வெள்ளத்தில் ஆழ்த்தியிருந்தது.

ஒன்பது

அடுத்த ஐந்தாறு மாதங்களில் நடந்த நிகழ்ச்சிகளின் காரணமாகப் பிரதமர், முகுந்தனின் சீனியர் மந்திரி விவகாரத்தைப் பற்றி அக்கறை கொள்ள வில்லை. சீனியர் மந்திரி யாஹ்யா கானை வாழ்த்தினார். பிரதமர் அவரைப் பார்க்கும்போதெல்லாம் புன்னகை செய்வதன் பொருள் அவருக்கு விளங்காமல் இல்லை. 'உங்களுடைய ஃபைல் என்னிடம் இருக்கிறது' என்பதுதான் இப்புன்னகையின் பொருள். இதை நன்றாக உணர்ந்து கொண்ட அந்த மந்திரி, ஊர்ஊராகச் சென்று, 'பிரதமரின் தலைமை, நெருக்கடியான இச்சந்தர்ப்பத்தில் எப்படி நம் நாட்டுக்குத் தேவை' என்பதைப் பற்றி முழங்கிக் கொண்டு இருந்தார்.

ஹிட்லரை ஏசு கிறிஸ்துவாக்கினார், யாஹ்யா கான். ஐந்தரைக் கோடியை விட ஏழரைக் கோடி பெரிது என்ற சின்னக்கணக்கு அவருக்குத் தெரியவில்லை. சர்வாதிகாரிகளுக்கே உரிய கோபத்துடன் ஐந்தரை கோடிதான் பெரிது என்று துப்பாக்கி முனையில் சாதிக்க ஆரம்பித்தார். ஒரு கோடி மக்களை நாட்டைவிட்டு விரட்டினார்; ஒரு

கோடி மக்களைக் கொன்று குவித்தார். அவருடைய கணித அறிவை வியந்து மா சே துங்கும், நிக்ஸனும் அவருக்குப் பாராட்டுத் தந்தி அனுப்பினார்கள்.

பாரதத்தின் சிவப்பு முக்கோணப் பிரசாரம் அர்த்தமில்லாமல் போய்விட்டது. ஒரு கோடி அகதிகள்... இந்தப் புதுப் பிரச்னையினால் சில இடைக்கால அரசியல் லாபங்கள் ஏற்பட்டாலும், (உள்நாட்டைப் பொருத்தவரை) எதிர்காலத்தைப்பற்றி நினைக்கும்போது பிரதமருக்குப் பயமாக இருந்தது; இப்பிரச்னைக்கு உடனடியாகத் தீர்வுகாண வேண்டுமென்று உலகநாடுகளை வேண்டிக் கொண்டார்.

பாகிஸ்தானைத் தாம் சொன்னபடிக் கேட்டுச் செய்யக் கூடிய செல்வாக்கைப் பெற்றிருந்த நிக்ஸன், தெற்கு ஆசியாத் தராசை மேலும் கீழும் பார்த்தார். அவர் அருகில் நின்றவாறு டாக்டர் கிஸிங்கர் அதைப் பிடித்துக் கொண்டிருந்தார். என்ன ஆச்சரியம்! ஐந்தரை கோடி ஐம்பத்தாறு கோடியையவிடப் பெரிதாகத் தெரிந்தது.

''நீங்க என்ன மந்திரவாதியா?'' என்று கேட்டார் நிக்ஸன்.

''எல்லாம் இந்தப் புத்தகத்தில் இருக்கிறது'' என்று தராசைக் கீழே வைத்துவிட்டு, கோட்டுப் பையிலிருந்து ஒரு சிவப்புப் புத்தகத்தை எடுத்துக் காட்டினார் டாக்டர் கிஸிங்கர்.

''நவம்பரில் நான் தோற்றுவிட்டால் உங்களை நம்பி பழைய பேப்பர் வியாபாரம் செய்யலாம் என்றிருக்கிறேன். நீங்கள் அந்தத் தராசைப் பிடித்த விதம்...''

கிஸிங்கர் புன்முறுவல் செய்தார். கல்கத்தா, அகர்தலா போன்ற இடங்களுக்குப் போய்விட்டுத் திரும்பி வந்தான் முகுந்தன். சமூகம் என்ற பாதுகாப்பில் புகுந்து கொள்ளும் மனிதன் எத்தனை விதமான போர்வைகளைப் போர்த்திக் கொள்ளுகிறான்! - தேசியம், மதம், மொழிப் பற்று... இன்னும் விதவிதமான எத்தனை கற்பனைகள்! - கொள்கைக்காக மனிதன் என்ற மாயத்தை, வறட்டுத் தத்துவத்தை, அரியாசனம் ஏற்றுவதற்காக எத்தனை உயிர்ப் பலிகள், படுகொலைகள்! - உணவுக்காக மற்றொருவனைக் கொல்லும் கானிபாலிஸத்தைவிட இது எந்த விதத்தில் உயர்ந்தது! - சர்வதேசியமாம், மண்ணாங்கட்டியாம். 'தேசியம், மொழிப்பற்று' என்று ஒவ்வொரு நாட்டு அரசாங்கமும் மக்களை

ஏமாற்றுவதுபோல் 'சர்வதேசியம்' என்று ஒவ்வொரு நாடும் - மற்றொரு நாட்டை ஏமாற்றுகிறது. சர்வதேசியம் எங்கே இருக்கிறது? யாஹ்யா கான் தம்முடைய காலை உணவுக்காகவும், மதிய விருந்துக்காகவும், இரவு சாப்பாட்டுக்காகவும், வங்காளிகளைச் சாப்பிட்டுக் கொண்டிருக்கும்போது, நிக்ஸன், 'யாஹ்யா கானின் சாப்பாட்டு விஷயத்தில் நான் குறுக்கிடுவதில்லை' என்று கூறுவதுதான் சர்வதேசியமா? 'கம்யூனிஸத்தின் இறுதி நிலையில் 'ராஜ்ஜியம்' என்ற குறுக்கீடு இருக்காது' என்ற மார்க்ஸியக் கருத்துக்கும் 'மதம் என்பது மக்களின் அபின்' என்று சொன்ன 'எங்கெல்ஸின்' கொள்கைக்கும் சேர்த்து ஒரே சமாதி எழுப்பியது போல், குறுகிய தேசியத்தையும் மதவெறியையும் வளர்த்தே ஒரு நாட்டு மக்களை இருபத்து நான்கு ஆண்டுகளாக ஏமாற்றி வரும், ஒரு ஃப்யூடல் ஆட்சிக்குப் பக்கபலமாக இருந்து வரும் 'மாவோ'வின் 'சிவப்பு'ப் பார்வைதான் சர்வதேசியமா? - 'வலிமையுடையது எஞ்சும்' என்னும் விலங்கினப் பாரம்பரியக் கொள்கைதான் அன்றும் உண்மை. இன்றும் உண்மை. இதைச் செயல்படுத்தும் முறைகள்தாம், காலத்துக்குக் காலம் நடை முறை மதிப்புக்களுக்கேற்ப மாறுபடுகின்றன.

பிரதமரைச் சந்தித்தபோது முகுந்தன் தன் சிந்தனையில் எழுந்த கருத்துகளை எந்தவிதமான ஒளிவுமறைவுமின்றி வெளிப்படையாகவே சொன்னான். பிரதமர் பொறுமையாகக் கேட்டுக் கொண்டிருந்தார். அவன் பேசி முடித்தவுடன் நிதானமாகச் சொன்னார்: "இவற்றைப் பற்றியெல்லாம் தீவிரமாகச் சிந்திப்பது நல்லது தான். ஆனால் நடவடிக்கை எடுக்கும்போது, நமக்குத் தீவிரமோ அல்லது ஓர் அவசரமோ இருப்பதாகக் காட்டிக் கொள்ளக் கூடாது."

"நியாயத்தின் பக்கமாக நாம் ஆவேசமாய்ச் சாய்ந்திருக்கிறோம் என்று காட்டிக் கொள்வதில் தவறென்ன?" என்றான் முகுந்தன்.

"எது நியாயம், எது அநியாயம் என்பதைச் செயல் முறையில் காணும் வெற்றி, தோல்விகள்தாம் நிர்ணயம் செய்கின்றன. இதுதான் நடைமுறை உலகத்தின் தர்மம். இன்று நாம் என்னதான் நியாயம், அநியாயம் என்றெல்லாம் வாய் கிழியக் கத்தினாலும் உலகம் இதைப் புரிந்து கொள்ளப்போவதில்லை. போர் ஏற்பட்டு, நாம் வெற்றி அடைந்தால் அவ்வெற்றியைக் கொண்டு, எது நியாயம் என்று உலகம் உணர்ந்து கொள்ளும். ஆனால் நாமாகவும் போரை நாடிச் செல்லக் கூடாது."

"ஹிட்லர் லட்சக்கணக்கான யூதர்களைக் கொன்று குவித்தபோது கூட, அது உள்நாட்டு விஷயம் என்றுதானே பெரும்பான்மை யான அரசாங்கங்கள் அப்பொழுது வாயை மூடிக்கொண்டு இருந்தன?''

"ஹிட்லராவது யூதர்களைக் கொல்வேன் என்று வெளிப்படை யாகச் சொல்லிக்கொண்டே கொன்றான். தேர்தல் நடத்திவிட்டு தேர்தலில் வெற்றி பெற்றவர்களைச் சிறையில் அடைத்துச் சித்திரவதை செய்யவில்லை. ஒரு குறிப்பிட்ட இனத்தை அந்த இனத்துத் தலைவர்களிடமிருந்து காப்பாற்றுவதாகச் சொல்லி, அந்த இனத்தையே நிர்மூலமாக்க முயன்று, நாட்டைச் சுடு காடாக்கவில்லை. இந்த நூற்றாண்டின் இந்த மகத்தான படு கொலையைக் கண்டும், உலக நாடுகள் கவலைப்படாமல் ஐக்கிய நாட்டுச் சட்டப் புத்தகங்களைத் துருவித் துருவி ஆராய்ந்து கொண்டிருப்பது ஆச்சரியம்.''

பிரதமர் இப்படி உணர்ச்சிவயப்பட்டுப் பேசி முகுந்தன் கேட்ட தில்லை. பேசி முடித்தபிறகு இப்படி இவனிடம் போய் எதற்குப் பேசினோம் என்று அவருக்குத் தோன்றியிருக்க வேண்டும். சற்று சுதாகரித்துக் கொண்டு புன்னகை செய்தார்.

"சர்வதேசியம் உலக சகோதரத்துவம் என்பதெல்லாம் கவிஞர் களும் அறிஞர்களும் கொள்கை ரீதியாகக் கண்ட வெறும் மான சீகங்கள். அச்சொற்களின் அலங்காரப் போர்வையில் ஒவ்வொரு நாடும் மற்றொரு நாட்டை ஏமாற்றி வருவதுதான் சர்வதேச ராஜதந்திரம்'' என்றான் முகுந்தன்.

பிரதமர் அவன் சொன்னதைக் காதில் வாங்கிக் கொண்டதாகத் தெரியவில்லை. ஏதோ யோசித்துக் கொண்டிருந்தார்.

முகுந்தன் தான் விடைபெறுவதற்கு நேரம் வந்துவிட்டது என்பதை உணர்ந்து எழுந்தான்.

"தில்லியிலுள்ள அறிஞர்கள், கலைஞர் அனைவரையும் கூட்டி, நாட்டில் ஏற்பட்டுள்ள இச்சூழ்நிலையில் அவர்களுடைய பங்கு என்ன என்பதைப் பற்றி விவாதிக்க ஒரு கூட்டம் போடச் சொல்லி யிருக்கிறேன். தலைமை தாங்க உங்களை அழைக்கும்படி ஏற்பாடு செய்திருக்கிறேன். போய்க் கலந்து கொள்ளுங்கள்'' என்றார் பிரதமர்.

முகுந்தன் திடுக்கிட்டான். ''என்னையா?''

''ஆமாம்... உங்கள் ஆற்றலை நீங்களே சோதித்துக் கொள்வதற்கான வாய்ப்பு.''

''போய் என்ன சொல்ல வேண்டும்?''

''உங்கள் மனத்தில் படுவதையெல்லாம் சொல்லுங்கள்.''

''சொல்லப்போனால் நம் நாட்டு இண்டெலக்சுவல்களிடம் எனக்கு நம்பிக்கை கிடையாது. சொல்லுக்கும் செயலுக்கும் இவர்களிடம் இருக்கும் இடைவெளியைப் போல், உலகத்தில் வேறு எங்கும் பார்க்க முடியாது. ஸ்பானிஷ் உள்நாட்டுப் போரின்போது...''

பிரதமர் எழுந்திருந்தார். ''நீங்கள் தாராளமாக இதை அவர்களிடம் சொல்லலாம்'' பிரதமர் கை கூப்பினார்.

பிரதமர் தன்னை இவ்வாறு இடைமறித்து விடைபெற்றுக் கொண்டது முகுந்தனுக்குப் பிடிக்கவில்லை. ஒருவேளை, 'உனக்கும் அந்த இண்டெலக்சுவல்களுக்கும் என்ன வேறுபாடு இருக்கிறது?' என்று சுட்டிக்காட்டுவது போல பிரதமர் தமது பொறுமையின்மையைக் காண்பித்தாரா? அல்லது ரொம்ப நெருக்கத்தில் வர முயலாதே என்று கண்டிப்பதற்காக இப்படி திடுதிப்பென்று விடைபெற்றுக் கொண்டாரா?

முகுந்தன் யோசித்துக் கொண்டே சென்றான்.

அன்றுதான் பிரதமர் குறிப்பிட்ட கூட்டம், விஞ்ஞான் பவன் வாசலில் கார்களும் டாக்ஸிகளும் பொங்கி வழிந்தன. நீண்ட தலைமயிர், கிருதா, ஜிப்பா பைஜாமா அணிந்தவாறு சார்மினாரோ, பீடியோ அல்லது பைப்போ புகைத்தவாறு வந்த இண்டெலக்சுவல்கள், சூட் அணிந்த இண்டெலக்சுவல்கள், பெல்பாட்டம், குர்த்தா அணிந்த பெண்வர்க்க இண்டெலக்சுவல்கள்... இப்படி தில்லியின் 'அறிவெ'ல்லாம் ஒன்று திரண்டு விஞ்ஞான் பவன் கமிட்டி அறையை ஒரு 'கொதிப்பில்' ஆழ்த்தியது. முகுந்தன் நேரம் தவறாமல் வந்து உட்கார்ந்தான்.

சுற்றிலும் வட்டவடிவாக மேஜைகள் போடப்பட்டிருந்தன. கலைஞர்கள் என்றால், எழுத்தாளர்களும் ஓவியர்களும் நடன நாரிமணிகளும் நாடகத்து விற்பன்னர் என்று எல்லாரையும்

குறிக்கும் என்பது அக்கூட்டத்தைப் பார்த்ததும் முகுந்தனுக்குத் தெளிவாகத் தெரிந்தது. சோடா பாட்டில் கண்ணாடிக்காரர்கள் அறிவாளியாக இருக்க வேண்டும். அவர்களைப் பார்க்கும் போதே பல்கலைக்கழகப் பேராசிரியர்கள் என்பது நன்றாக விளங்கிற்று.

ஒரு பல்கலைக் கழகப் பேராசிரியர் 'பாகிஸ்தான்' என்றால் என்ன என்பதைப் பற்றிப் பேசத் தொடங்கினார். அரிஸ்டாடில், ஹாப்ஸ், லாக் என்று அவர் மூச்சு விடாமல் பேசிக்கொண்டே போனார். அவர் பேசி முடிப்பதற்குள் கிழக்கு வங்காளத்திலுள்ள மற்றைய ஐந்தரை கோடி மக்களும் (யாஹ்யா கான் சமாளித்த இரண்டு கோடியைத் தவிர மிச்சமுள்ளவர்கள்) பாரதத்துக்கு வந்து விடுவார்களோ என்ற சந்தேகம் முகுந்தனுக்கு வந்தது. அவன் பரிதாபமாக அப்பேராசிரியரைப் பார்த்தான். அவனுக்கு வலப் பக்கத்தில் உட்கார்ந்துகொண்டு, பைப்பில் புகையிலையை அடைத்துக் கொண்டிருந்த ஒரு பிரசித்தி பெற்ற எழுத்தாளப் பெரியவர் முகுந்தனிடம் பேராசிரியரை நிறுத்தச் சொல்லும்படி கண்ணசைத்தார். அவர் கண் அசைப்பதைப் பார்த்துவிட்ட பேராசிரியர் திடீரென்று பேச்சில் சூடு தோன்ற, உரத்த குரலில் சொன்னார் : 'வங்காள மக்களுக்கு இப்பொழுது நம்முடைய பேச்சு தேவையில்லை... நாம் செயல்பட வேண்டும். அரக்கனுக்கு அரக்கனுடைய பாஷையில்தான் பதில் சொல்ல வேண்டும். கிழக்கு வங்காளம் சென்று நாம் போராட வேண்டும்.'

பலத்த கரகோஷம், பேராசிரியர் பேசி உட்கார்ந்ததுக்காக. அவர் சுற்று முற்றும் பார்த்தார். மூச்சு இரைத்தது.

ஓர் இளைஞன் மிக அலட்சியமாகக் கேட்டான். ''பாகிஸ்தான் எங்கே இருக்கிறது, இந்தியா எங்கே இருக்கிறது, பங்களாதேஷ் எங்கே இருக்கிறது என்று ஆராயாமல், பிரச்னையைப் பற்றி எவ்வளவு பேர் பேசப் போகிறார்கள் என்று தெரிவிக்க முடியுமா?''

பேராசிரியர் கொதித்தெழுந்தார். முகுந்தன் அவரைக் கை யமர்த்திவிட்டு எழுந்து சொன்னான்: ''பிரச்னைக்குரிய பின் னணியைப் பற்றி சற்று விரிவாகப் பேராசிரியர் அவர்கள் கூறி னார்கள். அவருக்கு நாம் கடமைப்பட்டிருக்கிறோம். இனிமேல் பேச இருக்கின்றவர்கள் பிரச்னையைப் பற்றி மட்டும் பேசினால் போதும். ஐந்து நிமிஷங்களுக்குமேல் பேச வேண்டாமென்று கேட்டுக் கொள்கிறேன்.''

தலைவிரி கோலத்துடன், மதுரையை எரித்த கண்ணகியின் ஆவேசத்தோடு ஒரு பெண் ரஷ்யாவைத் தாக்கத் தொடங்கினாள். ''இப்பொழுது ரஷ்யா இந்தியாவுக்கு உதவுவதுபோல் இருந்தாலும், இதற்குக் காரணம் அதனுடைய சுயநலந்தான்' என்று அவள் கூறியதும் இரண்டு மூன்றுபேர் கை தட்டினார்கள்.''

முகுந்தன் கேட்டான்: ''ரஷ்யாவை எதற்காகத் தாக்குகிறீர்கள்?''

''அமெரிக்காவைத் தாக்குவதற்காகப் பலர் காத்திருக்கிறார்கள். முன் ஜாக்கிரதையாக நான் ரஷ்யாவைத் தாக்கிவிட்டேன்.''

''இந்தப் பிரச்னையில் அமெரிக்காவின் அயோக்கியத்தனம் நிதர்சனமாகத் தெரியும்போது அமெரிக்காவுக்கு இந்த மேடம் எதற்காக வால்பிடிக்கிறாள் என்று எனக்குத் தெரியும். இந்த மேடத்தினுடைய ஓவியங்கள் சிலவற்றை அமெரிக்கத் தூதரகத் தில் நல்ல விலைக்கு வாங்கியிருக்கிறார்கள்'' என்றார் ஒருவர்.

''நீங்கள் இப்படிப் பேசுவதற்குக் காரணம் எனக்குப் புரிகிறது. இவ்வாண்டு சோவியத் - இந்தியா நட்புறவுப் பரிசு உங்களுக்குத் தான் என்று எனக்குத் தெரியும்'' என்றாள் அந்தப் பெண் அவரை நோக்கி.

''இது பச்சைப் பொய்'' என்றார் அவர்.

அவ்வளவுதான். கூட்டத்தில் சலசலப்பு ஏற்படத் தொடங்கி விட்டது. இண்டெலக்சுவல்கள் பாகிஸ்தானை மறந்து விட்டு இதை ஒரு ரஷ்ய-அமெரிக்கப் பிரச்னையாகக் கொள்ளத் தொடங்கிவிட்டனர். 'வாபஸ் வாங்கு' என்ற கூக்குரல்கள்.

முகுந்தன் மேஜையின் மீது வேகமாகத் தட்டிவிட்டு கோபத் துடன் பேசத் தொடங்கினான். ''பிரதமரிடம் நான் சொன்னேன். நம் நாட்டு இண்டெலக்சுவல்களிடம் எனக்கு நம்பிக்கை யில்லையென்று. நான் சொன்னது போலவே இங்கு நிகழ்ச்சிகள் நடைபெறுகின்றன. பங்களாதேஷ் பற்றி எரியும்போது, யாருக்கு சோவியத் அவார்டு, யாருடைய ஓவியங்களை அமெரிக்கத் தூதரகம் வாங்குகின்றது என்பதா பிரச்னை? இண்டெலக்சுவல் கள் உணர்ச்சியற்ற வெறும் அறிவு இயந்திரங்கள் என்று எனக்கு நன்றாகத் தெரியும். நீங்கள் ஒவ்வொருவரும் உங்கள் அகங் காரத்தைத் தாண்டி இந்தப் பிரச்னையை அணுகினால்தான் இந்த நூற்றாண்டின் மகத்தான துயரம் இது என்பதைப் புரிந்து

சுதந்தர பூமி 239

கொள்வீர்கள். சந்திரனை அண்டை நாடாக்கிய மனிதனின் ஆற்றலைக் கண்டு வியக்கிறோம். ஆனால் தயவு செய்து சொல்லுங்கள்; கடந்த பத்தொன்பது நூற்றாண்டுகளில் போரின் காரணமாகவோ, பிற வகையிலோ இறந்துபோன மக்களின் மொத்தத்தொகையைக்காட்டிலும், இந்த நூற்றாண்டில், சந்திரனை அண்டை நாடாக்கிய இந்நூற்றாண்டில் நாகரிகத்தின் உச்சாணிக்கொம்பில் இருப்பதாக நாம் கற்பனை செய்து கொண் டிருக்கும் இந்நூற்றாண்டில் இரண்டு போர்களின் காரணமாக, மக்கள் தோற்றுவித்த புரட்சிகளின் காரணமாக, இன வெறியின் காரணமாக, இறந்தவர்களின் தொகை அதிகம் என்று நினைக்கும் போது, மனிதன் என்று நினைத்து நம்மால் பெருமைப்பட முடியுமா? - பங்களாதேஷில் இன்று நிகழ்வது என்ன? இன வெறி... அயூப் கான் அடிக்கடி சொல்வாராம். வங்காளிகள் குள்ள மானவர்கள், கறுப்பர்கள்! எளிமையானவர்களைத் துன்புறுத்து வது என்பது மனிதனுக்குரிய பலவீனம். இவ்வாறு துன்புறுத்து வதுதான் அவனுக்கு ஒருவித தன்னம்பிக்கையை அளிக்கிறது என்று மனோதத்துவ அறிஞர்கள் கூறுகிறார்கள். ஆனால் இது தற்காலநிலை... நாம் இன்று அந்த நிலையில்தான் இருந்து கொண்டிருக்கிறோம்...''

முகுந்தன் பேசிக்கொண்டே சென்றான். பேச்சில் ஒருவிதமான கோர்வை இல்லாவிட்டாலும், ஆணித்தரமாக தன்னம்பிக்கை யுடன் தங்கு தடையின்றி அவன் பேசியது அனைவரையும் ஒரு மயக்கத்தில் ஆழ்த்தியது.

முகுந்தனுக்கே இது ஆச்சரியமாக இருந்தது.

பத்து

அடுத்த நாலைந்து மாதங்கள் முகுந்தனின் வாழ்க்கையிலேயே மிகவும் முக்கியமான நாள்கள் என்று சொல்ல வேண்டும். நாடெங்கும் சென்று பங்களாதேஷ் பிரச்னையைப் பற்றி அறிஞர்களோடு விவாதித்து பாரத அரசாங்கம் பிரதமரின் தலைமையில் எவ்வளவு திறமையாகச் செயலாற்றி இப்பிரச்னைக்குத் தீர்வு காண முயல்கிறது என்பதை எடுத்துச் சொல்ல வேண்டிய பொறுப்பு அவனிடம் ஒப்படைக்கப்பட்டது. அவன் பல இடங்களுக்குச் சென்று ஆற்றிய சொற்பொழிவுகள் புத்தகங்களாக வெளிவந்தன. 'அறிவு உலகில் ஒரு புதிய ஜோதி' என்று பிரதமர் அவனைக் குறிப்பிட்டார். பிரதமர் அவனை இவ்வாறு பாராட்டிய பிறகு மேலும் மேலும் நிறைய மக்கள் அவன் பேச்சைக் கேட்க வந்தனர்.

அமெரிக்க டெலிவிஷன் தொடரில் அவனைப் பேட்டி கண்டார் ஒரு நிருபர்.

''ஆப்ரகாம் லிங்கன் நீக்ரோக்களின் அடிமைத் தளையை அகற்றப் போர் தொடுத்ததற்குப் பிறகு நிகழும் மனிதாபிமானப் போர் இதுதான்'' என்றான் முகுந்தன்.

சுதந்தர பூமி 241

"உங்கள் நாட்டில் நிகழ்ந்த விடுதலைப் போர் அவ்வளவு முக்கியமானது இல்லையா?" என்று கேட்டார் அந்நிருபர்.

"அது அஹிம்சை யுத்தம். ஆனால் இது அப்படியல்ல."

"அஹிம்மையின் மூலம் உங்கள் நாட்டு விடுதலையைப் பெற்ற நீங்கள், இப்பொழுது ஆயுதம் எடுத்து இன்னொரு நாட்டின் விடுதலைக்காகப் போர் செய்யலாமா?"

"அஹிம்சை என்பதும் போர் முறைதான். போர் முறையைக் கையாளுவது என்பது எதிரிகளின் தன்மைதனைப் பொறுத்தது. அப்பொழுது எங்களுடைய எதிர்கள் ஆங்கிலேயர்கள். நாயைத் தூக்கிலிட்டாலும் சட்ட மரபுகளைப் பின்பற்றித் தூக்கிலிடும் நாணயம் மிகுந்தவர்கள். ஆனால் பாகிஸ்தானித் தலைவர்கள் அப்படியல்ல. அஹிம்சை என்று சொல்லிக்கொண்டிருந்தால் பங்களாதேஷ் சுடுகாடாகி விடும்."

இதைத் தொடர்ந்து பங்களாதேஷில் பாகிஸ்தான் இராணுவ வீரர்கள் புரிந்த அட்டூழியங்களை அவன் சித்திரித்தான்.

"இந்தக் காட்டுமிராண்டி மக்களோடு அஹிம்சைப் போர் சாத்தியமல்ல. இத்தகைய சூழ்நிலைகளில் எங்கள் சட்டப் புத்தகம் பகவத்கீதைதான். ஹிட்லர்கள் யாஹ்யாகான்கள் பிறந்து கொண்டே இருப்பார்கள் என்று வியாசருக்கு அன்றே தெரிந்திருக்கிறது."

இந்தப் பேட்டி சர்வதேச அரங்கில் ஒரு பரபரப்பை உண்டாக்கி யது. பல அமெரிக்கப் பல்கலைக்கழகங்கள், முகுந்தனைப் பங்களாதேஷ் கொடுமையைப் பற்றி அங்கு வந்து பேசும்படி அழைப்புகள் அனுப்பின.

இதைப்பற்றி அவன் பிரதமருடன் கலந்து ஆலோசித்தபோது அவர் மவுனமாக புன்னகை செய்தார். அவர் ஏதாவது சொல்லி யிருக்கலாமென்று முகுந்தனுக்குத் தோன்றியது.

சிறிதுநேரம் கழித்துப் பிரதமர் சொன்னார்: "பங்களாதேஷ் விடுதலைக்காக நாம் போராடியதைக் காட்டிலும் இன்னும் ஒரு மகத்தான போர் நம்மை எதிர்நோக்கியிருக்கிறது."

முகுந்தன் புருவங்களை உயர்த்தினான்.

''நம் நாட்டு வறுமையின் மீது போர். பங்களாதேஷிலாவது ஒரு சவுகரியம். எதிரிகள் யாரென்று நிச்சயமாகத் தெரியும். வறுமையின் மீது போர் என்றால் எதிரிகள் யார், நண்பர்கள் யார் என்று தெரிந்துகொள்வது மிகவும் கஷ்டம். நீங்களே சோஷலிஸம் பேசலாம், ரகசியமாகப் பண்ணைகள் வாங்கிக்கொண்டிருக்கலாம். 'நீங்கள்' என்றால் உங்களைச் சொல்லவில்லை, இம்பெர்ஸனல்.''

பிரதமரின் இந்தப் பேச்சு அவனை சற்று தடுமாறச் செய்தது. எதற்காக இதைச் சொல்கிறார்? 'நிரம்ப உயரத்தில் பறக்கப் பார்க்காதே!' என்று அர்த்தமா?

''பங்களாதேஷ் போர் ஒரு விதத்தில் நல்லதுதான். கறுப்புப்பணம் வெளியே வந்துகொண்டிருக்கிறது. தர்ம முலாம் அதன் கறுப்பு நிறத்தை மறைத்துவிட்டது.''

''பல அரசியல் தலைவர்கள் தங்களுடைய பாவங்களைக் கழுவிக்கொள்ளவும் வாய்ப்பு'' என்றார் பிரதமர்.

''மக்கள் எதையுமே சீக்கிரம் மன்னித்து விடுவார்கள்.''

''நல்லதையும் சரி, கெட்டதையும் சரி இரண்டையுமே சீக்கிரம் மறந்துவிடக்கூடிய பண்பும் உண்டு. அதுவும் குறிப்பாக நம் நாட்டில்...''

எங்கேயோ பார்த்துக்கொண்டு பிரதமர் இதைச் சொன்னது முகுந்தனைச் சிந்திக்க வைத்தது. எதிர்காலத்தைப் பற்றிக் கனவு கண்டு சரித்திரத்தில் இடம் பிடித்துக்கொள்ள முயன்ற முந்திய தலைமுறை அரசியல் தலைவர்களைக் காட்டிலும், நிகழ்காலத்து நடைமுறையை ஓர் லட்சிய அசட்டுத்தனம் இல்லாமல் பார்க்கும் பிரதமருடைய யதார்த்த நோக்கின் காரணத்தை அவன் புரிந்து கொண்டான். காந்தி, நேரு... இவர்கள் பாடப்புத்தகங்களில் புகுந்துகொண்டார்கள் என்பதைத் தவிர, அவர்களுடைய லட்சியங்களைப் பற்றி இப்பொழுது யாருக்கு என்ன கவலை? 1965-ல் பாரதத்துக் கதாநாயகன் சாஸ்திரியின் நினைவு தினத்தைப் பற்றிய செய்தி பத்திரிகையில் மூன்றாம் பக்கக் கோடியில் மூன்று வரிகள் வருகிறது. நிகழ்காலத்தைச் சாசுவதமாக்கிக் கொண்டால் போதும் என்ற பிரதமரின் பிடிவாதம் இப்பொழுது புரிகிறது.

பிரதமர் திடீரென்று நினைவு வந்தவர்போல் முகுந்தனைப் பார்த்துக் கூறினார்... ''வறுமையின் மீது போர் தொடுப்பதோடு

இன்னொரு விஷயமும் முக்கியம். நாட்டின் ஒற்றுமை. பங்களா தேஷ் பிரச்னையைத் தங்களுக்குச் சாதமாக்கிக் கொண்டு, தங்க ளுடைய சுயநல அபிலாஷைகளுக்கு ஒரு பொதுநல அந்தஸ்து கொடுத்து சில அரசியல் தலைவர்கள் பேச ஆரம்பித்திருக் கிறார்கள். சொந்த ராஜ்ஜியங்களில் அரசர்களாக முடிசூட்டிக் கொள்ள வேண்டுமென்பது அவர்கள் விருப்பமோ என்னவோ? இப்பொழுது உங்களுடைய முக்கியமான பணி இத்தகைய விஷமங்களை முறியடிக்க வேண்டும் என்பதுதான். உங்களை நான் தேர்ந்தெடுத்ததற்குக் காரணம் உண்டு. இது உங்களுக்குத் தெரிந்திருக்கலாம்.''

முகுந்தன் முறுவலித்தான். ''தெரியும் நான் இப்பொழுது அயல்நாடு போகவில்லை. நீங்கள் குறிப்பிடும் இப்பணியில் என்னை அர்ப்பணித்துக் கொள்கிறேன்.''

முகுந்தன் பிரதமரை விட்டு வந்ததும் மிஸ்ராவின் வீட்டிலிருந்து டெலிபோன் வந்தது. உடனே வரவேண்டுமென்பது செய்தி.

முகுந்தன் அவசர அவசரமாகப் புறப்பட்டுச் சென்றான். மிஸ்ரா வீட்டிலில்லை. ஆஸ்பத்திரிக்குக் கொண்டு போய்விட்டார்கள்.

ஆக்ஸிஜன் கொடுத்துக் கொண்டிருந்தார்கள். ஆனால் அவருக்கு நினைவு தப்பவில்லை. முகுந்தனைக் கண்டதும் புன்னகை செய்தார். முகுந்தன் அவரருகில் போய் உட்கார்ந்தான். மந்திரி என்று புரிந்ததும் டாக்டர்கள் வந்தார்கள். ஆஸ்துமாதான், மருந்துக்கு அப்பால் போய்விட்ட நிலை. ஆக்ஸிஜன் கொடுத்துத் தான் ஆகவேண்டுமென்ற ஒரு நிர்ப்பந்தம். கார்டியோ கிராப் எடுத்தார்கள். இருதயம் விரிந்திருக்கிறது.

மிஸ்ரா புன்னகை செய்துகொண்டே இருந்தார். முகுந்தன் உணர்ச்சிவயப்படுவதை அவமானமாக நினைப்பவன். ஆனால் அவனால் இப்பொழுது உணர்ச்சி வயப்படாமல் இருக்க முடிய வில்லை. இவர் யாரோ தான் யாரோ? ஆனால் இவர் இப்படி இருப்பதனால் தனக்கு ஏன் துயரம் தொண்டையை அடைத்துக் கொள்கிறது? - நன்றியுணர்வா? அல்லது இவருடன் தன்னுடைய அந்தரங்க வாழ்க்கை சம்பந்தப்பட்டிருந்தது என்ற காரணத் தினாலா?

மிஸ்ரா புன்னகை செய்துகொண்டே இருந்தார். நீர்க்குமிழ்கள் தோன்றி மறைந்து கொண்டிருந்தன. அவர் புன்னகை செய்து

கொண்டிருப்பதற்கு என்ன காரணம்? தன்னைப் பார்த்துதான் புன்னகை செய்கிறார் என்று அர்த்தமா? அல்லது உள்மனத்தில் எழுந்துகொண்டிருக்கும் பல நினைவுகளை அசைபோட்டுக் கொண்டிருப்பதினால் உண்டாகும் பொது மகிழ்ச்சியா! - அவர் ஏதோ சொல்ல நினைப்பதுபோல் தோன்றியது. இதழ்கள் அடங்கிவிட்ட நிலையில், கண்கள் பேசிக் கொண்டிருந்தன.

பங்களாதேஷ் விடுதலை அடைந்துவிட்டது என்பதைப் பற்றி இவருக்கு இப்பொழுது என்ன கவலை? 'அறிவு உலகில் ஒரு புதிய ஜோதி' என்று பிரதமர் தன்னைப் பாராட்டிய போது மிஸ்ரா தனக்கு ஒரு கடிதம் எழுதியிருந்தார். 'ஜாக்கிரதை நீ மிகவும் அபாயமான மலை உச்சியை நெருங்கிக் கொண்டிருக்கிறாய்... வேகத்தைக் குறைத்துக் கொள்.' இவருக்கு என் மீது உண்மை யாகவே அக்கறை இருந்திருக்கிறது. இதற்கு என்ன காரணம்?

அவர் ஏதோ சொல்ல நினைப்பதுபோல் இதழ்களைக் கூட்ட முற்படும் முயற்சியில் ஈடுபட்டார். மிஸ்ராவின் முகத்தருகே குனிந்து முகுந்தன் சொன்னான்: 'பங்களாதேஷ் விடுதலை அடைந்து விட்டது.' அவர் முகத்தில் எந்தவிதமான சலனமு மில்லை. பங்களாதேஷ் என்றால் என்ன என்றே அவருக்கு மறந்து போயிருக்கலாம். தம்முடைய ஐந்து வயதில், பத்து வயதில், வாலிபத்தில் அவர் இப்பொழுது இருந்துகொண்டிருக்கலாம். கண்களில் ஒளி தோன்றுகிறது. ஐந்து வயதில் அவருடைய அன்னை அவருக்கு அளித்த முத்தத்தைப் பற்றிய நினைவா? - பத்து வயதில் மற்றைய சிறுவர்களுடன் விளையாடிய விளை யாட்டைப் பற்றிய ஞாபகமா! - வாலிபக்காதலா! இவருக்குக் காதலிகள் இருந்திருப்பார்களோ? - தம்முடைய வாழ்க்கைக் குறிப்புகளிலும் அவர் இதைப் பற்றி ஒன்றுமே சொல்லவில்லை. தம்முடைய வாழ்க்கைதான் இந்நாட்டு அரசியல் சரித்திரம் என்பதுபோல அவர் அதை எழுதிக் கொண்டிருந்தார். இன்னும் அது முடியவில்லை. ஆனால் அவர் இப்பொழுது முடியப் போகிறார்.

இவர் நடமாடிக் கொண்டிருந்தபோது, செல்வாக்காக இருந்த போது, எவ்வளவுபேர் தங்கள் தங்கள் விதிகளை நிர்ணயிக்கும் பொறுப்பு இவரிடம் இருக்கிறது என்று நாடி வந்தார்கள்? - ஆனால் இச்சமயத்தில், வாழ்க்கையுடன் இவருடைய ஒப்பந்தம் முடியப்போகும் இத்தருணத்தில் இவருடன் உறவாடிக் கொண் டிருப்பது ஆக்ஸிஜன் ஸிலிண்டர், சலைன் இவைகள்தாம்! -

சுதந்தர பூமி 245

மிஸ்ரா இறந்து கொண்டிருக்கிறார், இனி நம்பிக்கையில்லை! என்றால் அவர்கள் எதற்காக வர வேண்டும்? யாரைத் திருப்திப் படுத்த? - அவரைவிட்டு இணைபிரியாமல் உடலுறவுத் தோழனாக இருந்த ஆஸ்துமாவின் நடவடிக்கைகூட அடங்கிவிட்டது போல் தோன்றியது. மூச்சு மெதுவாக இயங்கிக் கொண்டிருந்தது.

தன் வாழ்க்கையில் ஒரு பெரிய நாடகம் எதிர்பாராத பல திருப்பங்கள் ஏற்படுவதற்கு இவர் காரணமாக இருந்திருக்கிறார் என்பதை நினைக்கும்போது, எல்லாமே அவனுக்கு ஒரு கனவு போலத் தோன்றியது. ஒரு வேளை எல்லாமே ஒரு கனவு தானோ? - கனவுக்கும் நிஜத்துக்கும் என்ன வித்தியாசம்? - சுயப்பிரக்ஞை என்பதே பரிபூரணத் தெளிவுக்குத் தடை என்று புரிந்துகொண்டுவிட்டால், அத்வைத அனுபவத்தில் ஒன்றி விட்டால், ஒருவேளை எல்லாமே கனவு என்று உணர்ந்து விடக் கூடிய ஒரு மனப்பக்குவம் ஏற்படலாம். என்ன பைத்தியக்காரச் சிந்தனை? இது கனவில்லை. அதோ மிகவும் அமைதியாக, புன்னகை முகத்தில் மறையாமல், ஒரு காலத்தில் அரசியல் சிம்மமாக கர்ஜித்துக் கொண்டிருந்த ஒரு பெருங்குரல் மவுனமாய் செயலற்று, செயற்கைக் கருவிகளின் ஆதரவில் உயிர் வாழ்ந்து கொண்டிருக்கிறதே - இது கனவில்லை. எல்லாம் இதில்தானா வந்து முடிய வேண்டும்?

முடிந்துதான் ஆகவேண்டுமென்பது நியதி. வேறுவழி? இவரும் தன்னைப்போல்தான் ஒரு காலத்தில் இருந்திருப்பாரல்லவா? - தன்னைப் போல்தான் கனவுகளும் லட்சியங்களும் சாகாவரம் என்று நினைத்துக்கொண்டு உலகத்தை உய்விக்க வேண்டும் என்று நினைத்துக்கொண்டு, உலகத்தை உய்விக்க வேண்டும் என்று கங்கணம் கட்டிக் கொண்டு, தலைமயிரைப் பிய்த்துக் கொண்டு வேலை செய்திருப்பாரல்லவா? பங்களாதேஷ் பிரச்னையின் தீர்வில்தான் மனிதப் பண்பாடே அடங்கியிருக்கிறது என்றுதான் நேற்றுச் சொற்பொழிவின்போது சொன்ன அந்த வார்த்தைகள், இவர் இறந்துகொண்டிருக்கும் இந்த நிகழ்ச்சியின் சந்நிதானத்தில் அர்த்தமற்றுகாய்ந்து போன சருகுகளாக உதிரவில்லையா? - பார்க்கப்போனால் பங்களாதேஷ் போராட்டத்தில் இறந்துபோன லட்சக்கணக்கான மக்களுக்கு அந்நாட்டில் விடுதலையால் என்ன பயன்? ஒவ்வொரு மனிதஉயிரும் அதனதன் அளவில் மதிப்பும், முக்கியத்துவமும் வாய்ந்தது என்று எண்ணிப் பார்க்கும்போது, இறப்பு என்ற

தொடர்ச்சியற்ற ஓர் இறுதி நிலை ஏற்பட்ட பிறகு, கண்ணுக்குப் புலனாகாத நுண் கருத்துக்களாகிய தேசியப்பற்று, சுதந்தரம் போன்ற அசட்டு மனோபாவங்களால் செத்துப் போனவர்களுக்கு என்ன பயன்? - வாழ்க்கையில் மரணம் என்ற பேருண்மை நிகழ்ந்துகொண்டிருக்கும் வரையில் எதற்குமே பயனில்லை. கொள்கைகள் என்ற கால அட்டவணைக்குட்பட்ட மாயங்களை நமக்கு நாமே கற்பித்துக் கொண்டு மரணத்தை வென்றுவிட்ட மயக்கத்தில் மகிழலாம். இதுவும் 'நான்' என்ற ஒன்று உயிரோடு இருக்கும்வரைதான். காந்திஜி பிறந்தது. செத்தது எல்லாம் பாரத சரித்திரத்துக்கு லாபமாக இருக்கலாம். அவர்கள் வாழ்க்கை வரலாற்றை எழுதி ராயல்டி தொகை பெறுவதற்குப் பலருக்கு உபயோகமாக இருந்திருக்கலாம். காந்திஜிக்கு என்ன லாபம், பயன்? அவர் இறந்து விட்டாரே, அவரைப் பொறுத்தவரையில் அதுதானே உண்மை? - காந்திஜியின் வரலாற்றை எழுதுகின்றவர் களும், வரலாற்றை எழுதிவிட்டு மறையப் போகின்றார்களே! அதுதானே உண்மை? - ஓ. காட். டெத் ஈஸ் க்ரூயல், டெத் ஈஸ் க்ரூயல்... இதைக் கடக்க வேறுவழி உண்டா? இந்தப் பேருண்மை இருக்கும்வரை, மற்றவை யாவும் போலி. போலி!

மிஸ்ரா புன்னகை செய்து கொண்டிருந்தார்.

முகுந்தன் அவரைக் குனிந்து பார்த்தான். கண்ணுக்குள்ளே, அப்பார்வையின் பாதாளத்துக்கு அப்பால், எழுபது ஆண்டுக்கும் மேலான அனுபவங்கள் புதையுண்டு இப்பொழுது கண்ணின் இமையோரத்தில் ஊறிய நீர்த்துளியின் வடிவாக தேங்கி நின்றன. 'எனக்குப் பதினெட்டு வயதில் என்னுள் மலர்ச்சி தோன்று வதற்குக் காரணமாக இருந்தாளே, அந்தச் சின்னஞ்சிறு பெண்ணை உனக்குத் தெரியுமா? இருபத்தைந்து வயதில் நான் பார்த்த மலர்த் தோட்டங்கள்தாம் எத்தனை? - எழுதிய காதல் கவிதைகள் தாம் எத்தனை? - அனுபவிக்கத் துடித்த அழகுக் கன்னிகைகள்தான் எத்தனை? - எல்லாம், எல்லாம்... இப் பொழுது பழங்கனவாய், பழங்கதையாய் போய், போய் விட்டதா, இல்லை? - இந்தக் கண்ணீர்த்துளியை உற்றுப்பார். அது ஒரு சாம்ராஜ்ஜியம். என் வாழ்க்கை. கடைசியில் எல்லாம் நீர்த்துளிகள். நீர்த்துளிகள்!

மிஸ்ரா இப்பொழுது புன்னகை புரியவில்லை.

பதினொன்று

சரளா கேட்டாள்: ''மிஸ்ராவுக்குச் சரித் திரத்தில் இடம் இருக்குமென்று நம்பு கிறாயா?''

முகுந்தன் பதில் சொல்லவில்லை. ட்ரெஸ்ஸிங் கவுனை அவிழ்த்துவிட்டு பேண்ட்டை எடுத்துக்கொண்டான். ஜன்னல் வழியே கதிரவனின் ஒளி உள்ளே பாய்ந்து அவ்வறையை மஞ்சள் நிறமாக ஆக்கிக்கொண்டிருந்தது. நாற் காலியின் மீது கிடந்த சரளாவின் ஆடை கள் பளபளத்துக் கொண்டிருந்தன.

''மிஸ்ரா போனது உன்னை இந்த அளவுக்கா பாதித்திருக்கிறது?'' சரளா புன்னகை செய்துகொண்டே இவ்வாறு கேட்டது முகுந்தனுக்குப் பிடிக்க வில்லை.

தான் மிஸ்ராவுக்கு எவ்வளவுக்குக் கடமைப்பட்டிருக்கிறோமோ அந்த அள வுக்குச் சரளாவும் அவருக்கு கடமைப் பட்டிருக்கிறாள். ஆனால் மிஸ்ரா இறந்த பிறகு அவரை ஆஸ்பத்திரியில் பார்க்க வந்த சரளா அவரைச் சிறிது நேரம் உற்றுப்பார்த்து விட்டு, தோன்றிய புன்ன கையைக் கட்டுப்படுத்தாமல், ஸோ திஸ் ஈஸ் இட் என்று கூறிய காட்சி அவன்

மனத்தைவிட்டு அகலவில்லை. மிஸ்ராவை அவள் இதுவரை வெறுத்துக்கொண்டிருந்தாள் என்றுதான் அர்த்தமா!

''கம் ஆன் ஹானரபில் மினிஸ்டர். ஸே சம்திங்'' என்றாள் சரளா.

முகுந்தன் சட்டைப் பித்தான்களைப் போட்டுக்கொண்டிருந்தான். சரளா எழுந்திருந்து அவனருகில் போய் நின்றாள்.

''ப்ளீஸ், பீ டீஸண்ட்'' என்று சொல்லிக்கொண்டே முகுந்தன் நாற்காலியில் கிடந்த புடைவையை எடுத்து அவளிடம் கொடுத்தான்.

''மிஸ்ராவின் மரணம் என்னை எந்த விதத்திலும் பாதிக்கவில்லை.''

''இதைக் கேட்க மிகவும் சந்தோஷம்.''

''குத்தலாகப் பேசுவதாக அர்த்தமா? ஆல்ரைட். இதற்கும் பதில் சொல். மிஸ்ராவுக்குச் சரித்திரத்தில் இடம் உண்டா?''

''என்னுடைய சரித்திரத்தை நீங்கள் எழுதினால், நிச்சயம் அவருக்கு இடமுண்டு.''

''மந்திரித்தனம் உனக்கு இல்லை என்று யாரும் குற்றம் சாட்ட மாட்டார்கள்.''

''லுக் ஹியர்? சரித்திரம் என்ன அவ்வளவு முக்கியமான விஷயமா? நான் செத்த பிறகு, சரித்திரத்தில் நான் இருக்கப் போகிறேனா இல்லையா என்பதைப் பற்றி எனக்கு இப்பொழுது என்ன கவலை?''

''அப்படியானால் சரித்திரத்தில் புகுந்துகொள்ள வேண்டுமென்று எல்லாரும் ஏன் அவசரப்படுகிறார்கள்? செத்துப்போன ஜவான்களுக்காக ஒரு குறிப்பிட்ட நாளில் அழியா தீபமேற்றி, தான் ஏற்றியதாகக் கல்லில் ஏன் பொறிக்கவேண்டும்?''

''உங்களுக்கு இவ்வளவு பொறாமை இருக்கின்ற காரணத்தினால்தான், பரிவு, பாசம் போன்ற மனிதாபிமான உணர்ச்சிகளற்று வறண்ட பாலைவனமாக இருக்கிறது உங்கள் உள்ளம்'' என்றான் முகுந்தன்.

சரளா சிரித்தாள்: ''ஓ. மந்திரி உடை போட்டுக்கொண்டு விட்டாயா? இதனால்தான் உனக்கு இவ்வளவு கோபம் வருகிறது.''

சரளா புடைவையை எடுத்துக்கொண்டு, குளியலறையை நோக்கிச் சென்றாள்.

மிஸ்ராவுக்குச் சரித்திரத்தில் இடமுண்டா? சரித்திரத்தில் யாருக்கு இடமிருக்கப் போகிறது என்று எவரால் சொல்ல முடியும்? ஆயிரம் வருஷங்களுக்குப் பிறகு திடீரென்று ஒரு சரித்திர ஆசிரியர் மிஸ்ராவின் பிரசுரமாகாத டைரியைத் தேடிப்பிடித்துப் படித்துவிட்டு, இருபதாம் நூற்றாண்டில் பாரதத்தின் தலைசிறந்த மனிதன் மிஸ்ராதான் என்று நிறுவ முயலலாம். சரித்திரம் ஒரு குரூரமான ஸ்வாரஸ்யம் நிகழ்கால உணர்ச்சிகளால் பாதிக்கப்பட வேண்டுமென்ற அவசியம் அதற்கில்லை.

சரளா குளியலறையிலிருந்து வெளியே வந்தாள்.

"வா சாப்பிடலாம், எனக்கு மிகவும் பசிக்கிறது. பசியில் உன்னையே சாப்பிட்டு விடுவேன், ஜாக்கிரதை" என்றாள் சரளா.

"சாப்பிட்டுக் கொண்டுதானே இருக்கிறீர்கள்?" என்றான் முகுந்தன்.

சரளா பதில் கூறாமல் குறுநகை செய்தாள்.

இந்தப் பெண்மணிக்கும் தனக்கும் என்ன சம்பந்தம்? தன்னை விட பெரியவள். காலெண்டர் கணக்கில் மட்டுமல்ல. இவளைத் தன்னால் எந்நிலையிலும் ஆக்ரமிப்பு செய்ய இயலவில்லை. பரிவு, பாசம் என்ற பெரிய பெரிய வார்த்தைகளால் தன் உணர்ச்சியை அலங்கரிக்க முயன்றாலும், நேற்று இரவு இவள் கூப்பிட்டபோது, தன்னால் ஏன் மறுத்துக்கூற முடியவில்லை? மிஸ்ராவின் மரணம் ஏற்படுத்திய சலனத்தை மறப்பதற்கான ஒரு வாய்ப்பு என்று தன்னைத்தானே ஏமாற்றிக்கொள்ள முயன்றாலும் உண்மையில் அதுதானா காரணம்? - இல்லை, இல்லை. இவள் எனக்குத் தேவையாக இருந்தாள். மிக மிகத் தேவையாக இருந்தாள். அவனுக்குதான் தேவையாக இருந்ததைப் பரிபூரண மாக அவள் உணர்ந்த நிலையில், அத்தேவையின் முழு அமைப்பை அவள் எடுத்துக்காட்டிய அம்முழு அனுபவம் தனக்குத் தேவையாக இருந்தது. மை காட், வாட் எ வுமன்!

சாப்பிடும்போது இருவரும் பேசவில்லை. சரளா என்ன நினைத்துக் கொண்டிருப்பாள் என்று யோசித்தான் முகுந்தன். மிஸ்ராவைப் பற்றி இருக்குமோ? - மிஸ்ராவைப் பற்றி தான்

கவலைப்படவில்லை என்று கூறியது ஒப்புக்காக இருக்குமோ? - அவர்மீது அவளுக்குக் கோபம் ஏற்படுவதற்குக் காரணங்கள் இருக்கின்றன. தன்னை மந்திரியாக்க அவர் முயலவில்லை என்பது அவளுடைய பெரிய குறை. சொல்லப்போனால், அவள் மந்திரி ஆகவில்லை என்பதைக் காட்டிலும், தான் மந்திரி ஆனதுதான் அவளுக்கு இன்னும் கோபம். அந்தக் கோபத்தினால்தான் படுக்கையில் வஞ்சம் தீர்த்துக்கொள்கிறாளோ? - 'உன்னைத்தான் என்னால் ஆக்கிரமிக்க முடியும்' என்று சுட்டிக் காட்டுகிறாளோ?

அப்பொழுது டெலிபோன் ஒலித்தது. முகுந்தன் எழுந்தான்.

"நோ... ப்ளீஸ்... சாப்பிடும்போது டெலிபோன் பேசக்கூடாது."

"இது எனக்குத்தான் என்று உங்களுக்கு எப்படித் தெரியும்! உங்களுக்காகவும் இருக்கலாம். மேலும் நான் இங்கு இருப்பது யாருக்கும் தெரியாது."

"அப்படியென்று நீ நினைத்துக்கொண்டிருக்கிறாய்" என்றாள் சரளா.

"வாட் டு யு மீன்?"

சரளா பதில் கூறவில்லை. கட்லெட்டை வெட்டிக் கொண்டிருந்தாள்.

டெலிபோன் ஒலித்துக்கொண்டே இருந்தது.

முகுந்தன் ரிஸீவரை எடுத்தான்.

"எஸ்" என்று சொல்லிக்கொண்டே சரளாவின் டெலிபோன் நம்பரைக் கூறினான் முகுந்தன்.

அங்கிருந்து வந்த பதில் அவனை அதிர்ச்சிக்கு உள்ளாக்கியது.

"எஸ். முகுந்தன் ஹியர். நான் இங்கு இருப்பது உனக்கு எப்படித் தெரியும்?" பதற்றத்தில் அவனால் ஒழுங்காகப் பேச முடியவில்லை.

பிரதம மந்திரி வீட்டிலிருந்து ஃபோன். அவன் உடனே அங்கு போக வேண்டும். தான் சரளாவின் வீட்டிலிருப்பதை யார் கூறியிருப்பார்கள்?

சுதந்தர பூமி

இப்பொழுது புரிகிறது. சரளா கூறியது இப்பொழுது புரிகிறது.

''அப்படியென்று நீ நினைத்துக்கொண்டிருக்கிறாய்'' அப்படியானால்...

முகுந்தன் மிகுந்த கோபத்தோடு சரளா அருகே வந்தான்.

''நீங்கள் இப்படி நடந்துகொள்வீர்கள் என்று நான் எதிர்பார்க்கவில்லை.''

''எப்படி?'' அவள் கட்லெட்டில் சாஸைத் தடவிக் கொண்டாள்.

''நேற்று என்னை உங்கள் வீட்டுக்கு அழைத்துவிட்டு, இச்செய்தியையும் பிரதம மந்திரி அலுவலகத்துக்குச் சொல்லி விட்டீர்களா?''

''டோன்ட் பி ஸில்லி. பிரதம மந்திரிக்கு நாடு பூராவும் கண், காது. பிக் மினிஸ்டர் ஈஸ் வாச்சிங் மிஸ்டர். பிக் மினிஸ்டர் ஈஸ் வாச்சிங்.''

''நீங்கள் சொல்வதை நான் நம்பமாட்டேன். யு ஆர் எ மீன்...'' அதற்குமேல் அவனால் பேசமுடியவில்லை.

அவன் பாதிச் சிற்றுண்டியிலேயே எழுந்து போய்விட்டான்.

பிரதம மந்திரி அவனைக் கண்டதும் புன்னகை செய்தார்.

''முக்கியமான அலுவலில் ஈடுபட்டிருந்த உங்களை இடைமறித்து அழைத்ததற்கு மிகவும் வருத்தப்படுகிறேன்.''

முகுந்தனுக்கு என்ன பதில் சொல்வதென்று தெரியவில்லை. முகத்தில் வழிந்த வியர்வையை கைக்குட்டையினால் துடைத்துக் கொண்டான்.

''ஐ ஆம் ஸாரி அபௌட் ப்ரொஃபஸர் மிஸ்ரா'' என்றார் பிரதம மந்திரி.

இப்படிச் சொல்வதற்காகவா தன்னை இவ்வளவு அவசரமாகக் கூப்பிட்டு அனுப்பியிருக்கிறார்? முக்கியமான 'அலுவல்' என்னவென்று அவருக்குத் தெரிந்துபோய்விட்டது!. ஆகவே இதைக் கோடிட்டுக் காட்டுவதற்காகக் கூப்பிட்டிருக்கலாமோ?

''உங்களைப் பற்றி மிஸ்ராவுக்கு மிகவும் நல்ல அபிப்பிராயம்.''

முகுந்தன் புன்னகை செய்தான். புன்னகை இயற்கையாக வரவில்லை என்று அவனுக்குத் தோன்றியது.

"சரளா பார்க்கவா நன்றாகப் படித்த ஒரு பெண்மணி. அவள் மீது எனக்கு எப்பொழுதுமே ஒரு தனி மதிப்பும், மரியாதையும் உண்டு. நம் கட்சிக்கு இப்படிப் படித்த பெண்மணிகள்தாம் மிகவும் தேவை."

முகுந்தனுக்கு என்ன சொல்வதென்று தெரியவில்லை.

"சரளாவைப் பற்றி நான் கூறுவது சரிதானே?" என்று கேட்டார் பிரதம மந்திரி.

"எஸ்... எஸ்..."

இரண்டு மூன்று நிமிஷங்கள் மவுனம் நிலவியது. முகுந்தனால் இந்த மவுனத்தைத் தாங்கிக்கொள்ள முடியவில்லை. நிலைகொள்ளாமல் தவித்தான்.

பிரதம மந்திரி மறுபடியும் பேச ஆரம்பித்தார். 'உங்களை ஒரு முக்கியமான காரணத்துக்காக இங்கு அழைத்தேன்.'

முகுந்தன் அவரைக் கூர்ந்து கவனித்தான்.

"தமிழ்நாட்டைப் பற்றி ஒரு முக்கியமான தகவல் வந்திருக்கிறது. நீங்கள் இப்பொழுது தமிழ்நாடு செல்வது மிகவும் அவசிய மாகிறது. நீங்கள் மேல்நாடு சென்று பங்களாதேஷ் பற்றிச் சொற்பொழிவு ஆற்றவேண்டுமென்பதுதான் என் விருப்பம். ஆனால், தங்களை முஜிபுர் ரஹ்மான் என்று நினைத்துக்கொண்டு, செய்கின்ற அக்கிரமத்துக்கெல்லாம் கொள்கை முலாம் பூசி ஏமாற்றுபவர்களை அவர்களுக்குரிய இடத்தில் வைக்க வேண்டு மென்பது என் கருத்து. நீங்கள் என்ன சொல்லுகிறீர்கள்?"

"நானா!" முகுந்தன் திடுக்கிட்டான். அந்நிலைமையைத் தன்னால் சமாளிக்க முடியுமா?

"எஸ். நீங்கள்தான் இதற்கு ஏற்றவர் என்பது என் கருத்து. உங்க ளுக்கு அறிவு இருக்கிறது, இளமை இருக்கிறது. செத்துப்போன வாழ்க்கை மதிப்புகளைக் கட்டிக்கொண்டு மாறடிக்கும் குருட்டுத் தனம் இல்லை. காந்தியம் எப்படி அது தோன்றிய காலத்துக்கு ஏற்றதாக இருந்ததோ, அதைப்போல், உங்களைப் போன்ற

இளைஞர்கள் உருவாகியிருக்கும் இக்காலத்தில், உங்களுடைய மனப்பான்மைதான் நியாயமானது. சீர்திருத்தம் என்ற பேரில், சமுதாயப் புரட்சி என்ற பேரில், கள்ளக்கடத்தல் நடத்தும் கீழ்த்தர மான அரசியல்வாதிகளுக்குச் சவாலாக இருக்க வேண்டுமென் றால், இத்தகைய பொய்களுடன் சமரஸம் செய்துகொள்ளக் கூடாது. அதனால்தான் உங்களைத் தேர்ந்தெடுத்தேன்.''

பிரதம மந்திரி உணர்ச்சி வயப்பட்டுப் பேசுவது போல் முகுந்த னுக்குத் தோன்றியது. ஆனால்... ஆனால்... பிரதம மந்திரியின் நம்பிக்கையை தன்னால் உறுதிப்படுத்த முடியுமா?

''எனக்கு அடிப்படையான தகுதி இல்லை. தமிழ்நாடு செல் வதற்கு...'' என்றான் முகுந்தன்.

''உங்களை இந்த மாதிரி பதில் சொல்வதைக் காட்டிலும் இன் னும் அதிகமான அளவு எடை போட்டேன். அடிப்படையான தகுதி என்று எதைப்பற்றிச் சொல்லுகிறீர்கள் என்று எனக்குப் புரிந்தது. இந்த மாதிரி நினைவுடனேயே நீங்கள் இழுத்துக் கொண்டிருப்பதால்தான், உங்களால், உங்களைப் போன்றவர் களால், ஓர் உறுதியுடன் நின்று தீயசக்திகளை எதிர்த்து முறியடிக்க முடியவில்லையோ என்று எனக்குத் தோன்றுகிறது.''

''நான் மறக்க முயன்றாலும், எங்களை மறக்க விடுவதில்லையே இவர்கள்'' என்றான் முகுந்தன்.

''இதைப்பற்றி நீங்கள் நினைத்துக்கொண்டிருப்பதே தவறு. உங்களைப் பொறுத்தவரையிலும் நீங்கள் சொல்வது சரி என்று உங்களுக்குப் பட்டால், மற்றவர்களைப் பற்றி உங்களுக்கு என்ன கவலை? ஐ ஹோப் யு வில் க்ரோ அப்.''

பிரதம மந்திரியின் புன்னகை அவனுக்கு நம்பிக்கை ஊட்டியது.

'நான் தமிழ்நாட்டுக்குப் போகிறேன்'' என்றான் முகுந்தன்.'

---

www.ingramcontent.com/pod-product-compliance
Lightning Source LLC
LaVergne TN
LVHW040045080526
838202LV00045B/3496